ஆபத்துக்கிடமான அபவாதம் அல்லது
கமலாம்பாள் சரித்திரம்

பி.ஆர்.ராஜமய்யர் பி.ஏ.

நியூ செஞ்சுரி புக் ஹவுஸ் (பி) லிட்.,
41-பி, சிட்கோ இண்டஸ்டிரியல் எஸ்டேட்,
அம்பத்தூர், சென்னை - 600 050.
☎ : 044 - 26251968, 26258410, 48601884

Language: Tamil
Kamalambal Sarithiram
Author: **B.R.Rajamaiyar**
First Edition: September, 1994
Fourth Edition: November, 2014
Revised Fifth Edition: December, 2020
Copyright: Publisher
No.of Pages: 212
Publisher:
New Century Book House Pvt. Ltd.,
41-B, SIDCO Industrial Estate,
Ambattur, Chennai - 600 050.
Tamilnadu State, India.
email: info@ncbh.in
Online: www.ncbhpublisher.in

ISBN: 978 - 81 - 2340 - 832 - 3
Code No. A 763
₹ 175/-

Branches

Ambattur (H.O.) 044 - 26359906 **Spenzer Plaza (Chennai)** 044-28490027
Trichy 0431-2700885 **Pudukkottai** 04322- 227773 **Tanjore** 04362-231371
Tirunelveli 0462-4210990, 2323990 **Madurai** 0452 2344106, 4374106
Dindigul 0451-2432172 **Coimbatore** 0422-2380554 **Erode** 0424-2256667
Salem 0427-2450817 **Hosur** 04344-245726 **Krishnagiri** 0434-3234387
Ooty 0423 - 2441743 **Vellore** 0416-2234495 **Villupuram** 04146-227800
Pondicherry 0413-2280101 **Nagercoil** 04652 - 234990

கமலாம்பாள் சரித்திரம்
ஆசிரியர்: பி.ஆர்.ராஜமய்யர்
முதல் பதிப்பு: செப்டம்பர், 1994
நான்காம் பதிப்பு: நவம்பர், 2014
திருத்திய ஐந்தாம் பதிப்பு: டிசம்பர், 2020

அச்சிட்டோர்: **பாவை பிரிண்டர்ஸ் (பி) லிட்.,**
16 (142), ஜானி ஜான் கான் சாலை, இராயப்பேட்டை, சென்னை - 14
☎: 044-28482441

All rights reserved. No part of this book may be reprinted or reproduced or utilised in any form or by any electronic, mechanical, or other means, now known or hereafter invented, including photocopying and recording, or in any information storage or retrieval system, without permission in writing from the publishers.

பதிப்புரை

அமரர் **பி. ஆர். இராஜமய்யர்** அவர்கள் விவேக சிந்தாமணியில் 1893, 94, 95ஆம் ஆண்டுகளில் எழுதியதும் 1896-இல் தனி நூலாக விவேக சிந்தாமணியில் வெளியிடப்பட்டு 1947 அக்டோபர் வரை 7 பதிப்பு களாக வெளியிடப் பெற்றதுமான **'கமலாம்பாள் சரித்திரம்'** எனும் இந்நூலின் சிறப்புகள் பல. என்றாலும், "தமிழ்மொழியில் அவசியம் படித்தாக வேண்டும் என்று சில நூல்களைப் பொறுக்கி எடுத்தால் அதில் கட்டாயம், ஏன்? முதன்மையாகவே இடம்பெறத் தகுதியுடையது இந்நூல். இன்னும் நூறு வருஷங்கள் கழித்துப் படித்தாலும் புதுப்புது அழகைக் காட்டும் அற்புதமான நாவல்.

1932-இல் இது பாடப்புத்தகமாக அங்கீகரிக்கப்பட்டிருந்தது. ஆசிரியர் சான்றிதழுக்காக முதல் நிலைத் தேர்வுக்கு உரிய பாடநூலாக இந்நூல் பரிந்துரைக்கப்பட்டது.

தமிழரின் முதல் நவீனமாக இயங்கும் இந்நவீனம் ஒரு இந்துக் குடும்பத்தை யதார்த்தமாகச் சித்திரிக்கிறது. "பிற நாட்டு நல்லறிஞர் சரித்திரங்கள் தமிழ்மொழியில் பெயர்த்தல் வேண்டும்" என்று கூறும் போதே "இறவாத புகழுடைய புதுநூல்கள் தமிழ்மொழியில் இயற்றல் வேண்டும்" என்று கூறிய பாரதி "கமலாம்பாள் சரித்திரம்" நூலைப் பற்றி இவ்வாறு கூறுகிறார். 'ஸ்ரீ இராஜமய்யர் புதியதாக தமிழ்க் கதை எழுதுவதில் உண்மையான திறமையைக் காட்டியிருக்கிறார்' என்று சான்றளிக்கிறார்.

இறவாத புகழுடைய புது நூல்களில் ஒன்று 'கமலாம்பாள் சரித்திரம்' என்பதில் ஐயமில்லை.

19ஆம் நூற்றாண்டு மக்களின் வாழ்க்கை நிலையை, மனோ நிலையை இந்நூலின் மூலம் அறிய முடியும்.

கல்கி, துக்காராம், ஆர். சண்முக சுந்தரம், தி. ஜானகிராமன், அகிலன், க. நா. சுப்பிரமணியம், மு. வரதராசன், ஜெகசிற்பியன், கு. ராஜவேலு இவர்களெல்லாம் மக்களிடம் பிரபலமடைவதற்கு முன்பே பி. ஆர். இராஜமய்யர் தனது 'கமலாம்பாள் சரித்திரம்' நாவலின் மூலம் பிரபலமடைந்தவர்.

26 வயதுக்குள் உலக அனுபவங்களைப் பல கதா பாத்திரங்களில் புகுத்தி உள்ளங்களைப் பக்குவம் செய்யும் அவரது ஞானநிலை

வியக்கத்தக்கது. அவரது எழுத்துக்களைக் கண்டு ராஜதுரோகம் என்று அரசாங்கம் குற்றம்சாட்டி பிடிவாரண்ட் அனுப்பியது. அதைப் பெறுவதற்கு முன்பே அமைதியாக மரணம் அடைந்த அற்புத மனிதர்.

வாசகர்களின் வழக்கமான நல் ஆதரவை நாடி இந்நூலை எமது நியூ செஞ்சுரி புத்தக நிறுவனம் வெளியிடுகிறது.

-பதிப்பகத்தார்

முதல் பதிப்பின் முன்னுரை

'விவேக சிந்தாமணி' பிரசுரங்களில் ஒன்றான 'கமலாம்பாள் சரித்திரம்' பற்றி நாம் சொல்லப் புகுமுன், இந்நூலைப் பற்றி இதன் ஆசிரியர் என்ன அபிப்ராயம் கொண்டிருக்கிறார் என்பதைத் தெரிவிக்க வேண்டியது அவசியம். "இவ்வுலகில் உழன்று தவிக்கும் ஒரு அமைதியற்ற ஆத்மா, பல கஷ்ட நஷ்டங்களை அனுபவித்து கடைசியாக நிர்மலமான ஒரு இன்ப நிலை அடைந்ததை விவரிப்பதே இந்த நவீனத்தின் முக்கிய நோக்கம்" என்று ஆசிரியர் தன் சொந்த மொழிகளில் குறிப்பிடுகிறார். பேனா, மை இவைகளின் சேர்க்கையாலும், ஆசிரியரின் கற்பனையாலும் பிறந்த இந்நவீனம், ஒரு இந்துக் குடும்பத்தைச் சித்திரித்திருப்பதைப் போல வேறெந்த நவீனமும் சித்தரிக்கவில்லை என்று கூறிவிடலாம். நம் நாட்டுப் பெண்களின் பெருமைகளும் சிறுமைகளும் இப்புத்தகத்தில் வெகு அழகாக தீட்டப்பட்டிருக்கின்றன.

"கடவுள் எல்லாவற்றிற்கும் அந்தம். எல்லாம் கடைசியில் அவனையே அடைகின்றன. என்ன நேர்ந்தாலும் அவைகள் எல்லாம் நமது நன்மைக்கே என்பதையும், நாம் அனுபவிக்கும் தண்டனைகள் கடைசியாக நமக்கு நன்மையாகவே முடியுமென்பதையும் உணர்ந்து கொண்டு கர்மாவில் ஈடுபடுவது அவனை அடையும்படியான சுருக்குவழி" என்பதே இக்கதை நமக்களிக்கும் படிப்பினையாகும்.

கவியரசர் கம்பனின் புகழையும் அவருடைய காவியத்தின் நயத்தையும் எல்லோரும் அறியும்படி செய்வதில் இந்நூலும் சிறிது உதவியாக இருக்கிறது. கம்பனுடைய பாடல்களில் சில இப்புத்தகத்தில் ஆங்காங்கே கையாளப்பட்டிருக்கின்றன.

உயர்ந்த கருத்துக்களையும், மனதில் உதிக்கும் பற்பல எழுச்சிகளையும், உணர்ச்சிகளையும் தெள்ளிய தமிழ் மூலம் வெளிப்படுத்துவது சாத்தியமாகும் என்பதற்கு இந்நூல் ஒரு சான்றாகும்.

அக்டோபர், 1896

ஸி.வி. ஸ்வாமிநாதையா

ஆசிரியர் ஸ்ரீ ராஜமய்யர்

ஸ்ரீ ராஜமய்யர் வத்தலகுண்டில் பிறந்தவர். கதையும் மதுரை ஜில்லாவைப் பற்றியதுதான். அட்டைச் சித்திரத்திலும் அஸ்தமன சமயத்தில் வானத்தை எட்டும் மதுரைக் கோபுரத்தைக் காணலாம்.

விவேகானந்தராலும் பாரதியாராலும் புகழப்பட்டவர் ஸ்ரீ ராஜமய்யர். ஸ்ரீ ராஜமய்யர் 26வது வயதிலேயே உடல் நீத்தார். அதற்குள் இவர் தமிழில் எழுதிய நவீனம் 'கமலாம்பாள் சரித்திரம்' ஒன்றே.

விவேகானந்தர் தன் அமெரிக்க விஜயத்திற்கு பின் சென்னையில் தொடங்கிய 'பிரபுத்த பாரதா' அல்லது 'விழித்துக்கொண்ட இந்தியா' என்ற ஆங்கிலப் பத்திரிகையின் முதல் ஆசிரியராக விவேகானந்தரால் தேர்ந்தெடுக்கப்பட்ட கௌரவத்தை அடைந்தவர்.

ஷெல்லி, பைரன், கீட்ஸ், கம்பன் இவர்களின் கவிதைகளில் ஆழ்ந்த கலைக்கனவு, தன் கலைத் திறமையால் சிகாகோவையும் லண்டனையும் ஒரு கை பார்க்க வேண்டும் என்ற பெரிய எண்ணம், தன் புகழ் கடல் தாண்டிப் பரவ வேண்டுமென்ற அவா, இவையே வத்தலகுண்டு ராஜத்தின் இளமை. பி.எல். தேர்வு தேறாமல் போகவே ஆசை அவலமானது. ஆளே மாறிப்போனார். கலைக் கனவுகள் வேதாந்த பித்தமாகிவிட்டது. 1893-ஆம் ஆண்டில் 'விவேக சிந்தாமணி' பத்திரிகையில் தமது சித்த நிலையையே கமலாம்பாள் என்ற தொடர் கதையாக அவர் எழுதினார்.

அவர் அமைதியாக இறந்த காட்சி ஓர் அற்புதம். இரண்டு நாள் கழித்து பிரபுத்த பாரதத்தில் வெளியான 'வேதாந்தம்', 'ராஜாதிராஜன்' என்னும் கட்டுரைகளுக்காக அவர் மீது ராஜத்துரோக குற்றம் சாட்டினார்கள். அரசாங்கம் பிடிவாரண்ட் அனுப்பியது. போலீஸார் வந்தனர். ஆனால் வாரண்டைப் பெற்றுக்கொள்ள ஆள்தான் இல்லை.

அறிமுகம்

புத்தகத்தைப் படிக்க ஆரம்பிக்கும் முன் இச்சரித்திரத்தில் வரும் கதாபாத்திரங்களைப் பற்றி வாசகர்கள் அறிந்துகொள்வது அவசியம் தானே!

கமலாம்பாள்

நம் தமிழ்நாட்டுப் பெண்மணிகள் எப்படி இருந்தார்கள் என்பதற்கு எடுத்துக்காட்டு. தமிழ் குடும்பத்தில் பிரகாசிக்கும் குல விளக்கு. பொறுமைக்கு பூஷணம். அன்புக்கு அணிகலன். கடைசியில் ராமபக்தியில் ஈடுபட்டு பக்தி நிலையை அடைகிறாள்.

முத்துஸ்வாமி அய்யர்

இலட்சியவாதி. போன தமிழர் தலைமுறையின் பிரதிநிதி. குடும்ப வாழ்க்கையில் வெறுப்புற்று ஞான மார்க்கத்தை அடைந்தவர். உலகத்தில் குழந்தைகள்தான் கொஞ்சம் யோக்கியர்கள் என்பது இவர் கருத்து. சச்சிதானந்த ஸ்வாமியின் சிஷ்யனாகும் பேறு பெறுகிறார்.

லட்சுமி

முத்துஸ்வாமி அய்யருடைய பெண். கல்யாணி என்றும் ஒரு பெயர் உண்டு. கம்பன் பாடல்களை கரைத்துக் குடித்தவள். இக்காலத்துக் குடும்பப் பெண்கள் எப்படி இருக்க வேண்டும் என்பதற்கு ஒரு உதாரணம்.

ஸ்ரீநிவாசன்

லட்சுமியின் கணவன். பரமசாது. கலியாணமாகவிருக்கும் வாலிபர்கள் கலியாணமாவதற்கு முன்பும், கலியாண வைபவ சமயத்திலும் எப்படி நடந்துகொள்ள வேண்டுமென்பதை இவனிட மிருந்து தெரிந்துகொள்ளலாம்.

சுப்பிரமணிய அய்யர்

முத்துஸ்வாமி அய்யர் தம்பி அண்ணாவிடம் உயிர். ஆனால் பெண்ணாட்டி என்றாலே பெரும் பயம். அவள் இட்டதுதான் சட்டம். அவளால் வசிய மருந்திடப்பட்டு உயிரை இழந்தவர்.

பொன்னம்மாள்

இப்புண்ணியவதியைப் பற்றி நினைக்கவும் எழுதவும் கூசுகிறது. கைகேயிபோல் முதலில் நல்லவள்தான். ஆனால் கலகநெருப்பு

மூட்டப்படவே அமிர்தம் விஷமாகிவிட்டது. கணவனுக்கு மருந்திட்டு காலனிடம் ஒப்படைத்துவிட்டாள்.

அம்மையப்ப பிள்ளை

ராஜமய்யரின் உன்னத சிருஷ்டி. சரித்திரத்தில் ஜீவனுள்ள முக்கிய கதாபாத்திரம். இவர் மூலம் பள்ளிக்கூடங்களில் தமிழ் பண்டிதர்களின் நிலைமையை நன்கு விவரித்திருக்கிறார் ஆசிரியர். இவருடைய முழுப்பெயர் நீங்களே புத்தகத்தைப் புரட்டி தெரிந்துகொள்ளுங்கள். இங்கு இடம் இல்லை.

பேயாண்டித் தேவன்

மற்றொரு முக்கிய பாத்திரம். திருடன்தான், இருந்தால் என்ன; திருடன் திருந்துவதில்லையா? கடைசியில் திருந்தி தினம் விடிந்ததும் முத்துஸ்வாமி அய்யர் இருக்கும் திசைக்கு கும்பிடு போட்டுவிட்டுத் தான் காரியம் பார்க்கிறானாம்.

சுப்பு

வம்பர் மகாசபை அக்ராசனாதிபதி. கூனி இல்லாவிட்டால் எப்படி ராமாயணம் நடந்திராதோ அதேபோல் இந்த அம்மணி இல்லாவிட்டால் நம் கதை வளர்ந்தே இருக்காது. ரகரம் இப்புண்ணியவதியின் வாயில் நுழையாது. யகரப் பிரயோகத்தைக் கண்டு பயப்பட வேண்டாம் என்று முன்னாடியே எச்சரிக்கை செய்து வைக்கிறேன்.

இவர்கள் முக்கியமாகத் தெரிந்துகொள்ள வேண்டியவர்கள். இன்னும் எவ்வளவோ பேர்கள் இருக்கின்றனர். அவர்களை நீங்கள் கதையிலேயே சந்தித்துக்கொள்ளலாம்.

மேற் சொல்லப்பட்டவர்களைப் பற்றி எல்லாம் நீங்கள் படிக்கும்பொழுது எங்கேயோ பார்த்த மாதிரி ஞாபகம் வரும். எங்கே பார்த்திருப்பீர்கள்? தமிழ்நாட்டுக் கிராமங்களில்தான்!

முதல் பாகம்

1

ஸ்திரீ புருஷ சம்வாதம்

மதுரை ஜில்லாவில் 'சிறுகுளம்' என்ற ஒரு கிராமம் உண்டு. அந்தக் கிராமத்தின் நடுத்தெருவின் மத்தியில் 'பெரியவீடு' என்று பெயருள்ள ஒரு வீடு இருந்தது. அந்த வீட்டில் கூடத்திற்கு அடுத்த ஓர் அறையில் கீழே ஒரு கோரைப்பாய் விரித்து அதன்மேல் ஒரு திண்டு போட்டுச் சாய்ந்துகொண்டு ஒருவர் படுத்திருந்தார். அவர் நித்திரை தெளிந்து எழுந்திருந்தவுடன், 'ஆ, சம்போ, சங்கரா' என்று இரண்டு தடவை உரக்கக் கொட்டாவி விட்டுவிட்டு, காலைச் சொறிந்து கொண்டு, 'அடியே, அடியே' என்று கூவினார். அப்பொழுது கூடத்தில் ரவிக்கை தைத்துக்கொண்டிருந்த அவர் மனைவி இவர் குரல் காதில் கேட்டவுடன் இரண்டுமுறை இருமிவிட்டு மௌனமாய் இருந்தாள்.

அதற்குள் படுத்திருந்த பிராமணர் 'அடியே, உன்னைத்தானடி, அடியே' என்று மறுபடியும் அழைத்தார்.

அதற்கு அவர் மனைவி கோபித்தவள்போல பாவனை செய்து கொண்டு, 'இங்கே அடியையும் காணோம், நுனியையும் காணோம்; அடியாம். அடிக்க வேண்டியதுதான். காசு கொடுத்துச் சந்தையில் வாங்கினாற்போல்தான். இனிமேல் அப்படிச் சொல்லுங்கள், வழி சொல்லுகிறேன்' என்று பரிகாசமாய்ச் சொன்னாள்.

அவர், 'சூ, சூ, எவ்வளவடா' என்று சொல்லிவிட்டு, 'துரை மகளானாலும் பாரி உரியவனுக்கவள் ஊழியக்காரி' என்று சங்கீதம் பாடத்தொடங்கினார்.

மனைவி: 'உங்களைப்போல் அவன் ஒரு புருஷன்தானே. வேத நாயகம் பிள்ளையாம், கரியாவான். இனி வெள்ளைக் காரச்சிகளைப் போல் ஆரம்பிக்க வேண்டியதுதான்: அடியாவதென்ன அடி! எங்களப்பா இரண்டு கரை வைத்தாண்டார், எங்கள் பாட்டனார் மூன்று கரை வைத்தாண்டார்; சந்தையில் கொண்டு வந்து தள்ளிவிட்டாப்போல் 'அடி' என்று கூப்பிடுவது என்ன?'

அவர்: 'மூன்று கரையாகப் போவானேன். அக்கரை இக்கரை குளக்கரை மயானக்கரை ஒன்று ஆக நாலு இருக்கிறதே.'

மனைவி : 'எங்களுக்கு அதுதான் உண்டு; நீங்களெல்லாம் ஸரபோஜி மகாராஜா பிள்ளைகள்; உங்களுக்கும் எங்களுக்குமா, உங்களுக்கு நாங்கள் அடிமைதான்!'

அவர் : 'அடியேன் செய்த பிழையை தேவரீர் பொறுத்தருள வேண்டும். "சிறியோர் செய்த சிறு பிழையெல்லாம் பெரியோராகிற் பொறுப்பது கடனே," ஓய் ராஜராஜேஸ்வரி கமலாம்பாள், தயவுசெய்து கொஞ்சம் தீர்த்தம் சாதிக்க வேண்டும்.'

மனைவி : 'எங்களாத்தில் தீர்த்தம் கொடுக்கிற வழக்கமில்லை.'

அவர் : 'கொடுத்தால்தான் உனக்குப் பிள்ளைக் குழந்தை பிறக்கும் பார்' (அப்பொழுது கமலாம்பாள் ஆறு மாதம் கர்ப்பம்).

மனைவி : 'ஆ இருக்கிற பெண்ணைக் காப்பாற்றினால் போதாதா, பிள்ளைக் குழந்தை இல்லையென்று இப்பொழுது யார் உங்களிடம் சொன்னார்கள்?'

அவர் : 'சொல்லாவிட்டாலும் மனதிற்குள்ளாவது இருக்குமல்லவா? இப்பொழுது தீர்த்தம் கொண்டுவந்தால், இதற்கு மூன்றாவது மாதத்தில் ஒரு பெரிய ஆண்பிள்ளை பிறக்கும்.'

மனைவி : 'மூன்று மாதம் போவானேன். இப்பொழுதே செல்லப் பிள்ளை நீங்கள் இருக்கிறீர்களே' என்று சொல்லிவிட்டு உள்ளே போய் ஒரு தட்டில், தேங்குழல், எள்ளுருண்டை முதலிய பக்ஷணங்களை எடுத்துக்கொண்டு, கையில் பனிபோல் ஜிலுஜிலென்று குளிர்ந்த தீர்த்தமும் கொண்டுவந்து நமது அய்யர் படுக்கை அருகில் வைத்து விட்டு 'அப்பா' என்று அவர் மேல் சாய்ந்துகொண்டாள். உடனே அவர் அவளை இறுகத் தழுவிக் கொண்டு பக்ஷணங்களை கணக்குப் பார்க்கப் புகுந்தார்.

பாதி சாப்பிட்டான பிறகு, தன் மனைவி பராக்குப் பார்த்திருந்த சமயங் கண்டு அவள் இரண்டு கைகளையும் பிடித்துக்கொண்டு, 'ஏனடி, நிரம்பப் பெரிய மனுஷியாய் விட்டாயோ? 'அடியே' என்றால் ஸரபோஜி மஹாராஜாபிள்ளை என்று பரிகாசம் பண்ணுகிறாயா?' என்று கன்னத்தில் மெதுவாய் அடித்தார். அவள் சிரித்துக்கொண்டு, 'இல்லை, இனிமேல் இல்லை' என்று சொல்லிவிட்டு 'மரியாதையாய்க் கையை விட்டுவிடுகிறீர்களா! இல்லாவிடில் கூச்சலிடட்டுமா?' என்றாள். அய்யர், 'கூச்சலிடு, யார் வருகிறார்கள் பார்ப்போம்' என்றதும் அவள் 'ஐயோ' என்று மெதுவாகச் செல்லக் கூச்சலாய் இட, அய்யர் மறுபடியும் கன்னத்தில் மெல்ல அடித்துவிட்டு கையை விட்டு

விட்டார். பின் இரண்டு பேருமாய் அதிக சுறுசுறுப்புடன் பக்ஷணங்களைத் தின்றனர்.

மனைவி : 'இப்படி பக்ஷணம் தின்றுகொண்டிருந்தால் நம்முடைய குட்டி கல்யாணிக்கு எப்பொழுது கல்யாணம் செய்கிறது?'

அவர் : 'யாரே அழகுக்கு அழகு செய்வார்?' அவளே கல்யாணி ஆய்விட்டதே. 'இனி அவளுக்குக் கல்யாணம் எதற்கு?'

மனைவி : 'உலகம் புத்தியற்ற உலகம்; ஆயிரம், ஐந்நூறு என்று செலவழித்துக் கல்யாணங்களைச் செய்துகொண்டு வருகிறார்கள். சுருக்கமாக 'கல்யாணி' என்று பெயரை வைத்துவிட்டு இருந்து விடலாமே. நமக்குத் தெரிந்த இந்தப் பரமரகசியம் ஒருவருக்கும் தெரியவில்லை பாருங்கள்.'

அவர் : 'கல்யாணி எங்கே கண்ணிலேயே காணோம்' என, 'அவள் அடுத்தகத்துக்குப் போயிருந்தாள்,' என்று சொல்லிவிட்டு அந்தம்மாள் 'கல்யாணி' என்றழைத்தாள். அந்தக் குழந்தை 'எங்களண்ணா அழைக் கிறார்கள்' என்று தன் தோழிகளிடத்தில் விடைபெற்றுக்கொண்டு புஸ்தகமும் கையுமாய் வந்து நின்றாள்.

'ஒரு காரியம், 'புஸ்தகம் ஹஸ்த பூஷணம்' என்றபடி நமது கல்யாணி, அண்ணாவைக் காணும்போதெல்லாம் கையில் புஸ்தக மில்லாமல் இருக்கிறதில்லை' என்றார் அய்யர். அதற்கு அச்சிறுமி 'இல்லை, அண்ணா! படித்துக்கொண்டுதானிருந்தேன், மீனாட்சியை வேண்டுமானால் கேளுங்கள் அண்ணா' என்றாள். அதற்கு அவர் அவளை பரிசோதனை செய்யும் பொருட்டு, 'ஓராங்கல்படி' என்று ஆடிக்கொண்டிருந்தாயே எனக்குக் கேட்கவில்லையோ? என 'இல்லை அண்ணா, நிச்சயமாக வாசித்துக்கொண்டுதான் இருந்தேன்' என்றாள். அவர் 'புஸ்தகத்தை அப்படியே கொடு' என்று வாங்கி, அதுதான் நல்ல பாட்டுகளாய்த் தெரிந்தெடுத்து உரையுடன் சேர்த்துச் செய்த கம்பராமாயணச் செய்யுள் திரட்டாயிருக்கக் கண்டு, 'கடைசியில் எந்த இடத்தில் நிறுத்தினாய்?' என்று கேட்க கல்யாணி, 'சூர்ப்பனகை ராவணனிடத்தில் போய் முறையிட்டுப் போர் மூட்டுகிற இடம்' என்று சொன்னாள்.

அய்யர் : (தன் மனைவியைப் பார்த்து) 'ஸ்திரீகள்தான் உலகத்தில் கலகத்திற்கெல்லாம் காரணம். சீதையில்லாவிட்டால் ராமாயணம் ஏது?'

மனைவி : 'ஆமாம், ஸ்திரீகள் பேரில் ஆசை வைத்துப் புருஷர்கள் கெட்டலைந்தால் அதற்கு ஸ்திரீகள்தான் காரணம். ராவணன் கெட்டது சீதையினாலேயோ, அல்லது தன் கொழுப்பினாலேயோ?'

அவர் : 'அது போகட்டும்; இன்னொரு விசேஷம் பார். ராமாயணப் போருக்கு முதல் முதல் காரணமாய் இருந்ததும் பெண். அதை நடுவில் நின்று மூட்டிவிட்டதும் பெண் - சூர்ப்பனகை. இல்லையா? இதிலேதான் வால்மீகியின் சாமர்த்தியம் முக்கியமாய் விளங்குகிறது. 'நாரதர் கலகப்பிரியர்' என்று சொல்வது வழக்கம்; ஆனால் நாரதர்கூட இவ்வளவு பெரிய யுத்தம் உண்டு பண்ணினதில்லை. இவ்வளவு ஜாலமும் மோசமும் அவர் கனவிலும் கண்டறியார். அவர் யாரிடத்தில் போய் சண்டை மூட்டினாலும் சூர்ப்பனகை ராவணனுக்கு உண்டு பண்ணின அவ்வளவு கேடு அவர் செய்ததேயில்லை. பத்து நாரதர் சேர்ந்தால் ஒரு சூர்ப்பனகை ஆகாது.'

மனைவி : 'அப்படியே இருக்கட்டும். உலகத்தில் புருஷர்கள் எல்லாம் ராவணனையும் கும்பகர்ணனையும் போலிருந்தால் ஸ்திரீகள் எல்லாம் சூர்ப்பனகையாக இருக்கட்டுமே!'

அய்யர் : மேல் சமாதானம் ஒன்றும் சொல்லத் தோன்றாததினால் குழந்தை கல்யாணியைப் பார்த்து, 'உனக்கு ராமனைப்போல் புருஷன் வேண்டுமோ? லட்சுமணனைப் போல் வேண்டுமோ?' என்றார். கல்யாணி வெட்கத்துடன் தலைகுனிந்து மௌனமாயிருந்தாள். அப்பொழுது அவர்: 'ராமன் கறுப்பு, லட்சுமணன் சிவப்பு, ராமன் அப்பாவி, அவனுக்கு அழத்தான் தெரியும். லட்சுமணன் நல்ல தீரன். பார், ராமன் 'காட்டுக்குப் போ' என்பதற்கு முன் மரவுரியும் கையுமாய்ப் புறப்பட்டுவிட்டான். லட்சுமணனோ தைரியமாய் எல்லாரையும் கொன்று விடுகிறேன் என்று வில்லைத் தூக்கினான். ராமனுக்கு லட்சுமணன் எவ்வளவோ திறம். எல்லாவற்றையும் யோசித்து சீக்கிரம் பதில் சொல். நான் கலியாணத்திற்கு ஏற்பாடு செய்ய வேண்டும்' என்று பரிகாசம் செய்தார்.

கல்யாணி 'என்ன அண்ணா! இதற்குத்தான் கூப்பிட்டீர்களாக்கும்! மீனாட்சி கூப்பிடுகிறாள், நான் போகிறேன்' என்று புறப்பட, உடனே அய்யர் 'இந்தாடி குட்டி, நீ ராமனையும் கலியாணம் செய்துகொள்ள வேண்டாம், லட்சுமணனையும் கலியாணம் செய்துகொள்ள வேண்டாம்; அவர்கள் இருவருக்கும் கலியாணம் ஆய்விட்டது. அதற்காக நீ என்-' என்று சொல்லி முடிப்பதற்கு முன், 'முத்துஸாமி' 'முத்துஸாமி' என்று வாசல் கதவை யாரோ தட்ட, முத்துஸ்வாமி அய்யர் 'ராமண்ணா வாத்தியார் வந்திருக்கிறார். நீங்கள் உள்ளே போங்கள்' என்று சொல்லிவிட்டு கதவைத் திறந்தார்.

2

வாத்தியாரும் ஜோஸியரும்

முத்துஸ்வாமி அய்யர் கதவைத் திறந்தவுடன் ராமண்ணா வாத்தியார் உள்ளே வந்தார். அவரைப் பார்த்தால் 45 அல்லது 50-வயதுக்குமேல் மதிக்க மாட்டார்கள். ஆனால் அவருக்கு சதாபிஷேகமாய் வருஷம் ஐந்து ஆய்விட்டது. (அதாவது இப்பொழுது வயது 90.) இன்னும் சிறுகுளத்தில் இவரை விட்டு வேறொருவரை பிராமணார்த்தத்திற்குச் சொல்வதில்லை. அந்த ஊரில் ஒரு மாதத்திற்கு குறைந்தது இருபது சிராத்தத்துக்கு மோசமில்லை. அதில் பதினெட்டுக்குக் குறையாமல் வாத்தியாருக்குக் கிடைக்கும். கலத்தில் பரிமாறும்பொழுது 'போதும்' என்று சொல்லுகிற துர்வழக்கம் அவரிடத்தில் கிடையாது. 'எவ்வளவு போட்டாலும் சாப்பிட வேண்டியது நம்முடைய கடமை' என்று அவர் சொல்லுவார். அந்த ஊர் ஜனங்களுக்கும் அவர் பிராமணார்த்தம் சாப்பிட்டால்தான் திருப்தி. இந்தப் பிராமணர் இவ்வளவு சாப்பிடு கிறாரே, இதில் பாதியாவது நம்முடைய பிதுர்க்களுக்குக் கிடைக்காதா என்று அவர்களுக்கு எண்ணம். எதார்த்தத்தை அவர்கள் அறிந்ததில்லை. இவர் மத்தியானம் சாப்பிடுவது போதாமல், ராத்திரிப் பட்டினி யாகையால், இருபது முப்பது வடையை மட்டும் தின்றுவிட்டு சுத்தப் பட்டினியாகவேயிருந்துவிடுவார். உளுந்து வடைதான் அவருடைய தேகக்கட்டு விட்டுப்போகாமல் அவரைக் காப்பாற்றி வருகிறது. ஒரு நாள் ஜுரம் என்று கீழே படுத்துக்கொள்ள வேண்டுமே, கிடையாது. வயதினால் கொஞ்சம் கூனினவர்போல் இருந்தாலும் அவர் நடை கொஞ்சம்கூட தளர்ச்சியடையவேயில்லை. ஆற்றங்கரையில் தினந் தோறும் அவர்தான் ஓடுகால் தள்ளுகிறது வழக்கம்.

வாத்தியார் உள்ளே வந்தவுடன் நமது முத்துஸ்வாமி அய்யர் 'மாமா வாருங்கள், வாருங்கள்; குட்டி, பலகை கொண்டு வா (கலியாணி பலகை கொண்டு வர) உட்காருங்கள், நானே அங்கே வரலா மென்றிருந்தேன்...' 'அடே, யாரடா, வீரா!' என்று கூவினார். உடனே வேலைக்காரனாகிய வீரன் 'சுவாமி' என்று வர, ஐயர்; 'அடே. போய் குழந்தை சுந்தரத்தைக் கூட்டி வா' என்று சொல்லிவிட்டு, வாத்தியாரைப் பார்த்து, 'ஜோஸியரவர்களைக் கூட்டிக்கொண்டு வரச் சொல்லு கிறேன். ராகுவேளை போய்விட்டதல்லவா, இன்று என்ன, வெள்ளிக் கிழமையோ?'

வாத்தியார் : 'ஆம் ஆம் ராகுவேளை போய் எந்தக் காலம் ஆய்விட்டதே.'

அய்யர் : 'ஆம், ஆம். சனிக்கிழமை ஞாபகமாய்ச் சொன்னேன்.' அப்பொழுது பையன் சுந்தரமும் ஒரு பந்தை உருட்டிக்கொண்டு 'ஏன் அப்பா, கூப்பிட்டாயாமே?' என்று சொல்லிக்கொண்டு வந்தான்.

அய்யர் : 'பந்து எதற்கடா? அடடா! தாத்தா மேல் படப் போகிறது! அதைக் கையில் எடு எடு!'

பையன் : 'புதுப்பந்து அப்பா, பெரிய களர்ச்சிக்காய் உள்ளே வைத்திருக்கிறேன்!'

'அது இருக்கட்டும். என்ன விளையாட்டுப் புத்தி; நீ போய் சங்கர ஜோஸியரை, அப்பாவும் தாத்தாவும்.'

(என்று மேல் சொல்லுவதற்குள்) 'எந்தத் தாத்தா?' என்று பையன் கேட்க, 'ஆமடா இந்தத் தாத்தாதானடா, 'உங்களைக் கையோடு கூட்டிவரச் சொன்னார்கள். ஏதோ அவசர காரியமாம்' என்று சொல்லிக் கூட்டிக்கொண்டு வா என்றார்.

பையன் : 'என்ன காரியம் சொல்லு.'

அய்யர் : 'சொல்லுகிறேன் போ.'

பையன் : 'சொன்னால்தான்.'

அவர் : 'அக்காளுக்குக் கலியாணம்.'

பையன் : 'அக்காளுக்குக் கலியாணமாம், உங்களை கூட்டிக் கொண்டு வரச்சொன்னார்கள் என்று சொல்லிக் கூட்டி வருகிறேன்.'

அவர் : 'இது ஏதடா இவன்! நீ ஒன்றும் சொல்ல வேண்டாமடா, கையோடு கூட்டிக்கொண்டு ஓடிவாடா.'

பையன் : 'அவர் என்னோடு ஓட முடியுமோ, நான் அவருக்கு முந்தி ஓட்டம்பிடித்து விடுவேனே!'

அவர் : 'நீ ஓடவேண்டாம்; போய் மெள்ளக் கூட்டிக்கொண்டு வா' என்று சொல்ல, சுந்தரம் குதித்துக்கொண்டு வெளியே ஓடினான்.

சற்று நேரத்திற்கெல்லாம் சிவந்த நிறமுள்ள ஒரு மனிதர் உள்ளே வந்தார். அவர் கழுத்தில் ருத்திராட்சமும், கையில் திருப்பதிகாப்பும், விரலில் பொன்மோதிரமும் அணிந்துகொண்டு, நெற்றியில் விபூதி சந்தனாட்சதை தரித்துக்கொண்டு கையில் ஒரு ஏடுடன் வந்தார். இவர் வந்தவுடன் அய்யர் 'வாருங்கள்' என்று ஆசனம் கொடுக்க, வாத்தியார், 'சங்கரா வா' என்று சொல்லி, 'இதோ இந்த ஜாதகங்களைப் பார்' என்று கையில் கொடுத்தார்.

ஜோஸியர் உட்கார்ந்துகொண்டு, 'குட்டிக்கா ஒரு கட்டு ஜாதகம் இருக்கிறதே. நூறுக்கும் குறையாது போல் இருக்கிறதே'

அய்யர் 'இருக்கும்'

ஜோஸியர் 'உங்களுடைய குணத்திற்கும் புத்திக்கும் ஐசுவரியத் திற்கும் வாய்திறந்து சொன்னால் போதாதா. லட்சம் ஜாதகம் வருமே. குழந்தைக்குத்தான் என்ன! எல்லாரும் பெண் அவளும் பெண்ணா! அவள் புத்திக்கும் சாந்தத்துக்கும் அழகுக்கும் படிப்புக்கும்', என்றிப்படி ஸ்துத்தியம்பண்ண.

அய்யர் (சகிக்கமாட்டாதவராய்.) 'குட்டிக்கு பத்து வயது ஆகிறது. இந்த வருஷத்திலாவது மேலைக்காவது கலியாணத்தை நடத்திவிட வேண்டும்.

ஜோஸியர் : 'இதுதான் சரியான வயது; இதற்குமுன் என்ன கலியாணம்! அதெல்லாம் எனக்கே மனதுக்கு சமாதானப்படுகிறதில்லை' (என்று சொல்லிக்கொண்டே) 'ஆஹா இது பேஷ் ஜாதகம்; பஞ்சமத்தில் சூரியன், ஜனனம், சனிதசை, அஷ்டாதிபதி குரு, சுக்கிர தசையில் நல்ல யோகமிருக்கிறது.'

முத்துஸ்வாமி அய்யர் : 'பொருந்தின ஜாதகத்தையெல்லாம் ஒரு பக்கமாக வையுங்கள். அப்புறம் அதிலே பொறுக்கிக் கொள்வோம்.'

வாத்தியாரும் 'இதற்கு இரண்டு பாவமிருக்கிறது. இதுவும் பாவஜாதகந்தான்.' என்று ஒன்றொன்றாய்த் தள்ளி வைத்துக் கொண்டிருந்தார்.

* * *

இங்கே இப்படியிருக்க, மதுரையில் வெள்ளியம்பலத் தெருவில் ஒரு பெரிய காரை மச்சுவீட்டுத் திண்ணையில் இரண்டு கிழவர்கள் உட்கார்ந்திருந்தார்கள்.

அவர்களுள் ஒருவர், 'முத்துஸ்வாமி பெண் ஜாதகமும் பயல் ஜாதகமும் பொருந்துகிறது. அதுதான் என் மனதுக்குப் பிடித்ததா யிருக்கிறது. நீங்கள் இன்னும் யோசனை செய்துகொண்டு சொல்லுங்கள்.'

மற்றவர் : 'யோசனை என்ன? மனதுக்கும் பிடித்து ஜாதகமும் பொருந்தினால், அதைத்தான் பண்ணிவிடுவோம். முத்துஸ்வாமியும் மனிதர்கள் பேரில் அபிமானம் விதரணை இதெல்லாமுடையவன். அவன் சம்சாரம் அதைவிட. நான் போய்விட்டேனானால் 'மாமா, மாமா,' என்று செய்யும் ஆசார உபசாரம் சொல்லி முடியாது.

ஊர்யோகக்ஷேமம் விசாரிக்கிறதும், எதிராளி நோக்கத்தைக் கண்டு நடக்கிறதும் அவளிடத்தில் நிரம்ப நன்றாயிருக்கும். இரைந்த சொல் கிடையாது. ஒருவர் பகை கிடையாது. சொத்தோ அளவில்லாமல் கிடக்கிறது. பெண் வெறுமனே தங்கத்திலே வார்த்தாற்போல் இருக்கும். மின்னல் கொடிதான். அவள் அழகு பயலுக்குக்கூட வராது'.

மற்றவர் : 'போகட்டும் அதுதான் எனக்கும் மனதிற்குப் பிடித்ததாய் இருக்கிறது. இராத்திரியும் புஷ்பம் வேணுமானால் வைத்துப் பார்ப்போம்.'

அதற்கு கிருஷ்ணய்யர், 'புஷ்பம் வைத்துப் பார்ப்போம், சகுனத் தையும் பார்ப்போம். ஜாதகத்தையும் ஒரு தடவைக்கு இரண்டு தடவை பார்ப்போம். மனதில் சந்தேகமென்னத்திற்கு? நமக்கு என்ன, பெண் கிடையாதா? நாம் செய்வதையெல்லாம் செய்துவிட்டால் அப்புறம் உள்ளபடியிருக்கிறது. இராத்திரி கோயிலுக்கு நானும் வருகிறேன். மீனாட்சி சம்மதத்தையும் கேட்போமே. இதிலென்ன' என்றார். ராமசுவாமி சாஸ்திரிகளும் 'ஆஹா சரி, அப்படியே செய்வோம்' என்றார். கிருஷ்ணய்யர் 'நான் சித்திரை வீதி வரையிலே போய் விட்டு அப்புறம் வருகிறேன்' என்று விடைபெற்றுக் கீழே இறங்கிச் சென்றார்.

3

வம்பர் மஹா சபை

அன்று பகலில் கிருஷ்ணய்யரும் அவர் சம்பந்தியாகிய ராமசுவாமி சாஸ்திரிகளும் பேசிக்கொண்டபடியே, இராத்திரி மீனாக்ஷி அம்மன் கோயிலுக்குச் சென்று புஷ்பம் வைத்துப் பார்க்க, வெள்ளைப் புஷ்பம் அகப்பட்டதுந் தவிர, அம்மன் சந்நிதியில் மூலக்கிரகத்தருகில் ஏற்றி வைத்திருந்த திருவிளக்கிலிருந்தும் பொறிகள் கலகலவென்று புஷ்பங்கள் போல் உதிர்ந்தன. இதைக் கண்ட இருவரும் அடங்காத ஆனந்தத்துடன் வீட்டுக்கு வந்து, எப்பொழுது விடியுமென்று இரவெல்லாம் ஆவலுடன் எதிர்பார்த்திருந்து, விடிந்தவுடன் காலை அனுஷ்டானங்களை முடித்துக்கொண்டு, சிறுகுளம் முத்துஸ்வாமி அய்யருக்குக் கடிதம் எழுதுவதற்காக உட்கார்ந்தார்கள். அப்பொழுது, தபால்காரன் கிருஷ்ணய்யருடைய மேல் விலாசத்திற்கு ஒரு கடிதம் கொண்டு வந்தான். அது 'சிறுகுளம்' என்று மேல் முத்திரையிடப்பட்டிருந்ததால், அதை ஆவலுடன் உடைத்து வாசித்துப் பார்க்க அதில் அடியில் வருமாறு வரையப்பட்டிருந்தது:-

சிறுகுளம்,
பங்குனி மீ 19உ

ஸ்ரீமத் ம௱௱ஸ்ரீ மாமா அவர்களுடைய திவ்விய ஸ்ரீ பாத பத்மங்களிலே பாலன் முத்துசாமி சாஷ்டாங்க பூர்வமாக நமஸ்கரித்து விஞ்ஞாபனம் இவ்விடத்தில் அனைவரும் க்ஷேமம். அவ்விடத்திய க்ஷேமாதி சயங்களுக்கு அடிக்கடி எழுதும்படி ஆஞ்ஞானாபிக்கக் கோருகிறேன்.

தங்களுடைய ஆசீர்வாத அனுக்கிரகம் ஸம்பூர்ணமாயுள்ள எனக்கு என்ன குறை? ஜலமிருக்கப் பயிர் வாடுவதேன்? சி.ஸ்ரீநிவாசனுடைய ஜாதகமும் சௌ. லட்சுமி (கல்யாணியின் மறுபெயர்) ஜாதகமும் எல்லாவிதப் பொருத்தங்களிலும் பொருந்துகின்றன. ஸ்ரீநிவாசனும் லட்சுமியும் கலந்து வாழ மனுஷ்ய யத்தனமும் வேண்டுமோ? இனிமேல் நடக்கவேண்டிய காரியமனைத்தும் தங்களதே. காற்றில்லாமல் மரத்திலைகள் ஆடுவதுமுண்டோ?

தங்களுடைய சம்பந்தி ம௱௱-ஸ்ரீ மாமா ராமசுவாமி சாஸ்திரிகளவர்களுடைய அபிப்ராயத்தை அறிந்ததன் பேரில் அவர்களுக்கே நேரே எழுதுகிறேன். அம்மான் சேய் ஆயிசு முழுவதும்* அம்மான் சேயாகவேயிருக்க வேண்டியதைப் பற்றி விசனப்படாமல் நான் தேற்றினேன் என்று சொல்லவும்.

வேணும்
அனேக நமஸ்காரம்
முத்துஸ்வாமி

இக்கடிதத்தைப் படித்தவுடன் கிருஷ்ணய்யர் 'முத்துஸ்வாமி நிரம்பப் படித்தவன். காகிதம் எழுதுகிற மாதிரியைப் பாருங்கள். சுருக்கமாய் உபமான உபமேயங்களோடு, தான் ஒன்றும் மேலே போட்டுக்கொள்ளக் கூடாதாம்' என சாஸ்திரிகளும் சந்தோஷத்தால் முகமலர்ந்து 'நன்றாயிருக்கிறது' என்றார். பிறகு சிறிதுநேரம் பேசிவிட்டு இருவருமாய் சிறுகுளத்திற்கு அன்று பகலிலேயே போய் முகூர்த்தம் வைத்துக்கொண்டு வருவதாய்த் தீர்மானம் செய்தார்கள்.

* * *

மறுநாள் காலையில் சிறுகுளம் என்ற கிராமத்தில் ஆற்றங் கரையில் சில ஸ்திரீகள் புடவை தோய்த்துக்கொண்டும் ஸ்நானம் செய்துகொண்டும் இருந்தார்கள். அவர்களுள் ஒருத்தி ஆமாம், எல்லாம் "காரியமாகிறவரையில் கழுதையுங் காலைப்பிடி," தான்.

---

* பைத்தியக்காரன் என்ற அர்த்தத்தில்.

\+ இந்தப் பரதேவதைக்கு ரகரம் வாயில் நுழையாது: அதற்குப் பதிலாக யகரந்தான் வரும். முதலிலேயே அந்தப் பரிபாஷையைத் துவக்கினால் உலகம் பயந்துபோகும் என்று அதற்கு உதாரணம் பின் அத்தியாயங்களில் மட்டும் கொடுக்கப்பட்டிருக்கிறது.

இப்பொழுது எட்டாவது பிள்ளை பெற்றவளுக்கு ஆசார உபசாரமாய்க் கிடக்கிறது. இதற்கு முன்னே நடந்ததெல்லாம் நேற்றுக் குழந்தைக்குக் கூடத் தெரியும். தலைச்சன் பிள்ளை பெற்றிருந்தேன். வேளா வேளைக்கு மருந்து கிடையாது. சாப்பாடு கிடையாது. தாயாரும் பெண்ணுமாக கூடிக்கூடிக் குடியைக் கெடுக்கிற பேச்சுப் பேசிக் கொண்டிருந்தது தெரியாதா? அப்பொழுது ஒருநாள் விளாச்சேரியிலிருந்து பலாப்பழமும் வந்தது. அன்றைக்கு மாதப்பிறப்பு; சேப்பங்கிழங்கு போட்டு மோர்க் குழம்பு, தேங்காய் கோசுமல்லி, பலாக்காய் கறி, கத்திரிக்காய்போட்டு பொரித்த கூட்டு, சக்கரவள்ளிக்கிழங்கு கறி புருஷர்கூட ஊரிலில்லை. மானாமதுரைக்குப் போயிருந்தார் மருமகனகத்துக்கு. அப்பொழுது எல்லாவற்றையும் பண்ணி எடுத்துக்கொண்டு, பலாப்பழத்திலேகூட எனக்கு ஒரு சுளை கிடையாது. 'பசுவன்' போல கொட்டிக்கொண்டு என் காதிலே படவேண்டுமாம், 'அடவாகக் கறிகாய்கூடக் கிடையாது' என்று சொல்லிக்கொண்டு, பருப்புத் துவையலும் சாதமுமாக, நல்ல நாள் திங்கள் நாள்கூடப் பாராமல் போட்டாளே. அதெல்லாம் மறந்து போவேன் என்று நினைக்கிறாயோ? அதுவும் ஒரு பக்கத்தில் இருக்கும்!" என்று சொல்லிக்கொண்டு நிமிர அப்பொழுது பொன்னம்மாள் என்ற ஒரு ஸ்திரீ குடமும் கையுமாக எதிர்ப்பட்டாள்.

அவள் முத்துஸ்வாமி அய்யருடைய தம்பி சுப்பிரமணியய்யருடைய மனைவி. தஞ்சாவூர்ப் பெண். இந்தப் பூமண்டலத்திற்குள் அவளுக்கு ஒருவரும் நிகரில்லை. யாரையும் லட்சியமில்லாமல் எடுத்தெறிந்து பேசுவாள். பாவம்! சுப்பிரமணிய அய்யரைப் பம்பரமாய் ஆட்டி வைப்பாள்.

இந்தப் பதிவிரதா சிரோமணியிடம் அவர் யதார்த்தத்தில் அதிக பயந்தவராயிருந்தாலும், வெளிக்குத்தான் மனைவிசொல் கேட்பதில்லை யென்று அடிக்கடி பெருமை பேசிக்கொள்வார். ஆனாலும் அந்த அம்மாள் படுத்துகிற பாட்டிற்கு அவர் சாகமாட்டாமல் அவஸ்தைப் படுகிறார் என்ற சங்கதி சிறுகுள முழுவதும் தெரியும். அவருக்கு ரோஷம் பிறக்க அவரை வையவேண்டுமானால், 'பெண்டாட்டி ஆத்தாள் பெரிய ஆத்தாள்' என்று சொல்லிவிட்டால் போதும். அவர் முகம் சிவந்து கண்களில் இரத்தம் சுரந்துவிடும்.

பொன்னம்மாள் வெகு அலங்காரப் பிரியை. அவள் நடக்கும் போது உலகம் முழுவதும் தன்னழகையே இமைகொட்டாமல் சித்திரம் போல் பார்த்து பிரமித்து நிற்பதாக அவள் ஞாபகம். போய்க்கொண் டிருக்கும்போதே நாம் அன்னநடை நடக்கிறோம் என்று சில சமயங் களில் திடீரென்று அவளுக்கு எண்ணம் உண்டாய்விடும். உடனே அவளுக்கு கர்வமும் லஜ்ஜையும் ஏககாலத்தில் உண்டாகி, கால்

தீப்பொறியின் மேல் மிதித்தாற்போல் கீழே பாவாமல், விகார நடையுடன் அவள் ஏதாவது சாக்குவைத்து, நின்று நின்றாவது அல்லது விரைந்தாவது வீட்டுக்குப் போவதைப் பலர் பார்த்திருக்கிறார்கள்.

இந்தப் பரதேவதை தண்ணீரில் இறங்கினவுடனே மேலே சொன்ன படி அங்கே பிரசங்கம் செய்துகொண்டிருந்த ஸ்திரீ அவளைப் பார்த்து; 'பொன்னம்மாள். ஏது இத்தனை நாழிகை? கல்யாண அமர்க் களமோ? அதாரடி உன் மைத்துனனகத்துத் திண்ணையில் ஜோடியாக இரண்டு கிழவர்கள் உட்கார்ந்திருக்கிறார்களே! அவர்கள் யார்?' என்று கேட்டாள்.

பொன்னம்மாள் வெகு சலிப்புடன், 'யாரோ! "கிணற்றுத் தவளைக்கு நாட்டு வளப்பமேன்?" உலகத்தில் அவரவர்கள் பாட்டை அவரவர் கவனித்தால் போதாதா!' என்று வெகு இலக்கணமாய் மறுமொழி சொன்னாள்.

பொன்னம்மாள் யதார்த்தத்தில் கமலாம்பாள் படித்ததில் பாதி கூடப் படித்திராவிட்டாலும் தன்னிடத்திலுள்ள சொற்ப சரக்குகளை வைத்துக்கொண்டு எல்லாம் படித்துவிட்டதாக பாவனை செய்வாள். கமலாம்பாள் அதிக அழகாய்ப் பேசுகிறாள் என்பதைப் பற்றி அவளுக்கு அடங்காப் பொறாமை. "கானமயிலாடக் கண்டிருந்த வான்கோழி தானுமதுவாகப் பாவித்து தானுந் தன் பொல்லாச் சிறகை விரித்தாடினாற் போல" கமலாம்பாளைப் பார்த்துத் தானும் நிரம்ப இலக்கணமாகப் பேச ஆரம்பிப்பாள். பிராமணர்கள் தாங்கள் பேசும் பாஷையில் சமஸ்கிருத பதங்களை இடை இடையே, மரத்தில் இலைமத்தியில் ஷபங்கள் சேர்ந்தாற்போல், சேர்த்துப் பேசுவதைக் கண்ட ஓர் ஆட்டிடையன், தானும் அவர்களைப்போல் பேச எண்ணி வீட்டுக்குப் போய் தாயாரை அழைத்து, 'அம்மா, ஆஷ்டுக்குஷ்டி வந்து வேஷ்டியைத் தின்கி'றது. ஒஷ்டுஒஷ்டு' என்று சொன்னதாக ஒரு கதையுண்டு. அதுபோல் பொன்னம்மாள் பேசுகிற இலக்கணத்தமிழ் சிற்சில சமயங்களில் அதிக இலக்கணமாய்விடும். ஆனாலும் கற்றறிவில்லாத அவ்வூர்ப் பெண்டிர்க்கு கமலாம்பாளைக் காட்டிலும் அவள் அதிகமாகப் படித்திருப்பதாக எண்ணம்.

அவள் மறுமொழியைக் கேட்ட சுப்பு என்ற ஸ்திரீ 'உனக்குத் தெரியாதா? சொல்லாமல் போனால் வைத்துக்கொள்ளேன். அடே இழவே தன்னால் அகத்துக்குப் போனால் தெரிகிறது!' என்று கோபத்துடன் சொன்னாள்.

பொன்னம்மாள் : 'என்னங்காணும் அவர்கள் கல்யாணத்துக்காகப் பேசிக்கொண்டிருக்கிறார்கள், நீர் என்ன இழவு என்கிறீரே.'

சுப்பு : 'நான் இழவு என்றா சொன்னேன்? நன்றாயிருக்கிறது, அம்மா! கலகம்பண்ணி விடுவாய்போலிருக்கிறதே!'

பொன்னம்மாள் : 'என்ன தங்களுக்கு இவ்வளவு கோபம். நான் பொழுதுபோக்காக பரிகாசமாகச் சொன்னேன். அவர்கள் வீட்டில் கலியாணம் என்று உமக்கு ஜோஷ்யம் (ஜோதிஷம்) தெரியுமா? அவர்கள் ஏதோ மதுரைப் பட்டணமாம். மைத்துனர் பெண்ணை* நிச்சியஸ்ராத்தம் பண்ண வந்திருக்கிறார்களாம்.'

சுப்புவுக்கு அவர்கள் இன்னார் என்று தெரியும். இருந்தாலும் பொன்னம்மாளைத் தூண்டினால் கமலாம்பாளுக்கும் அவளுக்கும் கலகம் உண்டுபண்ணி வேடிக்கை பார்க்கலாம் என்று எண்ணிக் கொண்டு மறுபடியும் அவள் 'ஓஹோ! உங்கள் புக்ககத்து மாமா வரப்போகிறார் என்றார்களே, அவர் வந்திருக்கிறாரோ? நான் செவ்வையாய்ப் பார்க்கவில்லை. நான் என்ன! அவர்கள் வீட்டிற் கெல்லாம் போகிறேனா வருகிறேனா?' என, பொன்னம்மாள் 'அவர்கள் தான் போலிருக்கிறது' என்று நீட்டிச் சொல்லி மெதுவாய் சூள் கொட்டிவிட்டு மௌனமாயிருந்தாள்.

சுப்பு : (இதுதான் சமயம் என்று கண்டு) 'என்ன! "போலிருக்கிறது" என்கிறாய், உன் புக்ககத்து மாமா உன் அகத்துக்கு வரவில்லையோ? உனக்கென்ன அவரைத் தெரியாதா? நிரம்ப நல்லவர் பிராமணன்.'

பொன்னம்மாள் : 'எங்களகத்துக்கு வரவேண்டும் என்று எந்த சாஸ்திரம் முறையிடுகிறது? உலகத்தில் நல்லவர்களுக்கென்ன பஞ்சமா! அதுவும் இப்பொழுது வரமாட்டார். வந்தாலும் அதிகமாக முன்போல பேசமாட்டார். மனிதர்களுக்குள்ள நல்ல புத்தி இல்லாவிட்டாலும் அவர்களுக்குள்ள அச்சம் சுலபத்தில் போகிறேன் என்கிறதா?'

சுப்பு : 'அதென்ன? அப்படி என்ன வந்துவிட்டது, ஓஹோ! அவர்தானோ லட்சுமியை மதுரையிலே கொடுக்கக் காரணம், என்னடி! இப்படித்தான் செய்யலாமோ? நீயும் உன் ஓர்ப்படியாளும் இருக்கிற நேசத்திற்கு சிவனே என்று உன் தம்பி பிள்ளைக்குக் கொடுத்துவிடலாம். அவர்களுக்கென்ன, ஸ்திதியில்லையா, மதியில்லையா.'

பொன்னம்மாள் : 'அவர்களுக்கேது ஸ்திதியும் மதியும். இவர்கள் வீட்டு வாசலிலேதான் இராப்பகலாகச் சோற்றுக்குக் காத்திருக் கிறார்கள். அவர்கள் வீடுகளிலெல்லாம் இவர்கள் ஏற்றிவைத்த

* 'நிச்சயதார்த்தம்' என்பது சரியான வார்த்தை. பொன்னம்மாள் சமஸ்கிருதம் பேசுகிற பெருமையில் வார்த்தைகளின் வித்தியாசம் தெரியாமல் ஒன்றை ஒன்றாக மாற்றியிருக்கலாம். அல்லது விஷமமாக 'ஸ்ராத்தம்' என்று அமங்கலமாய்ச் சொல்லியிருக்கலாம்.

விளக்குத் தான் பிரகாசம் என்று வடக்கேயெல்லாம் பிரஸ்தாபம். நான் ஒருத்தி இங்கே வந்து அகப்பட்டுக்கொண்டது போதாதா? இந்தப் பட்டிக்காட்டில் சம்பந்தம் செய்யாவிட்டால் ஊர்களில் அவர்களுக்கும் பெண்கள் கிடையாது. பாவம்! குழந்தை பெண்ணும் அழகில் ஊர்வசி!'

இதுவரையில் நடந்த சம்பாஷணையை எல்லாம் காதுகொடுத்து கவனித்துக் கேட்டிருந்த நாகு என்ற ஒரு ஸ்திரீ. 'பணமாம் பணம். இந்த ஊருக்குத்தான் அதிசயம். ஆலையில்லாவூரில் இலுப்பைப்பூ சர்க்கரை. பொன்னம்மாள் மருமகனுக்குக் கொடுத்தால் என்ன! அடா, இல்லை, வைத்துக்கொள்ளட்டுமே. (பொன்னம்மாளைப் பார்த்து) நீதான் எழுதிவிடேன் இவ்விடத்து சம்பந்தம் வேண்டாமென்று உன் உடன் பிறந்தானுக்கு' என்றாள்.

அதற்குப் பொன்னம்மாள் : 'சூ, இத்தனை நாள் தாமதமா? அன்றைக்கே 'டெலகராப்' அடித்துவிட்டேனே.'

சுப்பு : (தன் மனதுக்குள்) எத்தனை செருக்கு! தலை கழுத்திலே நிற்கவில்லை (என்று சொல்லிக்கொண்டு) 'முத்துஸ்வாமி உங்கள் பேரில் வைத்திருக்கிற அபிமானத்துக்கு, ஜாதகம் பொருத்தமில்லையாம். இல்லாவிடில் உன் மருமகனுக்கே பெண்ணைக் கொடுப்பான்.'

நாகு : "ஆமாம், ஜாதகம் ஒரு சாக்கு, சகுனத்தைப் பார்த்து எத்தனை இடங்களில் நடக்கவில்லை, என்னமோ. "வைத்தியன் பெண்டாட்டி சாகிறதில்லை, வாத்தியார் பெண் அறுக்கிறதில்லை" என்ற சம்பந்தமாய் இருக்கிறது. மனம் கொண்டது மங்கிலியம். மனப்பொருத்தம் இருந்தால் எல்லாப் பொருத்தமும் இருக்கும். நேற்று மீனாட்சிசுந்தரம் பெண்ணை சங்கரம் பிள்ளைக்குக் கொடுக்க என்ன ஜாதகத்தைப் பார்த்தார்கள்? ஓஹோ என்று கல்யாணம் நடக்க வில்லையா? அவர்களுக்கு என்ன குறைவு! "நொண்டிக் கழுதைக்கு சறுக்கினது சாக்கு!"

பொன்னம்மாள் : 'வெள்ளைக்காரர்களுக்குள் ஜாதகந்தான் பார்க்கிறார்களோ?'

சுப்புவும் நாகுவும் : 'ஆ! அவர்களும் ஜாதகம் பார்க்கத்தான் பார்ப்பார்கள்.'

பொன்னம்மாள் : (இவர்களுடைய மூடத்தனத்தைக் கண்டு சிரித்துக்கொண்டு) 'அவர்கள் ஜோஷ்யத்தையே நம்புவதில்லை.'

நாகு : 'ஸோஸியம் அவர்களுக்குத் தெரியாதா?'

பொன்னம்மாள் 'ஸோஸியமா!' என்று இடிஇடி என்று சிரித்து விட்டு 'ஜோஷ்யம் (ஜோஸ்யம் அல்லது ஜோதிஷம் என்பது சரியான

பதம்) என்று சொல்லுவார்கள். நீங்கள் பேசுவது சூத்திரப் பேச்சா யிருக்கிறதே.'

நாகு கொஞ்சம் வருத்தத்துடன், 'நாங்கள் படியாதவர்கள், எதோடு கூட்டு!' என்றாள்.

உடனே சுப்பி பொன்னம்மாளைப் பார்த்து, 'அது கிடக்கட்டும். இப்போதுதான் என்ன, ஒரு சகுனத்தைப் பார்த்து உன் மருமகனுக்கே கட்டிவிடலாமே!'

பொன்னம்மாள் : 'ஊரிலுள்ள தெய்வங்களுக்கெல்லாம் நமஸ்காரம், இனி ஸர்வ தேவ வேண்டாம். ஆயிரம் பொன் கொடுத்துப் பெண்ணைக் கட்டினாலும் வேண்டாம்; அப்படி மானம் கெட்டவர்களல்ல நாங்கள்.'

சுப்பு : 'உன் அகமுடையானிடம் சொல்லி ஏற்பாடு செய்தால் செய்யலாம்.'

பொன்னம்மாள் : 'ஆ, எவ்வளவடா என்றாளாம். நான் சொல்லி இவர்கள் கேட்கிறதும் தம்பி சொல்லத்தான் அண்ணா கேட்கிறதும், என்னமோ சொன்னாப் போலிருக்கிறது. இவர்கள் யாரோ, அவர்கள் யாரோ!'

நாகு : 'அதென்ன அப்படி சொல்லுகிறாய், முத்துஸ்வாமி அப்படி நினைப்பவனல்ல. உன் பிள்ளை சுந்தரத்தை கண்ணுக்குக் கண்ணாய் வளர்க்கிறானே, காற்றடிக்க சகிக்கிறதில்லையே!'

பொன்னம்மாள் : 'அதெற்கென்ன, பிள்ளை வேண்டியிருக்கிறது. சுவாமி கண்விழித்துப் பார்க்கவில்லையே. அதற்கு யாரிடம் முட்டிக் கொள்வது. என் பிள்ளையைக்கூட செல்லம் கொடுத்து தாய்க்குப் பிள்ளையாகாமல் 'கைம்பெண் வளர்த்த கழிசறை' எனக் குட்டிச் சுவரிலும் கேடுகெட்டவனாகச் செய்தாயிற்று!' என்று எரிச்சலுடன் சொல்லிவிட்டு அரை வார்த்தையாய் 'புருஷக் கைம்பெண்' (கைம் பெண் - விதவை) என்றாள். எனவே சுப்புவுக்கு வந்த சந்தோஷத்திற்கு அளவு இல்லை. 'இப்படிப்பட்ட வார்த்தைக்காகத்தான் இவ்வளவு நேரம் காத்தேன்' என்று எண்ணிக்கொண்டு துணிமூட்டைகளைக் கட்டிச் சுருட்டிக் கொண்டு வீட்டிற்குப் புறப்பட்டாள்.

வீட்டில் குடத்தை இறக்கினதுதான் தாமதம். ஈரப் புடவையுடனே ஒரு எருமுட்டையைக் கையில் எடுத்துக்கொண்டு கமலாம்பாள் வீட்டை நோக்கி அடுப்பு நெருப்புக்காகப் புறப்பட்டாள். யதார்த்தத்தில் தன் வீட்டிலேயே நெருப்பு இருந்தது. ஆனால் பொன்னம்மாள் சொன்ன வார்த்தைகளைக் கமலாம்பாளிடம் ஒன்றுக்குப் பத்தாய்ச் சொல்ல வேண்டியது அதிக அவசியமாயிருந்தது.

4

சபைச்சிறப்பு

சுப்பு அப்படி அதிக கெட்டவள் அல்ல. நல்ல ஈகைக் குணமுள்ளவள். மனிதர்மேல் அபிமானமுள்ளவள். மற்ற நாட்டுப் பெண்கள் தங்கள் மாமிமாருடன் சண்டை செய்வதைக் காட்டிலும் இவள் தன் மாமி யாருடன் அதிகமாய்ச் சண்டை செய்வதில்லை. சுக்கிரவாரம், வருஷப் பிறப்பு முதலிய நாட்களில் தன் மாமியார் என்ன சொன்னாலும் அவளுடன் சண்டை செய்ய மாட்டாள். ஆனால் மறுநாள் வட்டியும் முதலுமாக யுத்தம் நடக்கும். சில ஸ்திரீகளைப்போல் குடும்ப யுத்தங்களில் அவள் இருபது வருஷத்திய குற்றக்கணக்கையெடுத்துக் கூறுவதில்லை. பதினைந்து வருஷத்திற்கு முன் ஒரு தினத்தைச் சொல்லி அன்று உனக்கும் உன் மாமியாருக்கும் என்ன நடந்தது என்றால் அவள் திட்டமாய்ச் சொல்ல முடியாது. ஆனால் பதினைந்து வருஷத்திற்கு இப்பால் இருந்தால் சகல சங்கதிகளுக்கும் அவள் மனதில் பதிவு ஏற்பட்டிருக்கும். ஆகையால் பதினாலு வருஷத்திற்கு முன் அவள் மாமியார் அவளை 'ஸாகஸி' என்று வைத அன்றைக்கு நடந்த சரித்திரத்தைச் சொல்லச் சொன்னால், அன்றைக்கு இன்ன கறி, இன்ன கூட்டு, மோர் புளித்ததா புளிக்கவில்லையா, இன்ன துவையல், யார் சமையல், அதில் இன்ன குற்றம், என்பதை நிர்ணயமாய், அப்பீலுக்கிட மில்லாமல், சொல்லக்கூடிய திறமை அவளுக்குண்டு. இங்கிலீஷ் படிப்பவர்களுக்கு சுப்பம்மாளுடைய ஞாபகசக்தியில் பத்தில் ஒரு பங்கு இருந்தால் எம். ஏ. எம். எல். பரீட்சைகளில் நிச்சயமாய்த் தேறிவிடலாம். சுப்பம்மாளுக்கு யார் வீட்டிலாவது கலகம் நடந்தால் போதும். தனக்கு சாப்பாடுகூட வேண்டாம்.

பகல் பன்னிரண்டு மணிக்கு, அவள் வீட்டில் ஒரு காங்கிரஸ் மஹாசபை கூடும். அது சாயந்திரம் 6 மணிக்கு ஓய்ந்து மறுபடி இரவு 8-மணிக்குக் கூடும். அதற்கு விடுமுறை நாளே கிடையாது. அம்மகா சபைக்கு சுப்பம்மாள்தான் கனம்பொருந்திய அக்கிராசனாதிபதி அவர்கள். அவளுக்கு அந்தக் கௌரவப் பட்டத்தை பகிரங்கமாகக் கொடுக்காவிட்டாலும் அப்பட்டத்திற்குரிய அதிகாரத்தை அவள் அனுபவிப்பதுமன்றி அதற்குரிய மரியாதையையும் எல்லாரும் முணு முணுக்காமல் அவளுக்கே செலுத்தி வந்தார்கள். அந்த மகா சபைக்கு ஏதாவது சமாசாரப் பத்திரிகை உண்டோ என்று சிலர் ஆவலுடன் வினவலாம். ஆனால் அச்சிலடங்காத அனேக சங்கதிகளும், அச்சில் போகக்கூடாத அநேக ரகசியங்களுமே அந்தச் சபையில் முக்கியமாய்

நடந்தேறி வந்தபடியால் அதற்கு சமாசாரப் பத்திரிகை ஒன்றும் கிடையாது. அதற்குப் பதிலாக 'சமாசார-ஸ்திரீகள்' என்று சொல்லத்தக்க சிலர் உண்டு. அவர்களுடைய வேலை என்னவென்றால், பொழுது விடிந்தது முதல் அஸ்தமிக்கிற வரையில் ஊரைச் சுற்றி குறைந்தது மூன்று தடவை சந்து பொந்துகள் பாக்கிவிடாமல் காற்றைப்போல் நுழைந்து கிராமப் பிரதட்சணம் செய்து, யாராவது புதிதாய் அந்த ஊருக்கு வந்தாலும் சரி, யாரகத்திலாவது இரைச்சல் கேட்டாலும் சரி, யார் ரகசியம் பேசினாலும் சரி, யாராவது சிரித்தாலும் சரி, அழுதாலும் சரி, எங்கே என்ன நடக்கிறது என்று ஜாக்கிரதையாய்க் கவனித்து, தேனீக்கள் பற்பல இடங்களிலும் திரிந்து தேன் திரட்டி எல்லாம் ஒருமித்து உண்பதுபோல் தங்களுடைய சமாசாரச் சரக்கு மூட்டை களை அந்த வம்பர் மஹாசபையில் அச்சபையின் அபிப்ராயத்துக்கு அவிழ்த்து ஆஜர் செய்ய வேண்டியதே. இந்த உத்தியோகஸ்தர்களுடைய சாமர்த்தியம் அதியற்புதமாயிருக்கும்.

முன்னொரு காலத்தில் ஸ்பானியா முதலிய கிறிஸ்தவ தேசங்களில் ஓர் மதசம்பந்தமான ஸ்தாபனம் இருந்தது. அதன் உத்தியோகஸ்தர் களுடைய தொழில் சாமானியாய் உத்தியோக சின்னங்கள் ஒன்று மில்லாமல் ஒரு மனிதனிடத்து சகஜமாய்ப் பேசுவதுபோல் பேசி சர்க்கார் மதத்துக்கு அணுவளவேனும் விரோதமாய் அவன் பேசினாலும் சரி, நினைப்பதாகக் காணப்பட்டாலும் சரி, அவனை கச்சேரிக்கு இழுத்துவிடுவதே. தந்திர சக்தியில் அந்தப் பிரபலமான உத்தியோக ஸ்தர்கள் கூட இந்த வம்பர் மஹாசபையின் சமாசார ஸ்திரீகளுடைய பாததூளியின் விலைபெற மாட்டார்கள். ராஜ்ஜியமாளும் மந்திரிகூட, இவர்களிடத்து இரண்டொரு மாதம் சிட்சை பெற்றுக்கொண்டால் நலமாயிருக்கும். அவர்கள் அறியாத பழமொழி இனி ஔவையாருக்கும் தெரியாது. எவ்வித தந்திரமுள்ள மீனானாலும் தூண்டில், வலை இவைகளால் அவைகளை எப்படிப் பிடிக்கிறார்களோ, அப்படி ஸ்திரீயோ, புருஷனோ, யாவராயினும் சரி, அவர்கள் எவ்வளவு தந்திரி களானாலும் சரி, அவர்களிடத்திலுள்ள சங்கதி எவ்வளவு ரகசிய மானாலும் சரி, அதை இந்த உத்தியோகஸ்தர்கள் கிரஹிப்பது திண்ணம்.

இவ்வாறு கிரஹிக்கிற சக்தி மட்டுந்தான் அவர்களுக்குண்டென்று நினைக்க வேண்டாம். கற்பனா சக்தி குறைந்த நமது தமிழ் வித்வான்கள் போல ஒருவர் சொன்னதையே சொல்வதில் அவர்களுக்குச் சற்றேனும் திருப்தியில்லை. பொய்யை நிஜமாக்குவதிலும் நிஜத்தைப் பொய்யாக்கு வதிலும், நரியைப் பரியாகவும் (பரி-குதிரை) பரியை நரியாகவும் மாற்றிய பரமசிவனைக்காட்டிலும் சமர்த்தர். கன்னா பின்னா என்னாமல் கல்லும் புல்லும் உருகப் பேசுவார். ராமாயணத்தை ஒன்றுக்குப் பத்தாய்ச் சொன்ன கம்பரிலும் கற்பனா சக்தியில் சிரேஷ்டர் இவ்வம்பர்.

வியாச ரிஷி செய்த புராணம் பதினெட்டே. இவர்களோ வீடுதோறும் ஒரு ஸ்தல புராணம் சிருஷ்டிப்பார். அன்பு, புத்தி சித்தம் இவற்றை மாறுபடச் செய்வதில் 'நடுவேனிற்கனவு' என்ற நாடகத்தின் 'பக்' என்ற குட்டிப்பேயினும் சிறந்தவர்கள். இச்சமர்த்தர்கள் தங்களைத் தாங்களே உத்தியோகஸ்தராக நியமித்துக்கொள்ளுவார்கள். இவர்கள்தான் அம்மஹா சபையின் மகா அங்கத்தினர்.

5

'கலக நெருப்பு'

இவ்வம்பர் மகாசபையின் அக்கிராசனாதிபதியாகிய சுப்பம்மாளை கமலாம்பாள் வீட்டிற்கு நெருப்பு வாங்க வந்தவிடத்தில் இவ்வளவு காலம் கௌரவக் குறைவாய் நிறுத்திவைத்த குற்றத்தை இதைப் படிப்பவர்கள் தயவுசெய்து மன்னிக்கவும். எங்கே சுப்பம்மாளை சாதாரண சுப்பம்மாள் ஆக நினைத்துவிடுகிறார்களோ என்று பயந்து அவளுடைய அந்தஸ்தையும் அதிகாரத்தையும் விஸ்தரித்து எழுதலானேன். சுப்பம்மாள், திண்ணையில் உட்கார்ந்திருந்த கிருஷ்ணய்யர், ராமஸ்வாமி சாஸ்திரிகள் இவர்களைக் கண்டு நாணினவள்போல் ஓரமாக ஒதுங்கி மேற்புடவையை இழுத்துப் போர்த்திக்கொண்டு வெகு மரியாதையாய் தலைகுனிந்து உள்ளே சென்று கமலாம்பாளை நோக்கி ஏதோ ரகசியம் சொல்பவள்போல் மெதுவாய் 'உங்கள் மாமாவும் அவர் சம்பந்தியுமோ?' என, கமலாம்பாள் 'வாருங்கள்' என்று சொல்லி, 'அவர்கள்தான், இன்றுதான் வந்தார்கள்' என்றாள்.

சுப்பம்மாள் உள்ளே போகும்பொழுது தலைகுனிந்து சென்றாளே, அவள் எவ்விதம் திண்ணையில் உட்கார்ந்தவர்களைப் பார்த்திருக்கக் கூடும் என்று சிலர் சந்தேகிக்கலாம். 'மங்கையர் கண் பெருவிரலைப் பார்க்கும்போதே கடைக்கண் உலகெலாம் சுற்றும்' என்பது பழமொழி. அப்படியே சுப்புவும் ஆந்தையின் விழியையுடையவளானாலும் 'காதங்கள் கோடி கடைசென்று காணும்' கருடனிலும் அதிதீட்சணமான கடைக்கண் பார்வையையுடையவள். இவ்வளவு விசேஷ சக்தி உள்ளது பற்றியல்லவோ அவள் வம்பர் மகாசபைக்கு அக்கிராசனாதிபதியானாள். அவளைப் பற்றியும் அவளுடைய சபையைப் பற்றியும் பின்னால் நாம் பலமுறை சொல்லவேண்டி வரும். சுப்பு நமக்கு முக்கிய தோழி. எப்படி கூனி, சூர்ப்பநகை முதலிய உத்தம ஸ்திரீகள் இல்லாவிடில் ராமாயணம் நடந்திருக்க மாட்டாதோ, அப்படியே நாம் எழுதி வருகிற அற்புத சரித்திரமும் சுப்பம்மாள் இல்லாவிட்டால் நடந்திருக்க மாட்டாது. ஆகையால் தேவர்கள், ரிஷிகள் முதலிய சாதுக்கள் எல்லாரும் கூனி,

சூர்ப்பநகை இவர்களுக்கு வந்தனமுள்ளவர்களாயிருப்பதுபோல் நாமும் சுப்பம்மாளிடத்தில் அதிக விசுவாசமாயிருப்போமாக.

கமலாம்பாள் 'வாரும்' என்றவுடன், சுப்பு அவளை நோக்கி 'மதுரையிலேதானே கல்யாணம் நல்ல வேளை அம்மா! மனதிற்கு இப்பொழுதுதான் சமாதானப்பட்டது' என; கமலாம்பாள், ஏதோ தெய்வ சங்கல்பம் போலிருக்கின்றது. நாம் செய்கிறோம் நாம் போகிறோம் என்று நினைப்பதேயல்லாமல் யதார்த்தத்தில் நாம் செய்கிறது ஒன்று மில்லை; என்றாள்.

சுப்பு : 'அவ்வளவுதானே; அப்படித்தானே போகவேண்டும். அதைவிட்டு வீண்வார்த்தை செலவழிப்பதில் கலகத்தைத் தவிர வேறு லாபமுண்டோ?' என, கமலாம்பாள் 'நாம் யாரையாவது தவறிப்போய் ஏதாவது சொல்லிவிட்டோமோ' என்று சந்தேகித்து 'வார்த்தையா? என்ன வார்த்தை? எப்பொழுது சொன்னேன்?' என்றாள். சுப்பு, நீயா! நன்னாயிருக்கு தங்கக்குடம் இன்னால் உனக்கே தகும்' என்று சொல்லி முடிப்பதற்கு முன் கமலாம்பாள் 'இவள் யாரோ சொன்ன வார்த்தையை நம்மிடம் சொல்ல வருகிறாள், இதற்கு இடம் கொடுக்கக்கூடாது' என்று எண்ணி சீக்கிரம் உள்ளே சென்று சுப்பம்மாளுக்கு நெருப்புக் கொண்டுவந்து கொடுத்துவிட்டு 'பலர் பலவிதம் சொல்லுவார்கள், ஊர் வாயை மூட நம்மாலாகுமோ? ஈரப்புடவையுடன் நிற்கிறீர்களே!' என்றாள்.

சுப்பம்மாளுடைய தொழிலும் திறமையும் அவளுக்கு நன்றாய்த் தெரியும். ஆகையால் அவளைச் சீக்கிரம் வெளியே அனுப்பிவிட்டால் தான் க்ஷேமம் என்று எண்ணி ஜாடையாய் 'ஈரப்புடவையுடன் இருக் கிறீர்களே' என்றாள். சுப்பு அந்தக் குறிப்பை அறிந்தாலும் பொன்னம் மாளுக்கும் அவளுக்கும் கலகம் மூட்டுவது அதிக அவசியமாயிருந்த படியால் அவள் வெளியே பிடித்துத் தள்ளச் சொன்னாலும் போவதில்லை என்று தீர்மானம் செய்துகொண்டு அருகில் இருந்த ஒரு முட்டையை எடுத்து நெருப்பை மூட்டிக்கொண்டு உட்கார்ந்து விட்டாள். சுப்பம்மாளுக்கும் அவள் சபையாருக்கும் கமலாம்பாளிடத்தில் அதிக வெறுப்பு உண்டு. ஏனெனில் அவள் வம்பர் மகாசபையைப் பற்றிக் கொஞ்சமும் கவனிப்பதேயில்லை. அதில் அரை நாழிகையாயினும் சேர்வதில்லை. அதைச் சற்றும் லக்ஷியம் செய்யாதவள்போல் அவள் நடந்து வந்தாள். மேலும் கணித சாஸ்திரத்தில் தேர்ச்சிபெற்ற வித்வான் களுக்குக் கடினமான கணக்குகளைச் செய்வதில் விசேஷ திருப்தி. காமவிஷயத்தில் அழுந்தி கற்பழிப்பதில் கௌரதாப்பட்டம் பெற்று விட புருஷர்களுக்கு அனுபவிப்பதற்குத் தயாராய்க் கைவசத்திலுள்ள சொந்தஸ்திரீகளைக் காட்டிலும் குட்டிச்சுவரேறி குடுமி அறுபட்டு

வருத்தத்துடன் அடையும் அன்னிய ஸ்திரீகளை அனுபவிப்பதில் அதிக திருப்தி. அதுபோல் சகல வித்தையிலும் கைதேர்ந்து நாரதருக்கும் மேல், என்று பிரசித்தி அடைந்த சுப்பம்மாளுக்கு சுலபத்தில் சண்டை செய்யும் சாமானிய ஜனங்களுக்குள் சண்டைமூட்டுவதைக் காட்டிலும் சண்டை என்பதையே அறியாத சாதுவாகிய கமலாம்பாளைக் கலகத்தில் இழுத்துவிடுவதில் அதிக திருப்தி. எப்பொழுது தனக்கு சமயம் கிடைக்குமென்று அதிக ஆவலுடன் எதிர்பார்த்திருந்த அவள் சாதாரண நெருப்பை மூட்டுவதோடுகூட கலக நெருப்பையும் அடியில் வருமாறு மூட்டத் தொடங்கினாள்:-

சுப்பு : 'நான் ஆத்தங்கரையில் (சுப்புவுக்கு ரகரம் வாயில் நுழையாது. அதற்குப் பதில் அவள் யகரம்தான் சொல்லுவாள் என்று முன்னமேயே சொன்னோம். அந்தப் பரிபாஷையில் கொஞ்சம் பேசிப் பார்ப்போம்.) பொடவே தோச்சிக் கிண்டியிந்தேன். அங்கே குலுக்கி மினுக்கிக்கிண்டு தஞ்சாவூயா வந்தாள். ஒன் ஒய்ப்படி. நான் என் வாயிலே சனி இயுந்தது. வெயுன்னே இயுக்காமல் அவளைப் பாய்த்து உங்க மச்சுனனாத்துத் திண்ணையிலேயாய் உக்காந்தியுக்கியா இன்னு ஒன்னைக் கேக்கல்யோ அதுபோலே கேட்டேன். அதுக்கு அவள் 'அது யாயுக்குத் தெயும், எவயுக்குத் தெயும், கெணத்துத் தப்பளைக்கு நாட்டு வளப்பமேன். ஊய் (ஊர்) எழவெல்லாம் நமக்கு என்னத்துக்கு' அப்பிடி இன்னாள்; நான் 'என்னடி-'

கமலாம்பாள் : 'அவள் கிடக்கிறாள் பயித்தியக்காரி யார் சொல்லு கிறாள், அவள் தானே, இதை ஒரு வார்த்தையாக நீங்கள் சொல்ல வேண்டுமா?'

சுப்பு : 'ஆமா இந்தச் சாம்பியாஜ்யத்தை சொல்யத்துக்குத்தான் வாசல்விட்டு வாசல்வந்தேன் சொல்யேன் முழுக்கக் கேளு! அப்புயம் நீயே சொல்லுவே. அவளா பயித்தியக்காயி? பல்லுக்கு பாம்பிலே விஷம் (பாம்புக்கு பல்லில் விஷம் என்பதற்குப் பதிலாக) அவளுக்கு ஒடம்பெல்லாம் விஷம். ஒனக்கும் முத்துச்சாமிக்கும் வெளுத்த தெல்லாம் பாலு; பாகமாயபோது அவள் நகையை திருடினது, கோட்டுக்கு (கச்சேரிக்கு) இயுத்துவிடத் தெயுஞ்சது. சியுபாடுவித்து வட்டிக்குப் போட்டுகிண்டு' இயுக்கியது எல்லாம் மயந்து போச்சோ! என்னமோ அவள் சொன்னாப்ளே இயுக்கு தங்சாவூயா. அவதான் பயித்தியக்காயி!

கமலாம்பாள் : 'அவள் புத்திசாலியாயிருப்பது நல்லதுதானே. அதனால் நமக்கென்ன தோஷம். போனதெல்லாம் போகட்டும்; இப்பொழுது நாங்கள் இருவரும் இருப்பதுபோல் அவ்வளவு நேசமாய் உலகத்தில் யார் இருக்கிறார்கள்?'

சுப்பு : 'ஆ' என்னமோ சொன்னாப்ளேயியுக்கு 'யாஜா (ராஜா) பொண்ணெ கல்யாணம் பண்ணிக்கிண்ட சம்பந்தமாயிய்க்கு. நீ நல்லவதான்; ஒன்னெ சும்மா இயுக்கவிட்டாத்தானே. என்ன கய்வம்! என்ன செயுக்கு! தலே (தலை) கழுத்திலே நிக்கமாட்டேன்கியது. என்னமோ படிச்சி இயுக்கியாளாம் படிப்பு அதிசயப்படிப்பு. என்ன கேலி, எங்களை-'

கமலாம்பாள் : 'என்ன அப்படிச் சொல்லுகிறீர்கள். நீர் சொல்லுவது புதிதாயிருக்கிறது எனக்கு. அப்படி எல்லாம் இருக்க மாட்டாளே!'

சுப்பு : 'நீ எண்ணிக்கிண்டுய்க்கே. அவபேச்ய பேச்சைக் கேட்டா புழுத்தாநாய் குயுக்கே போகாது. நீ ஆயியம் பொன் குடுத்தாலும் உம்பொன் வேண்டாமாம். எத்தனை வக்கணை! பட்டிக்காட்டுக் குட்டியாம், அழகு இல்லையாம். மூக்கும் முழியும் கயுப்பணசாமி போலே இயுக்காம். கொயந்தைகள் கண்டா யாத்தியிவேளெலே பயந்துகிண்டூடுமாம். (இதெல்லாம் சுப்பம்மாளுடைய சொந்தக் கற்பனைகள்.) நம்பெல்லாம் பட்டிக்காட்டுக் கழுதைகளாம். முத்துச் சாமிக்கு ஏதுடா தம்பியே என்ய விசுவாசம் கடையாதாம். அவன் ஆயோ நாம் யாயோ இன்னு இயுக்கியானாம். இம்புட்டா? ஒனக்கு ஓயு நல்ல பெய்ய (பெரிய) கொடை கொடுத்தியுக்கியா. அந்த வசவைக் காதிலே கேக்கப் பிடிக்காது. சொன்ன பாவத்திலே அந்த முண்டெபோயாள். கள்ளனுக்குத் தோனும் தியுட்டுப் புத்தி. சுப்பிய மணியன் புத்தியை செயுப்பாலடிக்கணும். வேண்டாம் வேண்டாம் இங்கயபோதே வடக்கே போய் கல்யாணம் பண்ணிக்கிண்டு வந்தானே!'

கமலாம்பாள் : 'என்ன இப்படி வைகிறீர்களே! என்ன சொன்னாள் என்னை?'

சுப்பு : 'எனக்கு வயத்தை எயியது (எரிகிறது) முத்துச்சாமி கேட்டான்னா பியியை (பிரியை) கட்டி அவளை இழுத்துப்பிடுவன். அவள் புள்ளை (பிள்ளை) இயுக்கேயில்லையோ, அதை செல்லங் குடுத்துக் குடுத்து கம்மண்டாட்டி வளத்த கழிசையை யாக்கி விட்டேயாம். தாய்க்கும் பிள்ளைக்கும் ஆகவிட்டாமல் அடிக்கியயாம். அதுக்கு என்ன வசவு; நீ தட்டு வாணிக்கம் மண்டாட்டியாம். (இதுவும் சுப்பம்மாள் கற்பனை). நன்னாயிக்கா வசவு? அப்படி சொன்ன முண்டையை நாக்கை அயுத்தா என்ன? கழுவிலே போட்டுட்டால் என்ன? நீ கல்யாணம் பண்ண ஆயம்பிக்கியது. ஒன்கடுகத்தனை கொயந்தை கயுப்பணசாமி, உன் கல்யாணம் எழவு, நீ ஔசாயிக் (அவிசாரி) கம்பண்டாட்டி; என்னமாயிய்க்கு வாயத்தை? அந்த முண்டை தலையிலே நெயுப்பை வைச்சுக் கொளுத்த.'

கமலாம்பாள் : 'மன்னி! அப்படி சொன்னாளா? என்னையா? நேரில் சொல்லுவீர்களா?'

சுப்பு : 'ஒன் புத்திக்கு அவள் அவ்வளவா சொல்லுவாள். (கோபித்து) இன்னும் சொல்லுவாள். நான் சொல்யதுதான் பொய். கூட நாகு இயுந்தா, அவளைக் கேள். எனக்கு என்ன பயமா? எதிய (எதிர) வைச்சுக்கிண்டு சொல்யேன் (சொல்லுகிறேன்). சத்தியம் வேண்ணாலும் பண்ணயேன்.'

கமலாம்பாள் : 'உங்களை நம்பலாமா? இப்படியுந்தான் சொல்லு வாளா ஒருத்தி? சிவ சிவா!'

சுப்பு : 'மயுமானுக்குப் பொண்ணைக் குடுக்கல்யாம் கொண்டே ஜாதகம் பொயுந்தாட்டா அதுக்கு யாய் என்ன பண்ணுவா? நடு ஆத்தங்கயையிலே 'பப்ளிக்' ஆக குடியானச்சிகள் கூட இப்படி வசுக்கொள்ளமாட்டாளே; முத்துச்சாமி கிட்ட சொல்லி கண்டிக்கச் சொல்லு. இல்லியா நெடுக இப்படித்தான் பாத்துக்கோ!' என்று சொல்லி விட்டு கமலாம்பாள் யாதும் பதில் சொல்லு முன்னமே திடீரென்று வீட்டிற்குப் புறப்பட்டுவிட்டாள்.

சுப்பம்மாளுடைய பிரசங்கத்தை நான் அப்படியப்படியே சொல்லவில்லை. அவளுடைய ராகமும், குரலும், பேசுகிற கம்பீரமும் எனக்கு வரவே வராது. மேலும் இடையிடையே முத்துமாலையில் வயிரக்கற்கள் பதித்தாற்போலே அனேக பழமொழிகள் அவள் பிரயோகித்தாள். அவைகளைச் சற்று நாணமுள்ள புருஷர்கள் உச்சரிக்கக்கூடப் பயப்படுவார்கள். அவற்றை இங்கே உள்ளபடி எழுதினால் 'அசுண நன்மாச்செவி பறையெடுத்தபோதிலும்' என்றபடி கானத்தில் பிரியமுள்ள அசுணம் என்ற பட்சிக்குத் தம்பட்ட ஓசை எப்படியோ அப்படி இலக்கண இலக்கிய ஆராய்ச்சியுள்ள ஸ்திரீ புருஷர்களுக்கு அப்பழமொழிகளும் பிராசங்களும் அருவருப்பை யுண்டாக்குமாதலால், இங்கே அவற்றை எழுதாது விட்டேன்.

6

அந்தப்புர ரகசியங்களும் நிச்சயதார்த்தமும்

சுப்பு போனபிற்பாடு கமலாம்பாள் 'ஒரு பாவத்தையுமறியாத நம்மை இவள் ஏன் இந்தப் பாடுபடுத்துகிறாள். ஜாதகம் பொருந்தா விட்டால் அதுவும் நம்முடைய குற்றமா? அடடா இதென்ன வசவு!' என்று பலமுறை நினைத்து நினைத்து வருத்தப்பட்டாள். இவ்வாறு உலகத்தில் இவ்வளவு கெட்டவர்களாக மனிதர் இருக்க வேண்டுமா

என்று வருத்தப்பட்டுக்கொண்டே கலியாண நிமித்தமாக வந்த கிருஷ்ணய்யர், ராமசுவாமி சாஸ்திரிகள் ஆகிய இருவருக்கும் தக்கபடி உபசார முறைகளில் யாதொரு குறைவுமில்லாமல் 'பாயசம்', 'வடை', 'போளி', 'அப்பளம்' முதலிய சம்பிரமங்களுடன் விருந்து செய்தாள். போஜனமானவுடன் ஒரு தூக்கம் தூங்கி எழுந்த பிறகு கடைக்குபோய் சாமான்கள் வாங்கிக்கொண்டு இன்று சாயந்திரமே நிச்சயதார்த்தம் செய்துவிடுவோம் என்று சொல்லிக் கொண்டு கிழவர்கள் இருவரும் திண்ணைக்கு ஒருவராய் நித்திரை செய்யத் தொடங்கினார்கள். முத்துஸ்வாமி அய்யரோ உள்ளே கூடத்தில் கமலாம்பாள் சாப்பிடும் இடத்திற்கு எதிரே ஜமக்காளம் விரித்து ஒரு தூணில் திண்டுபோட்டு சாய்ந்துகொண்டு தனது அன்புள்ள மனைவியை நோக்கி உல்லாசமாய் 'எங்கள் மாமாதானே வந்திருக்கிறார். உங்கள் மாமா வந்திருக்கிறாரோ? என்ன செய்வாய்!' என்று சொல்ல, அம்மாதர் சிரோமணியும் 'கண் சிமிட்டைப் பார் எங்கள் மாமா அவர்கள் ஊரிலிருக்கிறாரே? உங்கள் மாமா அவர்கள் ஊரில் இல்லையே, என்ன செய்வீர்கள்; என்று சொல்லிக்கொண்டிருக்கும் போதே சுந்தரம் ஓசைப்படாமல் பின்னே தாழ்ந்துகொண்டு வந்து முத்துஸ்வாமி அய்யரை ஒரு மாட்டுத் தும்பால் கழுத்தில் கட்டி தூணில் இழுத்து மாட்டிவிட்டான். முத்துஸ்வாமி அய்யர் 'அடடா விட்டுவிடடா, நான் போகிறேன் விட்டுவிடடா' என, சிறுவன் 'இல்லையப்பா' என்றான். முத்துஸ்வாமி அய்யர், 'நான் இருக்கிறது என்கிறேன். நீ இல்லை என்கிறாயா? இதோ பாரடா தும்பு இருக்கிறதேயடா, அவிழ்த்து விடடா' என, கமலாம்பாள் 'அப்படித் தான், அப்படித்தான், வேணும், நன்றாய் கட்டு, (தலையை அசைத்துக் கொண்டு) "அகப்பட்டுக்கொண்டாரே விட்டலபட்டர் அகப்பட்டுக் கொண்டாரே" என்று பல்லவி பாடத் தொடங்கினாள். அதற்குள் சுந்தரம் கொஞ்சம் தள்ளி நின்றுகொண்டு 'பை, பை, டுர்ர்ரி, டுர்ர்ரி, நின்று குத்திக்காளை, டுர்ர்ரி!' என்றான்.

மதுரை, திருநெல்வேலி ஜில்லாக்களில் 'ஜெல்லிக்கட்டு' என்று ஒரு வேடிக்கை உண்டு. அது என்னவெனில், இருநூறு, முன்னூறு மாடு களை ஒரு தொழுவில் அடையப்போட்டு அவற்றை ஒன்றொன்றாய் கழுத்தில் ஒரு உருமால் கட்டி வெளியில் விட்டுப் பிடிக்கிறதுதான். அது பட்டிக்காட்டு மனிதர்களுக்கு ஒரு பெரிய திருவிழாவாகையால் ஆயிரக்கணக்கான ஜனங்கள் வந்து கூடுவார்கள். ஜெல்லிக்கட்டு என்று சொல்லி விட்டால் போதும், அவர்களுக்கு உண்டாகும் உற்சாகத்திற்கு எதுவும் ஈடு இல்லை. என்ன வேலையிருந்தாலும் அதையெல்லாம் போட்டுவிட்டு சந்தனப் பூச்சென்ன, மருக்கொகழுந்து மாலை களென்ன, சிவப்பு உருமால்களென்ன, கோடி வேஷ்டிகளென்ன, இவ்வித சம்பிரமங்களுடன் விரல்களில் எல்லாம் வெள்ளி மோதிரங்களைக்

கணக்கில்லாமல் அணிந்து கொண்டு, கையில் 'சோட்டாத்தடி'களுடன் திரள் திரளாய்ப் புறப்பட்டுவந்து, மரக்கொம்புகள், வண்டிக்கூடுகள் வீட்டுக் கூரைகள், மதிற்புறங்கள், ரஸ்தாப் பாதைகள் எங்கும் ஏராள மாய் நிரம்பி விடுவார்கள். புருஷர்களுக்குத்தான் இந்த உற்சவம் என்று நினைக்கவேண்டாம். ஸ்திரீகளும், கூர்மையான மூக்குள்ள மனிதர் களைக் கூப்பிடு தூரத்திற்கப்பால் துரத்தத்தக்க மஞ்சளெண்ணெய், வேப்பெண்ணெய் முதலிய 'வாசனை'த் தைலங்களைத் தடவிக் கொண்டு, செவந்திமாலை, புதுப்புடவை, பாசிமணி, பட்டோலை முதலிய சர்வாபரண பூஷிதராய் புருஷருடன் வேற்றுமை தெரியாது வந்து நெருங்கிவிடுவார்கள். பளபளவென்று சீவித் தைலந் தடவிய கொம்புகளுடன் உடல் நிறைய, புஷ்ப மாலைகளை ஏராளமாய் அணிந்து, கழுத்தில் உருமாலும் கம்பீரமான நடையும் பயங்கரமான பார்வையும் கொண்டு கண்டோர் ரிஷபராஜர்கள் என்று சொல்லும் படியான உயர்ந்த ஜாதி மாடுகள் தொழுவுக்குள் நெருங்குவதும், அங்கு நின்று உருமால்கொண்டு ஓட்டோட்டமாய் ஓடுவதும், மனிதர்கள் அவற்றின்மேல் உயிரை வெறுத்துப் பாய்ந்து அவற்றைப் பிடிப்பதும், பிடித்து உருமாலைக் கழட்டிக்கொண்டு ஹுய் என்று முடுக்குவதும், மனிதர்களை அவைகள் தூக்கிப் போட்டுவிட்டு அலட்சியமாய் ஓடுவதும் நாகரிகமற்ற அந்த மனிதர்களுக்குக் கண்கொள்ளாத காட்சியாயிருக்கும். அம்மாடுகளில் எல்லாம் கூட்டத்தைக் கண்டு வெருண்டு ஓடாமல் நின்று பாயும் மாட்டிற்கு 'நின்றகுத்திக்காளை' என்று சொல்லுவது வழக்கம். விசேஷ சந்தோஷத்தை உண்டுபண்ணக் கூடிய நின்றுகுத்திப் பாயும் மாடு ஒன்று வந்துவிட்டால், மூலைக் கொருவராய் அதை 'டுர்ர்ரி, டுர்ர்ரி' என்று கூவிக் கோபமூட்டி வேடிக்கை செய்வார்கள். அதுபோலவே முத்துஸ்வாமி அய்யர் கழுத்தில் தும்பைக் கட்டி கமலாம்பாள் 'பேஷ், பேஷ்' என்று சிரிக்க, சுந்தரம் அவரை 'டுர்ர்ரி' பழக்கினான். அவர், என்ன செய்கிறான் பார்ப்போம் என்று தலை குனிந்து புன்சிரிப்புச் சிரித்துக்கொண்டு சும்மா இருக்க, சிறுவன் 'முட்டு அப்பா, முட்டு. நீதான் மாடாம், முட்டுவாயாம்' என்று முற்றும் திருந்தாத மழலைச் சொல்லால் சொன்னான். பின்னும் அவர் சும்மா இருந்தார். அவர் மனைவி 'அந்த மாடு அப்படித்தான் இருக்கும், இந்த குச்சி எடுத்துக் குத்து' என்று சொல்லவே சுந்தரம் தும்பை இழுத்துப் பிடித்துக்கொண்டு குச்சியை எடுத்து 'பை, பை' என்று ஓட்டத் தொடங்கினான். அய்யர் 'இதேதடா இந்தப் பயல்!' என்று சொல்லிக்கொண்டு சுந்தரத்தைப் பார்த்து 'நான் மாடில்லையாம், அம்மாள்தான் மாடாம், இந்தத் தும்பை அவள் கழுத்தில் கட்டு, நீயும் நானும் ஓட்டுவோம்' என்று சொல்ல, சுந்தரம் 'ஆமாம் அப்பா' என்று சொல்லி அவர் தும்பை அவிழ்த்து

சாப்பிட்டுக் கொண்டிருந்த கமலாம்பாள் கழுத்தில் கட்டி அவளை ஓட்ட ஆரம்பித்தான். கமலாம்பாள் 'நான் *பொம்மனாட்டி; நான்தான் மாடா! அப்பாதான் மாடு. (அவரைப் பார்த்துக்கொண்டு) கொழுத்த உருமால் கட்டிக் காளை, அவரை ஓட்டு' என்றாள். சுந்தரம் மாட்டு விளையாட்டை மறந்து 'இதோ பாரு என் கம்பு பேஷான கம்பே' என்று அவளை அடித்து 'நீ அழு அம்மா. அழு' என்றான். அவள் 'ஆமாடா அப்பா அழுகிறேன்' என்று சொல்லவே பின்னும் அவளை அடித்தான்.

சுந்தரத்தினிடத்திலிருந்த சாமான்களைப் பார்த்தால் வெகு வினோதமாயிருக்கும். ஒரு ஓட்டைக் கொட்டாங்கச்சி, ஒரு கயிறு, ஒரு மாக்கல், ஒரு பென்சில், ஒரு வெள்ளிக்கல், ஒரு உடைந்த பம்பரம், இரண்டு கோலியுருண்டை, ஒரு துணிப்பந்து இது போன்ற பல வஸ்துக்கள் அவனிடத்தில் இருந்தன. அவனுக்கு இவைகளே ஐசுவரியமாக விளங்கின. உத்தியோகஸ்தர்கள் அடிச்சட்டை, மேல்சட்டை, கைக் குட்டை, கால் 'கெஜார்' ஜோடு, குடை, தலைப்பாகை, கடிகாரம் முதலிய வேஷங்களுடன் கச்சேரிக்குப் போவதுபோல சுந்தரமும் மாட்டுத்தும்பு, பட்டுக் கயிறு, விசிறிக் கட்டை முதலிய கௌரவ சின்னங்களுடன் விளையாட்டுக்குப் போவான். முத்துஸ்வாமி அய்யரையும் அவர் மனைவியையும் கண்டுவிட்டால் அவனுக்கு வெகு உற்சாகம் வந்துவிடும். அவர்கள் அவனுக்கு முக்கியமான விளையாட்டுத் தோழர்கள். அவனுடன் 'கண் பொத்துதல்', 'மாது மாது', 'கிட்டி அடித்தல்' முதலிய விளையாட்டுக்களை அவர்கள் விளையாடும் போது வெகு வேடிக்கையாயிருக்கும்.

அவன் கமலாம்பாளை அடித்தவுடன் கமலாம்பாள் அழுததாக பாவனை செய்யவே, அவன் அதிக திருப்தி அடைந்தவனாய் முத்து ஸ்வாமி அய்யரிடம் வந்து 'துட்டு கொடுப்பா' என்று அவர் முதுகின் மேல் ஏறி குடுமியைப் பிய்க்க எத்தனிக்கும்போது கமலாம்பாள் சாப்பிட்டு எழுந்திருந்து கையலம்பி விட்டு தன் பர்த்தாவின் அருகில் உட்கார்ந்தாள். சிறிது நேரத்திற்கெல்லாம் அவள் திடீரென்று ஒரு பெருமூச்சு விட்டாள். அவளுடைய மலர்ந்த முகம் மாறியதைக் கண்ட அய்யர், 'ஏன் என்ன சங்கதி?' என்று கேட்க, அவள் 'ஒன்றுமில்லை' என்றாள். அவர் மறுபடியும் அழுத்திக் கேட்க அவள் தன் மனவருத்தத்தை அவருக்கும் சொல்லி அவரையும் சஞ்சலப்படுத்துவானேன் என்ற எண்ணத்துடன் மறுபடியும் 'ஒன்றுமில்லை' என்றாள். அவர் அவளை 'சொல்லத்தான் வேண்டும்' என்று கட்டாயம் செய்தார்.

---

* பெண் பெண்டாட்டி என்பதே பொம்மனாட்டி என்று மருவி வழங்கப் படுகிறது.

அவள் 'என்னையறியாமல் எனக்கு வருத்தம் வருகிறது. இன்று பொழுது நன்றாய் விடிந்தது. நான் சுந்தரத்தை அவன் அம்மாளிடம் போகவேண்டாமென்று போதிக்கிறேனாம். அவனை நான் கைம் பெண் வளர்த்த கழிசறை ஆக்கிவிட்டேனாம். நான் தட்டுவாணிக் கைம்பெண்டாட்டியாம், எனக்குக் கிடைத்த மரியாதை' என்றாள். அவர் சுந்தரத்தைப் பார்த்து 'இரு' என்று சொல்லிவிட்டு, 'அப்படிச் சொன்னது யார்?' என்று கேட்க 'அவள் யார் சொல்லுவார்கள்? சொல்ல சுதந்திரமுள்ளவர்கள்தான்' என்றாள்.

அய்யர் உடனே முக சிவந்து 'ஆரம்பித்துவிட்டாயா ஸ்தல புராணம்! (பல்லைக் கடித்துக்கொண்டு) தெரியுமே உன் சங்கதி. கலகமே பிரதானம்', என்று கோபித்தார். 'என்னைச் சொல்லா விட்டால் உங்களுக்குப் பொழுது போகாது' என்றாள் கமலாம்பாள்.

அதற்கு முத்துஸ்வாமி அய்யர் 'பெண்களுக்கே கலகம்தான் தொழில். சுத்த நாய்கள் அப்பா! அதிலும் நீ' என்று சொல்லி முடிப் பதற்குள் அவள் சிரித்துக்கொண்டு 'புருஷர்கள்தான் நல்லவர்கள் - பரம சாதுக்கள்!' என்றாள். அய்யர் அதிகரித்த கோபத்துடன், 'ஆமாம் புருஷர்கள் இப்படித்தான் கோளும் புரளியும் சொல்லிக்கொண்டு திரிகிறார்கள். அப்பா! இந்தப் பொம்மனாட்டிகளுடன் சகவாசம் செய்வதைக் காட்டிலும் கழுதைகளைக் கட்டி மேய்க்கலாம். சீ! ஓயாமல் இதே தொழிலா! நமக்கு நன்றாய் வந்து வாய்த்ததடா சனியன். எது சமயம் என்று பார்த்திருந்து கலகத்தை உண்டுபண்ணுகிறது. கொஞ்சமாவது அறிவிருக்கிறதா பார், கலகக்கழுதை' என்று பல்லைக் கடித்துக்கொண்டு பலவாறு வையத் தொடங்கினார்.

கமலாம்பாள் : (சகிக்கமாட்டாமல் சற்று பதட்டத்துடன்) 'எடுத்ததற்கு எல்லாம் கோபம் என்றால் அப்புறம் என்ன செய்கிறது?'

அய்யர் : 'வாயை மூடு. சனியனே! பண்ணுவதை எல்லாம் பண்ணி விட்டு, எடுத்ததற்கெல்லாம் கோபித்துக்கொள்ளு கிறேனாம். என்னைப் பைத்தியம் பிடித்தவன் என்று எண்ணினாயோ? அப்படித்தான் ஞாபகம் போலிருக்கிறது! கழுதை, நாசமாப் போகிற சனியன்.'

அவர் மனைவி 'நான் நாசமாய்ப் போய்விடுகிறேன், அப்புறமாவது நீங்கள் சுகமாயிருங்கள்' என்றவுடன் முன்கோபிஷ்டராகிய முத்துஸ்வாமி அய்யர் 'ஆ! இதுதான் தெரியும். போய்விட்டால் குடிகெட்டுப்போகும், பயமுறுத்துகிறாயோ? தொலை சனியனே' என்று ஒரு இடி இடித்து அப்புறம் தள்ளினார். தள்ளவே, பாவம் கமலாம்பாள் கரகர என்று கண்ணீர்விட்டழத் தொடங்கினாள்.

முத்துஸ்வாமி அய்யர் தன் மனைவிமேல் அதிக வாஞ்சையுள்ள வராயிருந்தும் அவளிடத்தில் ஒரு அற்ப குற்றத்தையும் சகிக்கமாட்டார். உலகத்திலுள்ள ஸ்திரீகள் எல்லாரிலும் அவள் குணம் சிறந்ததாயிருக்க வேண்டுமென்பதே அவருடைய முக்கிய ஆசை. அவ்வித ஆசைக்கு விரோதமாக அவளிடத்தில் மற்ற ஸ்திரீகளிடத்திலுள்ள குறைவுபோல் ஏதாயினும் ஒரு சிறிய குறையாவது இருக்கிறதாக அவருக்குத் தென் பட்டால், உடனே வெகு கோபம் வந்துவிடும். பெண்களே கெட்டவர்கள் என்பது அவர் அருமையாய்ப் பாராட்டி வந்த அபிப்பிராயங்களில் ஒன்று. ஆதலால் தன் மனைவி மற்ற ஸ்திரீகள்போல் அற்பத்தனமுள்ள வளாகவாவது கோள்சொல்லி என்றாவது அவருக்கு ஜாடையாய்த் தென்பட்டுவிட்டால் போதும். அன்றைக்கு அனர்த்தம்தான். அவர் முன்கோபத்தை அவர் மனைவி தவிர வேறொருவரும் அறியார். சில புருஷர்கள் மற்றவர்களிடத்தில் பழகும்போது சர்வசாந்தமுள்ளவர்களா யிருந்தும் தங்கள் மனைவியிடத்து தங்களுடைய கோபத்தைக் காட்டு வதை நாம் அனுபவத்தில் கண்டறியலாம். முத்துஸ்வாமி அய்யர் அடிக்கடி தன் மனைவியைக் கோபித்துக்கொண்டாலும் அனேக சமயங்களில் அவள் அந்தக் கோபத்தை மாற்றிவிடுவாள். ஆனால் சிற்சில சமயங்களில் அவளும் மனவருத்தத்தைப் பாராட்டிவிட்டால் அவருடைய கோபம் அதிகரித்து 'ஐயோ நாம் வகைமோசமாய்க் கலியாணம் செய்துகொண்டுவிட்டோமே' என்று அவருக்குத் தோன்றும். இது அவருடைய குண விசேஷங்களுள் ஒன்று. ஆனால் அவர் கோபம் சீக்கிரம் அடங்கிப் போய்விடும். சற்று நேரத்திற்கெல்லாம் அவர் மனைவி தன் வருத்தத்தை மறந்து அவரிடம் வலியச் சென்று அவரைக் குளிர்ந்த வார்த்தைகளால் சந்தோஷிப்பிக்கும்பொழுது 'என் தங்கமே, உனக்கு சமானம் நீதான், இந்த உலகத்தில் என்னைப்போல் பாக்கியம் செய்தவர்கள் யார்?' என்று அவர் அவளிடம் கொஞ்சிக்கொண்டு பேசுவார்.

இவ்விதமாக, இந்த உலகத்தில் நன்மை தீமை எப்படிச் சமமாகக் கலந்திருக்கிறதோ... அப்படியே நமது அய்யருக்கு இன்பமும் துன்பமும் கலந்திருந்தது. கமலாம்பாள் தன் ஓர்ப்படி வைத வசவை இவருடன் சொல்ல வாயெடுக்கும்போதே அவள் ஏதோ கலகம் செய்ய எத்தனிப் பதாக இவர் புத்தியில்பட்டு இவருக்கும் கோபம் உண்டாயிற்று. அப்பொழுது அந்த அம்மாள் சமயமறிந்து சந்தோஷ வார்த்தைகளால் இவர் கோபத்தை மாற்றாததால், அது இன்னும் அதிகரித்தது. அவள் அழத்தொடங்கவே அய்யா பல்லைக் கடித்துக்கொண்டு 'ஸாகஸம் கூடவா! செய்வதெல்லாம் செய்துவிட்டு அழவும் ஆரம்பிக் கிறாய். பெரிய தெப்பக் குளங்கள் மடைதிறந்து போய்விட்டன. அழு! மூதேவிக் கழுதை! என்று மறுபடியும் கையாலடித்து அப்புறம் தள்ள, அவள் முன்னிலும் அதிகமாக அழுதாள். அது பார்த்து

சுந்தரமும் பயத்தால் பதறி கயிற்றைக் கைநழுவவிட்டு தன் தாயாரைக் கட்டிக்கொண்டு தலைகுனிந்து கடைக்கண்களால் தனது பெரியப் பாவின் கோபத்தாற் சிவந்த முகத்தைப் பார்த்து அழத் துவங்கினான். இவ்வாறு சிறிது நேரம் செல்லவே முத்துஸ்வாமி அய்யருடைய மனம் சற்றுக் கோபம் நீங்கி இளக ஆரம்பித்தது. அவர் தன் மனைவியை அணுகி 'ஏனடி அழுகிறாய்?' என்று இரண்டு தடவை அதட்டிக் கேட்டுவிட்டு அவளைத் தன்மேல் சேர்த்தணைத்துக்கொண்டு 'உன்னை யார் இப்பொழுது என்ன சொல்லிவிட்டார்கள், ஏன் அழுகிறாய்' நிஷ்காரணமாய் அழுகிறாயே, இதுதான் எனக்குக் கோபம் வருகிறது. அழாதேயடி. இன்றைக்கு இவ்வளவு போதும் நிறுத்து!' என்று அரை வெறுப்புடன் 'இவ்வளவுதான் நமக்குப் பிராப்தி' என்று தன் மனதுக்குள்ளேயே சொல்லிக்கொண்டு 'வேண்டாமடி கமலா, போதுமடி என்று அவள் கண்களைத் தன் வஸ்திரங்களால் துடைத்தார். அவள் அழுகை ஸாகஸமென்றே அவர் எண்ணம். ஆயினும் அவள் அழுதது அவருக்கு ஹிம்சையாயிருந்தபடியால் அவளை அவர் ஆற்றலானார். அந்த அம்மாள் 'என்ன பிழைப்பு இது'. இருந்தால் நன்றாயிருக்க வேண்டும். உங்கள் பிரியம் தவறிவிட்டால் அப்புறம் எனக்கு என்ன இருக்கிறது. என் மனவருத்தத்தை உங்களிடம் சொல்லாமல் யாரிடம் சொல்லி நான் ஆற்றிக்கொள்ளுவேன். எனக்கு உங்களை விட்டால் கதி என்ன! தாயார் தகப்பனார் எல்லாரையும் விட்டு நீங்களே பிதாவுக்குப் பிதா, மாதாவுக்கு மாதா, பர்த்தாவுக்கு பர்த்தா என்று அந்தரங்கமாய் பக்தி பாராட்டி என் வருத்தத்தைச் சொல்ல வரும்போது நீங்கள் கோபித்துக்கொள்வது எரிகிற புண்ணில் நெருப்பை வைத்தது போலிருக்கிறது. 'வருத்தப்படாதே' என்று ஆற்றவேண்டியிருக்க, நீங்களே இப்படி உதறி எறிந்தால் அப்புறம் நான் என்ன செய்வேன்? அவள் அப்படி வைதாள் என்றுதானே சொன்னேன். இதில் குற்றமென்ன? அது பொய் நிஜமென்று கூட விசாரிக்காமல் என்னைத் தண்டிக்க ஆரம்பித்தீர்களே' என்று, விம்மி விம்மி அழ, முத்துஸ்வாமி அய்யர் மனம் உருகி 'கமலா! நான் பண்ணினது தப்பிதமடி, அதை மறந்துவிடடி' என்று சொல்லி அவளை இறுகத் தழுவிக்கொண்டு செல்வமான சில வசவுகளை வைதும் வேடிக்கையான பேச்சுகளைச் சொல்லியும் அவள் விசனம் மாறாதது கண்டு தானும் கண்ணீர் விட்டு அழ ஆரம்பித்தார். அவர் அழுவதைப் பார்த்து சுந்தரம் முன்னிலும் அதிகமாய் அழ அவள் தன் அழுகையை நிறுத்திவிட்டு அவருடைய அழுகையை நிறுத்த முயற்சித்தாள். அவர் தேறி செல்லமாய் 'என் கமலா! உன்னோடு டூ-விட்டேன். என்னோடு பேசவேண்டாம்' என்று சொல்ல, அவர் மனைவி 'ஏன் என்ன கோபம்' என்று கேட்கவும் அய்யர் குதூகலத்துடன் கைகால்களை அசைத்துக்கொண்டு 'உன்னை

யார் என்ன சொன்னார்களென்பதை நீதான் சொல்ல மாட்டேனென் றாயே, போ, போ!' என்று மிருதுவான குரலுடன் சொன்னார். அதற்குள் அவள் அழுதுகொண்டிருந்த சுந்தரத்தை மார்போடணைத்து 'வேண்டாம் போ எவ்வளவு பிரியம், என் கட்டி மாம்பழம்' என்று சொல்லிக்கொண்டு கண்களைத் துடைத்து 'உன் அம்மாள் உன்னை இங்கே வரக்கூடாதென்று சொல்லுகிறாளே. அவள் அப்படிச் சொல்ல லாமா?' என்றாள். உடனே சுந்தரம் 'இதோ பார் நான் அவளைப் போய் அடித்துவிட்டு வந்துவிடுகிறேன்' என்று குபீரென்று கிளம்பினான்.

சுந்தரம் அவன் வயதுக்கு அதிக புத்திசாலி. அவன் வெட்டினாலும் கமலாம்பாளை விட டுப் பிரியமாட்டான். ஒரு நாளைக்கு ஒரு தடவைக்கு மேல் தன் தாயாரிடம் அவள் பக்ஷணம் வைத்து வருந்தியழைத்தாலும் அவன் போகமாட்டான். கமலாம்பாளை தன் தாயார் வைதாள் என்று கேட்ட உடனே அவன் திடீரென்று வெளியிலே கம்பும் கையுமாக ஓடினான். அவளை 'இங்கே வா, இங்கே வா' என்று கமலாம்பாள் வாசல் வரையில் பின்தொடர்ந்தாள். அவன் ஓடியே போய்விட்டான். ஏதாவது கலகம் அவனால் நேரிட்டாலும் நேரிடும் என்ற பயம். கமலாம்பாளுக்கிருந்தாலும் பொல்லாதவளாகிய பொன்னம்மாள் முகத்தில் அவளுக்கு விழிக்க இஷ்டமில்லாததால் வாசலுக்கு அப்புறம் அவள் அவனைப் பின்தொடரவில்லை.

சுந்தரம் தன் வீட்டுக்குள்ளே போனவுடன் ரவிக்கை தைத்துக் கொண்டிருந்த தன் தாயாரை 'அம்மாளை ஏனடி கைம்பெண்டாட்டி என்று வைதாய் முண்டை' என்று ஓங்கி கையில் வைத்திருந்த கம்பால் அடித்தான். அவள் அடியின் வலியினால் மூர்க்கத் தன்மையடைந்து 'காலாந்தகா! உனக்கு அந்தச் சிறுக்கிதான் அம்மாள். நீ வீட்டைவிட்டு வெளியேறு. காலை முறித்துப் போடுகிறேன்' என்று சொல்லிக் கொண்டு ரவிக்கையைக் கீழே போட்டுவிட்டு அவனைப் பிடித்து அவன் கம்பை முறித்தெறிந்து ஒரு கயிறை எடுத்துத் தூணில் கட்டி தயிர் கடையும் மத்தால் கால் வீங்கும்படி அடித்தாள். சுந்தரம் போட்ட கூக்குரலைக் கேட்டு உள்ளே படுத்துத் தூங்கிக்கொண்டிருந்த சுப்பிர மணிய அய்யர் திடுக்கிட்டு எழுந்து 'என்னடி கொலைபாதகி' என்று வர, அந்த ராக்ஷஸி இன்றிரவு அவர்கள் வீட்டு நித்தியஸ்ராத்தத்துக்கு (நிச்சயதார்த்தம் என்பதற்கு) போனீர்களோ பாருங்கள்' 'நித்திய ஸ்ராத்தம்' என்று ஒரு பெரிய அதட்டாய்ப் போட பிராமணர், பாவம்! கை கால் நடுங்கி வாய் குழறி தூரத்தில் நின்றுகொண்டு 'குழந்தையை ஏனடி அப்படிக் கட்டினாய்' என்று கேட்டார். 'போங்கள் உங்கள் பாட்டைப் பார்த்துக்கொண்டு, கைம்பெண்டாட்டி என்று சொன்னே னாம் நான். பொய்யும் புளுகும், குழந்தை கொள்ளிக்கட்டை கையில்

தடியைக் கொடுத்து 'முண்டை' என்று வைது அடித்துவிட்டு வரச் சொல்லியிருக்கிறாளே! சாமார்த்தியச் சிறுக்கி. அவளல்லவோ பொம்மனாட்டி! இது ஜடம்! என்னை அடக்க வந்துவிட்டது. தூங்கு போ, ராத்திரி நிச்சயஸ்ராத்தத்துக்கு உன் அப்பனாணை போகக் கூடாது' என்று மரியாதையாய் புருஷனைப் பார்த்துச் சொல்லும் போது ஒரு ஸ்திரீ உள்ளே வந்தாள். அவள் பெயர் நாகு. வம்பர் மகா சபை அக்ராசனாதிபதியான சுப்பம்மாள், தான் காலமே கமலாம்பாள் வீட்டில் மூட்டிய கலக நெருப்பு எவ்விதம் எரிகிறது என்று பார்த்து வரும்படி தன் உத்தியோகஸ்தர்களுள் ஒருத்தியாகிய நாகுவைப் பொன்னம்மாளிடம் ஒற்றாய் (வேவு பார்க்க) அனுப்பினாள். இவள் பிரசங்கத்தை நாம் காலமே ஆற்றங்கரையில் கேட்டோமல்லவா? பொன்னம்மாள் முத்துஸ்வாமி அய்யரை 'புருஷக் கைம்பெண்' என்று இகழ்ச்சியாய் வைதாள் என்றும், கமலாம்பாளைத் 'தட்டுவாணிக் கைம் பெண்டாட்டி' என்று வையவில்லை என்றும், ஆனால் சுப்பு பின் சொன்னவிதம் கமலாம்பாளிடம் சொல்லியிருக்கிறாள் என்றும் நாகுவுக்கு நன்றாய்த் தெரியும். அவள் உள்ளே வந்தவுடன் 'அடி பாவி' என்று கதறிக்கொண்டு, கூச்சலிட்டழுதுகொண்டிருந்த குழந்தையின் கட்டை அவிழ்த்துவிட்டாள். பொன்னம்மாள் அவனை 'போடா உள்ளே' என்று வாசலில் போகாத வண்ணம் தடுத்துக்கொண்டு 'நாகு! என்னைக் கைம்பெண்டாட்டி என்று வைது அடித்துவிட்டு வா என்று இந்தக் கொள்ளிக்கட்டையைக் கம்பும் கையுமாய் அனுப்பியிருக் கிறாளே ஒரு பொம்மனாட்டி, நான் வைதேனாம் என்னை வந்து இந்தச் சின்ன எமன் கேட்கிறது' என்றாள். நாகு இரகசியம் சொல்லுபவள் போல அவளுடைய காதில் மெதுவாய் 'நீ அவளுடன் இன்றைக்கா பழகுகிறாய்! எனக்கு அவள் சமாசாரம் வெகுநாளாய்த் தெரியுமே' என்றாள். இவ்விதம் இவர்கள் பேசிக்கொண்டிருந்தார்கள்.

இதற்குள் பாவம்! சுப்பிரமணிய அய்யர், ராத்திரி நடக்கும் நிச்சயதார்த்தத்திற்குப் போகாமல் எவ்விதம் தப்புகிறது?! போனால் இந்த ராக்ஷஸியினுடைய விரோதம். போகா விட்டாலோ தமயனுடைய விரோதம். அவர் என்னதான் செய்வார்! அவர் நித்திரை இந்த விசாரத்தில் சூரியனைக் கண்ட பனிபோல் பறந்து போய்விட்டது. ஒரு வேளை 'இவள் கிடக்கிறாள், தமையன் பிதாவுக்குச் சமானம். அவர் என் மேல் வைத்திருக்கிற பிரியத்திற்கு நான் போகாமலிருக்கலாமா' என்றும், அடுத்த நிமிஷத்தில் 'இவள் நம்மை துறந்துவிடுவாளே, அப்புறம் வீட்டுப் பக்கம் நமக்கு வேலையில்லை' என்றும் யோசிப்பார். இப்படி அஸ்தமிக்க மூன்று நாழிகை மட்டும் யோசனை செய்துவிட்டு 'ஓஹோ நிச்சயதார்த்த காலம் சமீபித்து விட்டதே! தெய்வமே, என்ன செய்வேன்! ஒரு உபாயமும் தோன்றவில்லையே! பொன்னம்மாளைக் கேட்போ

மென்றால் ஜடம், பயங்கொள்ளி, என்று வைது திட்டுவாளே ராக்ஷஸி, இருக்கட்டும்' என்று தனக்குள் இவ்வாறு யோசனை செய்தபிறகு தன் மனைவியிடம் போய் 'நான் அண்ணாவகத்துக்குப் போகாம லிருக்கக் கூடாது போகத்தான் போவேன் உனக்கென்ன வெறுமனே' என்றார். 'அதைத்தானே, இன்று பார்க்க வேணும் நானும் இங்கேயே இருக்கிறேன். எப்படித்தான் போகிறீர்கள் பார்ப்போம்' என்று அந்த பிடாரி கண்டிப்பாய் பதில் சொன்னாள். அப்பொழுது அய்யர் 'நீயும் குழந்தையைக் கூட்டிக்கொண்டு எங்கேயாகிலும் போய்விடு; நானும் அண்ணா வீட்டுக்குப் போகவில்லை, என்னை உள்ளே விட்டுக் கதவைப் பூட்டிவிட்டுப் போய்விடு' என்றார். அதற்கு பொன்னம்மாள் நான் இங்கேயேதானிருப்பேன். நீரும் (மரியாதையாய்) வீட்டைவிட்டு வெளியேறினீரோ, காலை முறித்துவிட்டேன். பத்திரம்' என்று கூறவும் சுப்பிரமணியய்யர் 'என்னடி போடி, விளையாடாதேயடி. அப்புறம் வீண் பொல்லாப்பு வரும். நீ கதவைச் சாத்திக்கொண்டு போ' என்றார். அம்மாள், என்ன 'ஞஞ்ஞமிஞ்ஞ' சும்மா இங்கேதானே கிடந்து கழி!' என்றதும் அய்யர் பல்லையிளித்துக்கொண்டு அவளைக் கெஞ்சாத வண்ணம் கெஞ்சி வெளியே கதவைப் பூட்டிப் போகச் சொன்னார். அவள் அப்பொழுதும் போயிருக்கமாட்டாள். ஆனால் சில விசேஷ சமாசாரங்கள் வம்பர் மகா சபையில் தெரியப்படுத்த வேண்டியதவசிய மாயிருந்தது. ஆதலால் அவள் கதவைப் பூட்டிக்கொண்டு அப்படியே சபைக்குச் சென்றாள். அய்யர் கோட்டான்போல் விழித்துக்கொண்டு உள்ளே தனியாய் உட்கார்ந்திருந்தார்.

இது நிற்க. பெரிய விட்டுத் திண்ணையில் படுத்திருந்த கிழவர்கள் இருவரும் எழுந்திருந்து முத்துஸ்வாமி அய்யருடன் நிச்சயதார்த்தத்துக்கு வேண்டிய ஏற்பாடுகளைச் செய்தார்கள். சிறு குளத்திலுள்ள எல்லா ஜனங்களும் முத்துஸ்வாமி அய்யர் வீட்டுக் கூடத்தில் வந்து கூடினார்கள். ஆனால் சுப்பிரமணிய அய்யரை மாத்திரம் காணோம். முத்துஸ்வாமி அய்யர் 'யாரடா *சுப்புளி! சுப்பிரமணியனைப் பார்த்துக் கொண்டுவா, முட்டாள், சமயத்துக்கு எங்கேயோ போய்விடுகிறான்' என்றார்.

வம்பர் மகாசபைக்குப் போயிருந்த பொன்னம்மாள் அன்று நடந்த புராண முழுவதையும் சவிஸ்தாரமாய் அரங்கேற்றிய பிற்பாடு சபையை விட்டு வீட்டுக்கு வந்து தானும் தன் மைத்துனர் வீட்டிற்குப் போகாததற்கு உபாயம் செய்ய வேண்டுமென்ற எண்ணத்துடன் கதவைத் திறந்து சுப்பிரமணியய்யரைக் கையைப் பிடித்துச் சரசர என்று இழுத்து ஒரு பாயின்மீது படுக்கச் செய்து நாலைந்து துப்பட்டிகளை அவர் மேலே போர்த்தி, அவரிடம் 'யாராவது கூப்பிட வருவார்கள்.

* சுப்பு பிள்ளை என்பது சுப்புளி என மருவிவிட்டது. அவன் பெயர் வேம்பு.

அப்பொழுது உமக்கு 'ஒரு தலைவலி' என்று நான் சமாதானம் சொல்லியனுப்பி விடுகிறேன். நாமிருவரும் போகவேண்டாம்' என்றாள் சுப்பிரமணியய்யர் நமக்கு தெய்வம்தான். பொன்னம்மாளாய் வந்திருக்கிறது என்று மகிழ்ந்து 'ததாஸ்து' என்றார்.

சுப்புளி வருகிற காலடி அரவம் கேட்கவே, சுப்பிரமணியய்யர் பலமாய் அலத்தத் தொடங்கினார். அவர் மனைவி, அய்யர் தலையை கெட்டியாய்ப் பிடித்துக்கொண்டு 'பொறுத்துக் கொள்ளுங்கள். என்ன செய்வோம், படுவதெல்லாம் நாம்தானே படவேண்டும்' என்று சமாதானம் சொல்லிக் கொண்டிருந்தாள். சுப்புளி என்ற அதிசய நாமத்தையுடைய தூதன் உள்ளே வந்தபொழுது அய்யர் கோலத்தைக் கண்டு வருத்தமுற்று 'என்ன உடம்பு?' என்று சமிக்ஞை செய்து கேட்டான். அய்யர் ஏதாவது தாறுமாறாய் உளறிவிடுவார் என்று பயந்து பொன்னம்மாள் விரைவாய் 'இத்தனை நாழிகை வெளியிலே போய்விட்டு இப்பொழுதுதான் வந்தார். வந்ததுதான் தாமதம் திடீரென்று கீழே அலறிக்கொண்டு விழுந்தார். நான் துவையலரைத்துக் கொண்டிருந்தேன். ஓடி வந்து என்னவென்றேன். 'அப்பா! தலைவலி என்று சொன்ன ஒரு வார்த்தைதான். ஒரு நாழிகையாய் ஓயாமல் இந்த அலத்தல்தான். ஏன் என்று கேட்பாரைக் காணோம். நான் தனியாயிருந்து போராடுகிறேன். நிச்சயதார்த்தம் என்ன கல்யாண முகூர்த்தமா? இன்றைக்கில்லாவிட்டால் நாளை வெள்ளிக்கிழமை ஆகாதா? அதுகூட நாம் யார் சொல்வதற்கு! ஆனால் தம்பி வரவேண்டு மென்பது அவசியமா? நடக்கட்டும். நான்கூட வருவதற்கில்லையே என்று எனக்கிருக்கிற வருத்தம் எனக்குத் தெரியும். சம்பந்திகள்தான் கூப்பிட வரவில்லை. அண்ணாவாவது நினைத்துக்கொண்டாரே. வேம்பு, நீ நல்ல பிள்ளையப்பா. அவர்கள் சொல்லாமல்கூட நீ கூப்பிட வருவாய்; உனக்கு சமானமா?' என்று சொன்னாள். சுப்புளிக்கு 'தீச்சன் தலையில் புளியம் சாத்துக்கூடையை வைத்த' கதையாய், நம்மை யல்லவோ இவ்வளவு புகழ்கிறாள் என்ற சந்தோஷம் உண்டாய் திக்கிக் கொண்டு 'உஉ உன் மை-மை-மைச்சனர் எ-எ-எங்கேயின்னார், நானா ஆஞுகூகூப்ட வந்தேதேன்' என்று சவுக்கத்தில் பல்லவி சங்கதிகளுடன் மறுமொழி சொன்னான். இந்தத் திக்குவாய்ப் பாண்டியன் மறுமொழி சொல்லிவிட்டு வீட்டிற்குப் போவதற்குள் அங்கே நிச்சயதார்த்தம் ஆய்விட்டது. 'வருகிற சித்திரைமீ கஅஉ திங்கட்கிழமை' என்று கலியாண முகூர்த்தமும் பார்த்தாகிவிட்டது. ஆனால் முத்துஸ்வாமி அய்யருக்கு மட்டும் ஒரு விசாரம். அதென்னவெனில் நம்முடைய தம்பி நிச்சயதார்த்தத்துக்கு ஒரு. தலைவலியை சம்பாதித்துக் கொண்டான். கலியாணத்துக்கு என்ன சாக்கு சம்பாதிப்பானோ? ஒரு வேளை ஜுரம் ஏதாவது வந்துவிடுமோ என்பதே!

7

தமிழ் வித்வான் அம்மையப்பபிள்ளை அவர்கள்

இப்பொழுது சிறு குளத்தைவிட்டு மதுரைக்குப் போய் வருவோம். மதுரையில் நமக்குக் கொஞ்சம் காரியம் இருக்கிறது. அதைப் பார்த்துக் கொண்டு சிறுகுளத்தில் நடக்கப்போகிற பெரிய கலியாணத்துக்கு மாப்பிள்ளை, சம்பந்தி முதலானவர்கள் வரும்போது அவர்களுடன் கூடவே வந்துவிடுவோம். நமக்கு மதுரைக்குப் போகவேண்டி பல்லக்கு, குதிரை இவை ஒன்றும் தேவையில்லை. முற்காலத்து ரிஷிகளிடத்தில் 'கமன குளிகை' என்று ஒரு அருமையான வஸ்து இருந்ததாம். அதில் ஒன்று எடுத்து வாயில் போட்டுக்கொண்டால் எந்த இடத்துக்கு வேண்டுமோ அந்த இடத்திற்குக் கொண்டு போய்விடுமாம். நமக்கு அம்மாதிரி குளிகைகளின் உதவிகூடத் தேவையில்லை. நினைப்பின் மாத்திரத்தில் இடம் விட்டு இடம் போக சாமர்த்தியமுண்டல்லவா?

மதுரையில் 'ஜில்லா ஸ்கூல்' என்று பெயர் வழங்கிய கவர்ன் மெண்டு காலேஜ் என்ற பள்ளிக்கூடத்தில் தாழ்வாரத்தில் ஒரு மூலையில் சில பென்சிகளும் அவற்றின் மத்தியில் ஒரு நாற்காலியும் மேஜையும் போடப்பட்டிருந்தன. அந்த மேஜையின் மேல் சில மைக் கூடுகள் இருந்தன. 'டிங்டாங்' என்று பத்தாவது மணி அடித்தவுடன் அவ்விடத்தில் சுமார் இருபது பையன்கள் வந்து கூடினார்கள். அவர்கள் வந்து ஐந்து நிமிஷத்திற்குள் அம்மைத் தழும்புகள் நிறைந்த முகத்தையும் நீண்ட கருத்த உருவத்தையுமுடைய ஒரு மனிதர் அங்கே வந்தார். அவர் அந்தப் பள்ளிக்கூடத்துத் தமிழ்ப் பண்டிதர். அவர் பெயர் அம்மையப்ப பிள்ளை. அவருக்கு சுமார் ஐம்பது வயதிருக்கலாம். அவர் பிறந்த ஊர் 'ஆடுசாபட்டி' என்று ஐந்தாறு வீடுகளும் ஒரு புளியமரமும் உள்ள ஒரு பெரிய பட்டணம். அவர் அகாத சூரர். எமகம், திரிபு என்று இப்படிப் பாட ஆரம்பித்தாரானால் குரங்குகள் அத்திப் பழத்தை உதிர்ப்பதுபோல் சடசடவென்று உதிர்த்துவிடுவார். யாராவது தமிழ் தெரிந்தவன் அவர் கையிலகப்பட்டுவிட்டால் ராமபாணம் போட்டாற்போல மூச்சு விடுமுன்னே முந்நூறு நானூறு கணக்காகப் பாட்டுகளை வீசி அவன் காதைச் சல்லடைக் கண்களாகத் தொளைத்துவிடுவார்.

ஒரு காலத்தில் தமிழ் தெரியாத ஒரு பைராகிக்கும் ஒரு சாஸ்திரி யாருக்கும் சண்டை உண்டாய்விட்டது. பைராகி தன் வசவுகளில் 'காரே, பூரே' என்று அபரிமிதமாய் வைய, சாஸ்திரியார், முட்டாள்,

போக்கிரி என்றிப்படித் தனக்குத் தெரிந்த வசவுகளையெல்லாம் வைது பார்த்தார். அவன் வாயொடுங்குகிற வழியாகவில்லை. அய்யர் பழைய வசவுகளுக்கு இவன் கட்டுப்பட மாட்டான் என்று நினைத்து புதுமாதிரியாக 'அடா போடா, புஸ்தகமே, சிலேட்டே, பென்சிலே, கலப்பையே, மோர்க்குழம்பே, ஈயச்சொம்பே, வெண்கலப்பானையே' என்று இப்படி வாயில் வந்த வார்த்தையை எல்லாம் வசவாக அடுக்கவே, அந்த பைராகி புதுவசவுகள் அகப்படாமல் திண்டாடித் தத்தளித்துப் போனான். -அதுபோல அம்மையப்ப பிள்ளையுடன் ஏதாவது ஒரு விஷயத்தைக் குறித்துத் தர்க்கம் செய்ய ஆரம்பித்தால் ஆயிரக் கணக்காகப் பாட்டுகளைச் சொல்லி எதிராளியின் வாயை அடக்கி விடுவார். அந்தப் பாட்டுகள் எடுத்த விஷயத்திற்கு சம்பந்தமில்லா விட்டால் என்ன? அதனால் என்ன குறைவு? பாட்டுகள் பாட்டுகள் தானே! அதுவும் அவர் பாட ஆரம்பித்தால் அவருக்குச் சரியாக மகா வைத்தியநாதைய்யர்கூடப் பாட முடியாது.

ஒருநாள் மதுரை கட்டை செட்டி மண்டபத்தில் நமது புலவர் கம்பராமாயணத்தில் சீதா கல்யாணப் படலத்தை எடுத்துப் பிரசங்கம் செய்துகொண்டிருந்தார். அப்பொழுது தற்செயலாய் தெருவழியே போன ராமபக்தன் ஒருவன் ராமன் என்ற பேரைக் கேட்டுவிட்டு, ராமகதை போலிருக்கிறது கேட்போம் என்று உள்ளே வந்தான். அப்பொழுது அம்மையப்பபிள்ளை வாயினின்றும் எச்சில் காத வழிக்குத் தெரிக்க கண்கள் சிவந்து வெகு உக்கிரமான முகத்துடனும் கடூரமான குரலுடனும் அதிக உற்சாகமாய்ப் பிரசங்கம் செய்ய, வந்த ராமபக்தன் 'ராம-ராவண யுத்தம் போலிருக்கிறது. அதுதான் இவர் இவ்வளவு கோபாவேசமா யிருக்கிறார். நல்ல பக்தர்போலும்' என்று இவரை மனதுக்குள் கொண்டாடிக்கொண்டிருக்கும்போதே புலவர் 'ராமன் சீதையைக் கல்யாணம் பண்ணிக்கொண்டான். சீதையைக் கல்யாணம் பண்ணிக்கொண்டான் ராமன்' என்று கைகளை வீசிக் கொண்டு கர்ச்சித்தார். அதைக் கேட்டு அந்த ராம பக்தன் திடுக்கிட்டு எழுந்து கண்களில் தீப்பொறி பறக்க 'ராமன் அப்படித்தான் சீதையைக் கலியாணம் செய்துகொள்வான். அதற்கு நீர் என்ன ஓய் கோபிக்கிறது!' என்று அதட்டிக்கொண்டு அவரை ஓங்கி அடிக்கச் செல்லவே சுற்றி யிருந்தவர்கள் அந்த ராம பக்தனைக் கைபிடித்திழுக்க, அவன் 'விடுங்கள், சீதையை மணம் செய்ததற்கு இவ்வளவு கோபம் கோபிக்கிற சண்டாளனைக் கொல்லுகிறேன்' என்று சொல்ல, 'அது கோபமல்ல, உள்ள சாந்தமே அவ்வளவுதான் அவருக்கு' என்று சொல்லி அவனைச் சமாதானப்படுத்தினார்கள். பிள்ளை அவர்களோ நடுநடுங்கி பாதிக் கல்யாணத்தில் நிறுத்திவிட்டு 'ராமன்பாடு, சீதைபாடு, அவர்கள் விஷயத்திற்கு நான் வரவில்லை. போதும் போதும்' என்று அன்று

முதல் பொது ஸ்தலங்களில் கதாப்பிரசங்கம் செய்வதை நிறுத்தி விட்டார். இவ்விதம் சங்கீத ஞானம், சாரீர சம்பத்து, தமிழ் வித்வத்துவம் இவைகளில் இவர் சிறந்தவராயிருந்ததுமன்றி நல்ல புத்திமானாயும் இருந்தார்.

ஒரு காலத்தில் அவருக்கும் அம்மாபட்டிக் கவண்டயன் கோட்டைக் கவிராயருக்கும் 'அன்னநடை என்று நடைக்கு விசேஷமாகக் கூறும் அன்னப்பட்சி உலகத்தில் தற்காலத்தில் உண்டா? இருக்குமானால் அது எது?' என்ற பெரிய விஷயத்தைப் பற்றி யுத்தம் நடந்தது. கவிராயர் அன்னம் என்பது காக்கையாயிருக்க வேண்டும். ஏனெனில் காக்கை யொன்றே பட்சிகளுக்குள் நடையிற் சிறந்ததாயிருக்கிறது. ஆனது பற்றிக் காக்கையே அன்னப் புள்ளாதல் வேண்டும்' என்று அதற்கு ஆதாரங்கள் காட்டிச் சாதித்தார். அம்மையப்பபிள்ளை 'அல்ல, அல்ல. அன்னம் என்றால் சாதம். அன்னமும் வெள்ளை, சாதமும் வெள்ளை, சாதத்திற்கே அன்னமெனப் பெயருண்டு. மேலும் அன்னமும் பட்சி, சாதத்தையும் நாம் பட்சிக்கிறோம் (சாப்பிடுகிறோம்). ஆதலால் சாதத்தையே அன்னமென்று - தட்டுபவனைத் தட்டான் என்று சொல்லுவதுபோல் - உருவக நவிர்ச்சியலங்காரத்தில் சொல்லப் பட்டிருக்கிறது' என்று அதற்குப் பிரமாதமாய் ஆயிரம் பாட்டுகளை யெடுத்து ஆதாரம் காட்டி சண்டப்பிரசண்டமாய் ஆட்சேபித்தார். முதலில் இந்த யுத்தம் கடித மூலமாகவே நடந்தது. பிறகு இரண்டு வித்வான்களும் நேரிலே மதுரையிலேயே சந்தித்து பத்துநாள் இரவும் பகலும் அண்டை வீட்டுக்காரரைத் தூங்கவிடாமல் யுத்தம் பண்ணினார்கள். கடைசியில் ஒருநாள் ராத்திரி அம்மையப்பபிள்ளை கவண்டயன் கோட்டைக் கவிராயரை, அன்னத்தைக் காக்கையென்று சொன்னதற்காக 'காக்கை'யென்று பரிகாசம் செய்தார். அவர் இவரை அன்னத்தை சாதம் என்று சொன்னதற்காக 'சாப்பாட்டு ராமா' என்று பரிகாசம் செய்யவே, இவர் அவரை 'கவிராயர் குரங்குராயர்' என்றார். (கவி என்றால் குரங்கு என்று அர்த்தம்.) அவர் இவருடைய அம்மைத் தழும்பு நிறைந்த முகத்தைச் சுட்டிக்காட்டி 'அம்மையப்பபிள்ளை யென்றால் உமக்கே தகும்'. எனவே இவருக்குக் கோபமுண்டாகி அவரை அடிக்கச் சென்றார். கவிராயர் 'உமக்கு நான் இளைத்தவனா' என்று திருப்பி அடிக்க வந்தார். இதற்குள் காவல்காக்கும் போலீஸ்காரர்கள் இவர்களுடைய நிலைமையைக் கண்டு 'தமிழ் வித்வான்கள் தர்க்கம், இதில் நாம் பிரவேசிக்கக் கூடாது' என்று அறியாமல், அநியாயமாய் அவர்களைப் பிரித்துவிட்டு விட்டார்கள். மறுநாள் காலைப்பொழுது விடியுமுன்னமேயே கவிராயர் ஒருவரும் அறியாமல் ஊர்போய் விட்டாரென்று செவ்வையாய் விசாரித்துக்கொண்டு தான் அவரை வென்றுவிட்டதாகப் பெருமை பேசிக்கொண்டார். அம்மாபட்டியிலோ

கவிராயர் அம்மைப்பபிள்ளையை ஜெயித்து விட்டதாகப் பிரஸ்தாபம். அன்னபட்சியைப் பற்றிய தர்க்கம் இவ்வாறு முற்றிற்று.

இவ்வளவு பிரதாபத்தையுடைய அம்மையப்ப பிள்ளையவர்கள் பள்ளிக்கூடத்திற்கு வந்தவுடன் சுற்றுமுற்றும் கம்பீரமாகக் கடாட்சித்து விட்டு தமது ஆசனத்திலெழுந்தருளினார். அவரைச் சுற்றியிருந்த வகுப்பு 'மெட்ரிகுலேஷன்' வகுப்பு. அப்பொழுது நளவெண்பா பாடம். அதில் சுயம்வர காண்டத்தில் 'கோதை மடவார்தங் கொங்கை மிசைத் திமிர்ந்த' என்ற பாட்டைப் படித்துவிட்டு, தான் படித்ததைக் கேட்டு எல்லோரும் மெச்சுகிறார்களாவென்று சுற்று முற்றும் பார்த்தார். அந்த வகுப்பில் ராமசாமியென்ற ஒரு பையன் உண்டு. அவன் வெகு வேடிக்கையாய்ப் பேசுவதால் அவனைத் 'தென்னாலிராமன்' என்று பையன்கள் கூப்பிடுவது வழக்கம். அந்தத் தென்னாலிராமன் வாத்தியார் குறிப்பையறிந்து 'சுவாமி, இன்னொருதரம் படிக்கவேணும், கேட்கக் கேட்க இன்பமாயிருக்கிறது. புஸ்தகமோ நளவெண்பா, படிப்பதோ இன்னாரென்று சொல்ல வேண்டாம்' என, உபாத்தியாளர் உள்ளங் குளிர்ந்தவராய் 'படிக்கிறது யார்? ஆடுசாபட்டி அம்மையப்பபிள்ளை என்று சொல்லேன்.' பையன் 'சுவாமி, தாங்கள் பேர் முழுவதும் நன்றாய்ச் சொல்லவேண்டும்' என்றதும் குரு 'என் பெயரா, சொல்லுகிறேன் கேள். கடல்சூழ்ந்த இந்நிலவலயத்திற்கு ஓர் திலகம் போன்ற ஆடுசாபட்டி மகாவித்வான் அம்மையப்பபிள்ளை' என்றார். தென்னாலிராமன் (மெதுவாய்) 'ஒரு வண்டி காணாதுபோல் இருக்கிறதே' என்று சொல்லி விட்டு, 'சுவாமி, முன்போல முழுவதும் சொல்லவில்லயே' என்றான். வாத்தியார் 'நாழிகையாகிறது, மேலே சொல்வோம்' என, பையன் 'முழுவதும் சொன்னால்தான்' என்றான். உடனே வாத்தியார், 'கடல் சூழ்ந்த இந்நிலவலயத்திற்கு ஓர் திலகம் போன்ற ஆடுசாபட்டியில் அவதரித்த அண்டர் புகழும் அஷ்டாவதானம் அருந்தமிழ்ப் புலவர் மகாவித்வான் அம்மையப்பபிள்ளை அவர்கள். இப்பொழுது சரி தானா' என்றதும் எல்லாரும் கொல்லென்று சிரித்தார்கள். வாத்தியார் வாயில் கை பொத்திக்கொண்டு 'சிரிக்காதேயுங்கள், ஹெட்மாஸ்டர் வந்துவிடப் போகிறார்.' என்று சொல்லிவிட்டு, மறுபடி பாட்டைப் படித்து 'மாவிந்த நகரத்தில் ஸ்திரீகள் மார்பிலணிந்த சந்தனமானது அவர்கள் ஸ்நானம் செய்யும்பொழுது சேறாகித் தெருவெல்லாம் நிறைந்திருப்பதால் அந்நகரத்து வீதிகளில் செல்லும் யானைகள் அச்சேற்றில் வழுக்கி விழுகின்றன. அவ்வளவு சந்தனம், அவ்வளவு சேறு, பேஷானபாட்டு, ஆஹா!' என்று பிரசங்கித்துவிட்டு மறுபடியும் அந்தப் பாட்டைப் படிக்கப் போனார். அப்பொழுது தென்னாலி ராமன் எழுந்து 'சுவாமிகளே ஒரு சந்தேகம், அந்த ஊரில் யானைகளே அந்தப் பாடுபட்டால், மனிதர்கள் நடப்பதெப்படி?' என்றான்.

வாத்தியார்: 'அந்த ஊரில் மனிதர்கள் நடப்பார்களோ! பல்லக்கு சவாரி செய்வார்கள். இந்தத் தரித்திரப் பட்டணங்களைப் போலவா?'

தென்னாலிராமன்: 'சுவாமி, எல்லாரும் பல்லக்கேறினால் சுமக்கிறவர்கள் யார்? சுமக்கிறவர்கள் என்னமாய் நடப்பார்கள்?'

வாத்தியார்: 'பல்லக்கு என்றால் பல்லக்கா சாரட்டுகளில் சவாரி செய்வார்கள்.'

தென்னாலிராமன்: 'அப்படியானால், குதிரைகள் வழுக்கி விழாதோ?'

வாத்தியார்: 'இப்படியெல்லாம் கேட்டால் சரிப்படுமா? பாட்டில் மூன்று சங்கதிகள் சொல்லியிருக்கிறார். புகழேந்தியின் சாமர்த்தியமே சாமர்த்தியம். என்ன? அவ்வூரில் சந்தனம் ஏராளமாய்ப் பூசிக்கொள் கிறார்கள். அது தெருவெல்லாம் சேறாகிறது, மூன்றாவது அந்த ஊரில் யானைகள் உண்டு.

இன்னொரு பையன் எழுந்து 'சுவாமி, இன்னும் இரண்டு சங்கதிகள் விட்டுவிட்டீர். அந்த ஊரிலே கூட ஸ்திரீகள் உண்டு. இரண்டாவது அவர்கள்கூட ஸ்நானம் செய்வது உண்டு' என்றான். வாத்தியார் 'கலிகாலத்துப் பிள்ளைகள் மகா அதிகப்பிரசங்கிகள்' என்றார். தென்னாலிராமன் 'யார் சுவாமி அதிகப் பிரசங்கி? பேச்சு மிஞ்சுகிறாற்போல இருக்கிறது!' எனவே வாத்தியார் 'அப்பா, நான் தான் அதிகப்பிரசங்கி, நீங்கள் எல்லாம் பெரியவர்கள்' எனக் கோபித்துக்கொண்டு பின்னுள்ள பாட்டுகளை வாசித்து அதிவேகமாய் அர்த்தம் சொல்லிக்கொண்டு போகவே பையன்கள் இவர் பிரசங்கத்தைச் சற்றும் கவனியாமல் சிலர் வம்பு பேசினார்கள். சிலர் அடுத்த மணிப் பாடத்தைப் படித்தார்கள், சிலர் தூங்கினார்கள். சிறிது நேரத்திற் கெல்லாம் வாத்தியாருக்கும் தூக்கம் வந்துவிட்டது.

'நாடிமட வன்னத்தை நல்ல மயிற்குழாம்
ஓடி வளைகின்ற தொப்பவே - நீடியநல்
பைங்கூந்தல் வல்லியர்கள் பற்றிக்கொடுபோந்து
தங்கோவின் முன் வைத்தார் தாழ்ந்து'

என்ற பாட்டைப் படிக்கத் தொடங்கி 'நாடி மடவன்னத்தை நல்லமயிற்' என வாசித்தார். 'குழாம்' என்ற வார்த்தை தூக்கத்தில் போய்விட்டது. வாத்தியார் தலை இரண்டு தடவை ஆடிற்று. பிறகு அவர் திடுக்கிட்டு தன் சிவந்த கண்களை விழித்துக்கொண்டு 'ஓடி வளைக்கின்ற தொப்பவே - நீடியநல் என்று வாசித்த பிறகு ஐந்து நிமிஷம் மௌனம். பிறகு சற்றுக் கண்விழித்துக்கொண்டு ஈனஸ்வரத்துடன், தூங்கவில்லை

போலும், ஏதோ ஒன்றை யோசித்தவர் போலும் பாவனை பண்ணிக் கொண்டு, 'அப்படியா! இப்பொழுது சரியாயிருக்கிறது' எனச் சொல்லிக் கொண்டே 'பைங்கூந்தல் வல்லியர்கள் பற்றி' என்று படித்தார். அப்புறம் பேச்சு மூச்சைக் காணோம். இதையெல்லாம் பார்த்துக் கொண்டிருந்த சில பையன்கள் வாத்தியார் தூங்கிப் போய்விட்டார் என்ற செய்தியை மற்றவர்களுக்கும் பரவச் செய்யவே கிருஷ்ணஸ்வாமி என்ற ஒரு பையன் 'பேசாமல் இருங்கள், வேடிக்கையைப் பாருங்கள்' என்று சொல்லிவிட்டு, கொஞ்சம் சீமைச் சுண்ணாம்பைப் பொடி பண்ணி சந்தடி யெய்யாமல் தன் சிரிப்பை அடக்கிக்கொண்டு மேஜையிலுள்ள மை நிறைந்த ஒரு மைக்கூட்டிற்குள் போட்டு விட்டான். அந்த மை சற்று நேரத்திற்கெல்லாம் 'டபீர்' என வெடித்துப் பொங்கி அம்மையப்ப பிள்ளையின் கண், மூக்கு, முகம் சட்டைகளிலெல்லாம் பாயவே, அவர் பாவம்! திடுக்கிட்டு விழித்து 'இது எந்தப் போக்கிரிப்பையன் பண்ணின வேலை' என்று எழுந்திருக்க, பையன்களெல்லாம் கொல்லென்று சிரித்தார்கள். தென்னாலி ராமனோ வாத்தியார் நிலைமையைக் கண்டு பரிதவித்தவன் போலக் கிட்ட சென்று 'அடடா, மூக்கு முகம் எல்லாம் மையாய்விட்டதே. அதாவது போகிறது; சட்டையெல்லாம் மையாய் விட்டதே ஸார். இது எந்தப் பயல் பண்ணின வேலை. முட்டாள் பயல்கள், இருக்கிற ஒரு சட்டையிலும் மையைக் கொட்டிவிட்டால் அப்புறம் ஸார் நாளை என்ன பண்ணுவார் என்று அறிய வேண்டாமா! நீங்கள் இருக்கிறபோதே யார்தான் இப்படிச் செய்யக்கூடும்? நீங்கள் இன்றைக்குத் தூங்கக்கூட வில்லையே!' என்று சமாதானம் பண்ண, வாத்தியார் 'எந்தப் பயல் செய்தது? மரியாதையாய் உண்மையைச் சொல்லிவிடட்டும், மன்னித்துவிடுகிறேன். இல்லாவிடில் ஹெட் மாஸ்டரிடம் சொல்லி பேரையடிக்கச் சொல்வேன்' என்று பய முறுத்தினர். முத்துஸ்வாமி என்ற பையன், 'நீங்கள் ஹெட்மாஸ்டரிடம் போய்ச் சொல்லுங்கள் சுவாமி. அதுதான் சரி. இல்லாவிடில் உண்மை வெளிப்பட மாட்டாது' என்றான். ராமையா என்ற பையன் 'வாத்தியார் பள்ளிக்கூடத்தில் தூங்கினது உண்மையா?' என்றான். 'நான் ஹெட் மாஸ்டரிடம் போகிறேன் பார்' என்று வாத்தியார் புறப்படவே, கிருஷ்ணஸ்வாமி 'நாங்கள் பார்த்தது போதாது. எல்லாரும் பார்க்க வேண்டுமல்லவோ இந்த வேஷத்தை! போங்கள், ஸார்' என்றான். லட்சுமணன் அங்கே போனால் வாத்தியாருக்குத்தான் அபராதம் விழும். 'மை கொட்டினபோது நீர் எங்கே போயிருந்தீர்?' என்று கேட்டால், 'தூங்கிப் போய்விட்டேன்', என்று சொல்லுவாரோ, 'சொன்னால் அபராதம் நிச்சயம்' என்றான். வாத்தியார் ஒன்றும் செய்யத் தோன்றாமல் திரும்பத் தன்னிடம் வந்து 'நாளை முதல் இப்படிச் செய்யுங்கள் சொல்லுகிறேன் வழி' எனவும், சுப்புக்குட்டி என்ற பையன் 'நாளையும்

செய்தால் இன்றைக்குப் பண்ணினமாதிரி பண்ணிவிடுவீர்களோ!' என்றான்.

ஒரு பிராமணன் ஒருவர் வீட்டுக்குப்போய் 'எனக்கு சாதம் போடுகிறீர்களா அல்லது நேற்று அங்கே பண்ணினதுபோல் பண்ணி விடட்டுமா?' என்றாராம். வீட்டுக்காரன் மனைவி பயந்து 'அப்படி யெல்லாம் ஒன்றும் செய்துவிடாதேயும், நாங்கள் இருக்கிறோம் தெய்வமே என்று, சாதம் போடுகிறேன் சாப்பிட்டுப்போம்' என்று உள்ளே அழைத்துப்போய் சாதம் போட்டாள். வெளியில் வந்த பிறகு 'நேற்று என்ன பண்ணினீர் சொல்லும்' என்று கேட்க, அந்தப் பிராமணர் 'சொல்லிவிடட்டுமா!' என அம்மாள் கேட்க, 'சாப்பிட்டாய் விட்டதல்லவோ, சும்மா சொல்லுங்கள்' என்றாள். பிராமணர் 'நான் சொல்லியே விடுவேன்' என்று மறுபடியும் பயமுறுத்தினார். அம்மாள் 'சொல்லுங்கள்' என்று கேட்க, 'நேற்றைக்கா இந்த இடது கையிருக்கிறதல்லவோ அதை ஒரேயடியாய் தலைக்குயரம் வைத்துக் கொண்டு பட்டினியாகவே படுத்துக்கொண்டுவிட்டேன்' என்றார் என்று ஒரு கதையுண்டு. அதுபோல் வாத்தியார் கொஞ்சம் பயமுறுத்திப் பார்த்தார். பலிக்கவில்லை. ராமசுப்பன் என்ற பையன் 'இல்லை இல்லை. நாளை இப்படிப் பண்ணினால் அழுதுவிடுவார்' என்றான். தென்னாலிராமன் 'சூ சூ சும்மா இரடா' அவரை இப்போதே அழவைத்து விடுவீர்கள் போலிருக்கிறதே. நாளை அழுகிறதாம்! நாளை முதல் பள்ளிக்கூடத்தில் தூங்கினால்தானே! அவன் கிடக்கிறான் ஸார், 'நீங்கள் நாளை முதல் தூங்காதேயுங்கள் ஸார்' என்று சொல்லிக் கொண்டு அவர்மேல் படிந்திருக்கும் மையைத் துடைப்பவன்போல் அதை அவர் சட்டை முழுவதும் தேய்த்து அவர் முகத்திலும் கோரமாகத் தடவவே, அவர் பாவம்! அல்லா பண்டிகைக்கு சிங்காரம் செய்துகொண்ட கோமாளிபோல் கண்டோர் நகைக்க நின்றார்.

8

அழகுள்ள நல்ல பிள்ளை

இவர்பாடு இப்படியிருக்க, அந்த வகுப்புக்குச் சமீபத்திலுள்ள சரீரப்பயிற்சி செய்வதற்காக ஏற்படுத்தப்பட்ட கொட்டைகையில் தங்கள் சொந்தப்பேச்சே பெரிதாக தாழ்ந்த குரலுடன் அம்மைப்ப பிள்ளையின் மாணாக்கரும் மெட்ரிகுலேஷன் வகுப்பினருமாகிய ஸ்ரீனிவாசன், சுப்பராயன் என்ற இரண்டு சிறுவர்கள் பேசிக் கொண்டிருந் தார்கள். அவர்களுக்குள் ஸ்ரீனிவாசன் என்ற பையனுக்குப் பதினாலு

வயதிருக்கலாம். அவன்தான் சிறுகுளம் முத்துஸ்வாமி அய்யரிடம் நிச்சயதார்த்தம் பண்ணி வந்த ராமஸ்வாமி சாஸ்திரிகளுடைய பேரன். அவன் தகப்பனார் நாராயண அய்யர் கலெக்டர் ஆபீசு சிரஸ்ததார். அவனுடைய பூங்கொடிபோல் மெல்லிய சரீரமும் உருக்கியோடவிட்ட தங்கம்போன்ற நிறமும், ரோஜாபுஷ்பம் மலர்ந்தது போன்ற முகமும், ஓயாது சலித்துக் கொண்டிருக்கும் கண்களும், நீண்டு கிளியின் மூக்குப்போல சிறிது வளைந்து முனையில் கூர்மையாயுள்ள மூக்கும், குதித்துக் குதித்து நடக்கும் நடையும், மழலைச்சொல் மாறாத வார்த்தையும், அவன் புத்தியும், உற்சாகமும், சாந்தமும், குணமும் அவனை அறிந்தவர் உள்ளத்தை அடிமைப்படுத்தும் தன்மையனவா யிருந்தன. அவனுடன் படிக்கும் கொட்டை முத்துராமையா என்ற பையன் அவனை 'லேடி' (ஏ பெண்ணே) என்று கூப்பிடுவான். நொண்டி சுப்பய்யா அவனை 'என் கண்மணியே' என்பான். பெருந்தீனி வைத்தி அவனை 'மாம்பழம்' என்று கூப்பிடுவான். தமிழில் கொஞ்சம் தேர்ச்சியடைந்த முத்துசாமி என்பவன் அவனைக் காணும் போதெல்லாம் 'அய்யோ இவன் வடிவென்பதோரழியா அழகுடையான்' என்றும்,

> "காவியுங் குவளையுங் கடிகொள்கா யாவுமொத்
> தோவியஞ் சுவைகெடப் பொலிவதோ குருவொடே
> தேவருந் தொழுகழற் சிறுவன்முன் பிரிவதோர்
> ஆவிவந் தென்னவந்தரசன் மாடணுகினான்"

என்றும், பாடத்தொடங்கிவிடுவான். தென்னாலிராமன் அவனைக் காணுந்தோறும் 'என் பொன்னம்மங்காள், என் தங்கமே' என அழைப்பது மன்றி வாத்தியார் வரச் சற்றுத் தாமதப்பட்டால் ஸ்ரீநிவாசனைப் பார்த்து 'முங்கி முழுகுகிற பெண்ணே' என்றிப்படித் தாளம் போட்டுக் கொண்டு கீர்த்தனை பாட ஆரம்பித்துவிடுவான். இங்கிலீஷ் வாத்தியார் நித்தியானந்தப் பிள்ளைக்கு அந்தப் பள்ளிக்கூடத்திலேயே அவன் ஒருவனைத்தான் தெரியும். 'ஹெட்மாஸ்டர்' திருமலாச்சாரியார் பாடம் நடத்தும்போது அவன் ஒருவனைத்தான் பார்த்து நடத்துவார். கடு கடு என்று கடுவன் பூனைக்கு நிகராய் கோபிப்பதையே தொழிலாய் உடைய சமஸ்கிருத வாத்தியார் அப்பா சாஸ்திரிகள் கூட இவன் தமிழ் படிப்பவனாயிருந்தாலும் இவனைக் கண்டு ஒரு நாளைக்கு ஒரு தடவை யாவது பேசாமல் வீட்டுக்குப் போக மாட்டார். புருஷலட்சணத்தில் தனக்கு மிஞ்சினவன் இல்லையென்று கர்வித்த சோஷாசலத்துக்கு மட்டும் இவனிடத்து பொறாமையிருந்தாலும் 'சேஷு' நடையே நடை, அவனுடன் யார் ஓடுவார்கள்' என்றிப்படி அடிக்கடி ஸ்ரீநிவாசன் அவனைப் பார்த்துச் சொல்லுவதால் அவனும் இவன்மேல் வைத்த

பொறாமையை இவனைக் கொண்டாடும் மற்றவர்கள் மேல் வெறுப்பாக மாற்றிக்கொள்வான். இப்படி எல்லோருக்கும் சிநேகனாயிருந்த ஸ்ரீநிவாசனுக்கு முக்கிய சினேகிதன் சுப்பராயன் என்ற பையன். அவன் மதுரை தாசில் குப்புசாமி அய்யருடைய பிள்ளை. அவனுக்கு வயது இருபதிருக்கும். மூன்று வருஷ காலமாகத்தான் இருவருக்கும் பழக்கம். ஆனால் அவர்கள் ஒருவரையொருவர் சந்தித்த முதல் நாளே நெடுநாட் பழகியவர்கள்போல் சினேகிதர்களானார்கள்.

ஸ்ரீநிவாசன் படித்துக்கொண்டிருந்த வகுப்பில் புதிதாய் வந்து சேர்ந்த சுப்பராயன் அந்த வகுப்பில் அவன், கணக்கு ஒன்று தவிர மற்ற பாடங்களில் எல்லாம் முதல் பையனாயிருக்கக் கண்டு ஆச்சரியப்பட்டு அவன் சினேகத்தை சம்பாதித்துக்கொள்ள வேண்டுமென்ற எண்ணத்துடன் பள்ளிக்கூடம் விட்டவுடன் அவனைத் தேடிக்கொண்டு புறப்பட்டான். அன்று 5 மணியடித்த வுடனேயே ஸ்ரீநிவாசன் அகத்திற்குப் புறப்பட்டு விட்டான். அவன் சில பையன்களுக்கு மத்தியில் போய்க்கொண்டிருந்த போது வேட்டை நாய் ஒன்று அவர்களை நோக்கி ஓடிவர மற்றப் பையன்கள் எல்லாம் மூலைக்கொருவராய் ஓடிவிட்டார்கள். ஸ்ரீநிவாசன் மாத்திரம் வேகமாய் ஓடக்கூடவில்லை. அந்தக் கொடிய நாய் அவனுக்கு வெகு சமீபத்தில் வந்துவிட்டது. அவன் அலறுகிறான். அப்பொழுது திடீரென்று அந்த நாய் தலையில் ஒரு பெரிய சிலேட்டும் அதன் பிறகு ஒரு கல்லும் வந்து விழுந்தது. சீனு திரும்பிப் பார்த்தான். தன் பள்ளிக் கூடத்திற்குப் புதிதாய் வந்துசேர்ந்த சுப்பராயன்தான் தன்னைத் தப்பு வித்தது என்று காணுமுன் சுப்பராயன் அவனைத் தூக்கித் தோள்மேல் வைத்துக்கொண்டான். அந்த நாயோ கழுத்தைத் தொங்கப் போட்டுக் கொண்டு ஒரே ஓட்டமாய் ‘உயிர் தப்பியது தம்பிரான் புண்ணியம்’ என்று ஓடிவிட்டது. ஸ்ரீநிவாசன் கீழே இறங்கிக் கொண்டு சுப்பராய னுடைய கைகளால் தன் கண்ணைப் பொத்திக் கொண்டு கண்ணீர் பெருக்கினான். சுப்பராயன் அவனைப் ‘பயப்படாதே’ என்று தட்டிக் கொடுத்து அவன் புஸ்தகங்களையும் தான் வாங்கிக்கொண்டு நாய்மேல் எறிந்ததால் உடைந்துபோன தன் சிலேட்டையும் எடுத்துக்கொண்டு அவனையும் தன் வீட்டிற்கு அழைத்துக்கொண்டுபோய், கூழ் மோர் காய்ச்சிக் கொடுத்து அவனுடைய அகத்துக்குக் கூட்டிக்கொண்டு வந்து விட்டுவிட்டு அவன் தாயார், பாட்டியார் முதலியவர்களுடைய ஆசீர்வாதங்களுடனும் ஸ்ரீநிவாசன் வந்தனங்களுடனும் வீட்டிற்குச் சென்றான். அன்று முதல் அவ்விருவரும் அத்தியந்த சினேகிதர்கள்.

அவர்களுக்குள் ஒருவர்க்கொருவர் சொல்லாத ரகசியமே கிடையாது. அவர்கள் சேர்ந்துதான் படிப்பு, சேர்ந்துதான் படுக்கை. சுப்பராயனகத்தில் மாடியில் ஒரு அறை இவர்களுடைய ஆதீனம். சில

நாள் ஸ்ரீநிவாசன் தன் வீட்டிற்கு வராமலேகூட இருந்து விடுவான். அவனை ஒருவரும் பரிகாசம்கூட செய்யக் கூடாது, சுப்பராயன் சண்டைக்கு வந்துவிடுவான். அவன் அழகுக்கு எங்கே திருஷ்டி வந்துவிடப் போகிறதோ என்ற பயத்தால் அவன் அழகைக் கண்டு யாராவது புகழ்வதைக் கண்டால் சுப்பராயன் ‘ஆ வெகு அழகு! ஒடிந்து விழுகிறாற்போல் இருக்கிறான். ஆயிரக்கலநோய் சிவப்புத் தோல்தான் சமயநல்லூர் புளிப்பு மாம்பழம்போல்’ என்று சொல்லுவான். கலியாணப் பிரஸ்தாபம் வந்தது முதல் அன்றன்று நடக்கிற சமாசாரத்தை ஸ்ரீநிவாசன் சுப்பராயனுக்குச் சொல்லிவிட்டுத்தான் மறுகாரியம் பார்ப்பான். அம்மையப்பபிள்ளைக்கு அல்லாபண்டிகை வேஷம் போட்ட அன்று இவர்கள் இருவரும் தனிமையாய்ப் பேசிக் கொண்டிருந்தது யாதெனில்.

ஸ்ரீநிவாசன் : ‘இப்படித்தானே உட்காரலாம்; இந்த ஒரு மணியும் விருதா காலட்சேபம். இவ்வளவு பெரிய பள்ளிக் கூடத்திற்கு ஒரு தமிழ் வாத்தியார் அகப்படவில்லையா?’

சுப்பராயன் : ‘ராமசாமி அவர்கள் பள்ளிக்கூடத்திலிருக்கிறாரே ராகவய்யர் அவர் நல்ல வித்வானாம்’

ஸ்ரீநிவாசன் : ‘ஆமாம், எல்லாம் ஒரு கணக்குத்தான். இவருக்காவது பாட்டுத் தெரியும், அவருக்கு அதுகூடத் தெரியாது. அது போகட்டும். இன்றைக் காலமே சங்கதி கேட்டாயா? நான், எண்ணெய் தேய்த்துக் கொள்ள வேண்டுமென்று எட்டு மணிக்கே போனேனல்லவோ? அப்பொழுது அகத்திலே ஏதோ புதுக்குரல் கேட்டது, யார் என்று பார்த்தேன்: நமது சங்கரனும் அவன் அம்மாளும் வந்தார்கள்.’

சுப்பராயன் : சங்கரனா?

ஸ்ரீநிவாசன் : ‘ஆமடா! தெரியாதா, மேலைக் கோபுரத்திற் கடுத்தாற்போல இருக்கிறது அவன் அகம்.’

சுப்பராயன் : ‘ஓஹோ! நம்முடைய ‘ஷோக்’ சங்கரனா, பலே! பாட்டுப் பாடுவானே அவன்தானே.

ஸ்ரீநிவாசன் : ‘ஷோக் சங்கரன்தான், அப்படிச் சொன்னால்தானே உனக்குத் தெரியும். அவனும் அவனம்மாளும் சிறுகுளத்துக்குப் போயிருந்தார்களாம்.’

சுப்பராயன் : ‘உனது மாமனாருருக்கோ?’

ஸ்ரீநிவாசன் : ‘அதற்குள் மாமனார் ஆக்கிவிட்டாயா? கைக் கெட்டினது வாய்க்கெட்ட வேணுமே பாக்கியையும் கேள்: அப்பொழுது

அங்கே ஒரு அகத்தில் 'தடிவியம்' போட்டார்களாம். அங்கே ஒரு சிறு பெண் தம்பூர் வைத்துக்கொண்டு பாட்டுப் பாடினாளாம், கேள், கம்பராமாயணம் என்ன, தாயுமான சுவாமி பாடல் என்ன, தேவாரம், திருவாசகம், திருவாய்மொழி, கப்பற்பாட்டு, ஜாவளி இப்படி தினுசுக்கு ஐந்தாறு 'ஜமாய்த்து' விட்டாளாம்; ஏகக் கூட்டமாம். புருஷர்களும் பெண்களும் அதுவும் கம்பராமாயணம் பாடுகிறபோது - கங்கைப் படலத்து முதற்பாட்டுகள் போல இருக்கிறது - குதிக்காதவர்கள் பாவம்; தாயுமானவர் பாடல் பாடுகிறபோது உருகி அழாதவர்கள் பாவமாம். சொல்லுகிறான் சொல்லுகிறான் அதிக அற்புதமா யிருக்கிறது. சொல்லுகிறதிலேயே, அவனுக்கு ஆனந்தம் பொங்குகிறது. அந்தப் பெண்தான் என்னகமுடையாள்.'

சுப்பராயன் : 'ஆ அப்படியா! அவ்வளவு பாட்டா? உன்னக முடையாளா, பத்து வயதுக்குட்டியல்லவோ?'

ஸ்ரீநிவாசன் : 'பத்து வயதுக் குட்டியானால்? இன்னும் கேள். தாயார், பிள்ளை இரண்டு பேரும் சொல்லுகிறார்கள். சொல்லு கிறார்கள் அப்படி சொல்லுகிறார்கள். அவள் குணத்தை ஊர் முழுவதும் கொண்டாடுகிறார்களாம், வீண்வம்பு, இரைந்த சொல் கிடையாதாம்.

சுப்பராயன் : 'நீதான் அதிர்ஷ்டசாலி அப்பா.'

ஸ்ரீநிவாசன் : - 'முத்துஸ்வாமி அய்யர் என்பவர் கொழுத்த பணக்காரராம். அவர் மனைவி நிரம்பப் படித்தவளாம். மகாலட்சுமி என்றால் அவளுக்கே தகுமாம். இந்தப் பெண்ணுக்கு அவளும் அவருமாய் வெகு அருமையாய்ப் பாட்டும் படிப்பும் சொல்லிக் கொடுத்திருக்கிறார்களாம். கம்பராமாயணம் தலைகீழாகத் தெரியுமாம்.'

சுப்பராயன் : 'கம்பராமாயணம்! அவள் சிறு பெண். எனக்கு எருமைக் கிடாபோல் இருபது வயதாய்விட்டது. நான் இன்னும் அதில் ஒரு பாட்டுக்கூட அறியேன் நீ சொன்னதைத் தவிர.'

ஸ்ரீநிவாசன் : 'பெண் மின்னல் கொடிபோல இருக்கிறாளாம். அதிக லட்சணமாம். அவள் நடையும், பார்வையும், சாயலும் இப்பொழுதே வெகு அழகாயிருக்கிறதாம்.'

சுப்பராயன் : நிரம்ப சரியாப் போய்விட்டது.

ஸ்ரீநிவாசன் : அவளுக்கு பந்துக்கள் சிலர் பெரிய பெரிய உத்தியோகங்களிலிருக்கிறார்களாம். முத்துஸ்வாமி அய்யருடைய பெரிய தகப்பனார் பிள்ளையோ என்னவோ மஞ்சக்குப்பத்தில் டிப்டி கலெக்டர் உத்தியோகம் பண்ணுகிறாராம்.

சுப்பராயன் : 'மஞ்சக்குப்பமா! நாராயணசாமி அய்யரோ? அடடா அப்படிச் சொல்லு. சரிதான் உன் அகமுடையாளை நான் பார்த்திருக்கிறேன். என்னமாக என்று கேள். போன வருஷம் என் தகப்பனார் அங்கே தாசீலாக இருந்தாரல்லவோ? அப்பொழுது நாராயணசாமி அய்யருடைய வீட்டிலே அவர் பெண்ணுக்குக் கலியாணம். அங்கே ஒரு சிறுபெண் தம்பூர் வைத்துப் பாடினாள். எல்லாரையும் ஆனந்த பரவசமாக்கிவிட்டாள். அடடா பேஷ்! பேஷ்! அப்படியா ஸ்ரீநிவாசா - உன்னைப்போல் பாக்கியசாலி கிடையாது. உனக்கேற்றவள் அந்தப் பெண்ணே! அவளுக்கேற்றவன் நீயே' என்று சொல்லிக்கொண்டு சந்தோஷத்தால் அவன் முதுகில் தட்டினான்.

அதற்குள் அம்மையப்ப பிள்ளையவர்களுடைய திருக்கூத்து நடந்து எல்லாரும் இடி இடி என்று சிரித்த இரைச்சல் கேட்டு இருவரும் ஓடிவர அம்மையப்ப பிள்ளையவர்கள் செம்புள்ளி கரும்புள்ளி குத்திக்கொண்டு நின்றதைக் கண்டார்கள். உடனே ஸ்ரீநிவாசன் அவர் நிலைமையைக் கண்டு பரிதபித்து தன் சட்டையுள் ஒன்றைக் சுழற்றி அவருக்குக் கொடுத்து தன் கைக்குட்டையால் அவர் முகத்தைத் துடைத்தான். வாத்தியார் இவன் செய்த உபகாரத்துக்காக கண்களில் நீர் ததும்ப இவனுக்கு வந்தனமளித்து 'நீ சீக்கிரம் நல்ல பெண்ணைக் கலியாணம் செய்து கொண்டு நெடுங்காலம் சுகமாக வாழ்ந்திருப்பபாய்' என்று மனப்பூர்வமாய் ஆசிர்வதித்தார். அருகிலிருந்த சுப்பராயன், 'கலியாணத்திற்கு முகூர்த்தம் வைத்திருக்கிறது' என்று சொன்னான். வாத்தியார் ஸ்ரீநிவாசன் கையைப் பிடித்துக்கொண்டு எனக்கு நீ இந்தச் சங்கதியைச் சொல்ல வேண்டாமா? 'எங்கே, எப்பொழுது கலியாணம்?' என்றிப்படி விசாரித்ததில் 'சிறுகுளம் முத்துஸ்வாமி அய்யர்' எனவும், அவருக்கு வந்த சந்தோஷத்திற்கள வில்லை. 'என் தாத்தா முத்துஸ்வாமி அய்யரா! அடடா அவர் முதல் வள்ளல் அன்றோ! நான் அவருடைய அடிமையல்லவோ! அந்த மகான் பெண்ணா? உனக்கா நிச்சயமாயிருக்கிறது? உனக்கு கடவுள் கிருபை பூர்த்தியாய் இருக்கிறது. எனக்கும் கடிதம் வரும். நானும் வருகிறேன். உன் திருக்கல்யாணத்திற்கு' என்றார். அம்மையப்ப பிள்ளை மொத்தத் திற்கு வெகு நல்லவர். குணாகுணங்கள் பின்னால் வெளிப்படும். அவர் இந்தச் சரித்திரத்தில் சம்பந்தப் பட்டவர். ஸ்ரீநிவாசனிடம் அவர் பேசிக்கொண்டிருக்கும் போதே மணியடித்துவிட்டது. ஸ்ரீநிவாசன் மறு 'கிளாசு'க்குப் போய்விட்டான்.

மறுநாளிரவு ஸ்ரீநிவாசன் சுப்பராயனகத்துக்குப் போன பொழுது விசேஷ சங்கதி ஒன்று அவனுக்குச் சொல்ல ஆவல் கொண்டவனா யிருந்தான். ஆனால் சுப்புராயன் அவன் தகப்பனார் முதலானவர்

களுடன் சாப்பிட்டுக்கொண்டிருந்தான். ஸ்ரீநிவாசன் அவன் வரவை எதிர்பார்த்துக்கொண்டு மாடியில் உலாத்தத் தொடங்கினான்.

கல்யாண ஞாபகம் தவிர அவனுக்கு வேறு ஞாபகமே கிடையாது. உலாத்திக்கொண்டே மெதுவாய்ப் பாடி, சற்று நேரம் பாடிவிட்டு அடியில் வருகிறபடி தனக்குள்ளேயே பேசிக் கொண்டான்:- 'என் மேலென்ன அவளுக்கு அவ்வளவு பிரியம்? அழகாயிக்கிறேன் என்றா? அதற்கு என்னைப் பார்த்ததுகூட இல்லையே. நன்றாய் வாசிக்கிறே னென்றா? நமக்கென்னடா குறைவு. அப்பா உத்தியோகம் பண்ணு கிறார். இரண்டு தாத்தாவும் இருக்கிறார்கள். என்மேல் காற்றடிக்கச் சகிக்கமாட்டார்கள். இதைக்காட்டிலும் பாக்கியம் வேறென்ன இருக்கிறது (கண்களில் நீர் ததும்ப) அவர்கள் அன்பே நமக்கும் பெருஞ்செல்வம். படிப்பு, அழகு, செல்வம் எல்லாம் இருக்கிறது; என்ன குறைவு எல்லா வகுப்பிலும் நான்தானே முதல் - சரிவந்துவிட்டதா கர்வம், நமக்குச் சமானம் யார் இருக்கிறார்கள் என்று! கழுதைக்கானது போல் வயது 14 ஆய்விட்டது; இன்னும் மெட்ரிகுலேஷன் தேறவில்லை. அதற்குள் தலைகால் தெரியவில்லை' என்றிப்படித் தன்னையே புகழ்ந்துகொண்டும் கண்டித்துக்கொண்டும், சிறிது பேசிவிட்டுப் பிறகு 'கல்யாணத்திற்கு சமானமா? வேஷ்டியை பஞ்சகச்சம் வைத்துக் கட்டிக்கொண்டு, 'ஜம் என்று, - சுவாமீ! இந்தக் கல்யாணம் மட்டும் குறைவில்லாமல் நடத்திக்கொடுக்க வேண்டும்! மீனாட்சி! ஐந்து தேங்காய் வாங்கி உடைக்கிறேன். இன்னும் பத்து நாளிருக்கிறது. பத்துநாளாவது, ஒன்பது நாள்தான். இன்றைப்போதுதான் கழிந்து போய்விட்டதே' என்று சொல்லிக்கொண்டே உல்லாசமாய்,

“நாற்குணமு நாற்படையா வைம்புலனு நல்லமைச்சா
ஆர்க்குஞ் சிலம்பே யணிமுரசா - வேற்படையும்
வாளுமே கண்ணா வதன மதிக்குடைக்கீழ்
ஆளுமே பெண்மை யரசு”

என்று பாடிக்கொண்டு உலாத்திக்கொண்டிருந்தான். அப்பொழுது வசந்தகாலம். மிருதுவான தென்றல் வீசிற்று. இளம்பிறைச் சந்திரன் அழகான வெள்ளிக்கோடுபோல் உயரப் பிரகாசித்தது. அதினின்றும் ஜிலுஜிலென்று பொழியப்பட்ட அமிர்த ஊற்றுப் போன்ற நிலவு ஸ்ரீநிவாசனுக்கு அடங்காத ஆனந்தத்தை உண்டுபண்ணிற்று. 'ஆஹா' என்று தலையசைத்தான். 'என்ன சுகமாயிருக்கிறது' என்றான். அவன் நாவில் இன்னமிர்தம் ஊறிற்று. அவ்வளவு ஆனந்தமாய் 'இனிது இனிது, ஏகாந்தம் இனிது' என்றபடி ஏகாந்தத்தின் இனிமையை அவன் அனுபவித்துக்கொண்டிருக்கிறபோதே சுப்பராயன் வந்தான். அவன் வந்ததைக்கூட இவன் பார்க்கவில்லை. சுப்பராயன் 'ஏன்? விளக்கேற்ற வில்லையோ?' என ஸ்ரீநிவாசன் 'ஏற்றலாம் வா, சற்று இங்கே உட்காரு'

என்று அவன் மடியில் தலைவைத்துக்கொண்டு மழலை திருந்தாத தன் மொழியில் 'இங்கே பார், இந்த இளநிலா எவ்வளவு சுகமாயிருக்கிறது. இந்தத் தென்றலும், இந்த மரங்களும் இந்தச் சோலைமலர்களும் ஆஹா, பேஷ்! என்ன ராத்திரி? இந்த வேளைக்கு ஓடிக் குதிக்கவேணும், கழுதைகளை இதோ தெருவிலோட்டிக் கொண்டோடுகிறார்களே இவர்கள் கூட இந்த நிலவாகிய அருமைச் செல்வத்தை அனுபவிக் கிறார்கள். ஆடிப்பாடி கூத்தாட வேணும்போல இருக்கிறது. ஆயிரம் மாம்பழம் தின்பதில்கூட இந்த சுகம் கிடையாது. பேஷ்! ஆஹா அதோ தெருவிலோடுகிற குழந்தைக்குக்கூட என்ன சந்தோஷம்! அம்மாள் கூப்பிடுகிறாள். வரமாட்டேன் என்று ஓடுகிறது. இந்த நிலவு போதும் அதற்கு; தாயார்கூட வேண்டாம்' என்று சந்தோஷத்தால் தத்தளித்துச் சொன்னான். சுப்பராயன் 'நிலவுக்கு சமானமா' என்றான் ஸ்ரீநிவாசன் 'அதோ! பார். பட்சிகள் கத்துகிறது. இந்த வேளைக்குக் காக்கை கத்தினால் கூட பேஷாயிருக்கிறது; பைத்தியக்கார காக்கைகளா! சண்டை மட்டும் செய்யாதேயுங்கள். வேறு என்ன செய்தாலும் இந்த நிலவிற்கு இன்பமாயிருக்கும். அடடா அந்தத் தெப்பக் குளத்தைப் பார், பாசிபடர்ந்த அந்த பைத்தியக்காரத் தெப்பக் குளத்துக்குக் கூட என்ன மகிமை வந்திருக்கிறது பார். சந்திரன் அதிலே தவழ்கிறது, கொஞ்சுகிறது, விளையாடுகிறது; இந்த ராத்திரிக்கும் குதிக்கவேண்டு மென்கிறேன். நீ ஆடு, நான் பாடுகிறேன். இல்லாவிடில் நான் ஆடுகிறேன், நீ பாடு. 'இரவின் ஜோதியே, இந்துவின் ஒளியே' - பாடு' என்று இப்படி ஸ்ரீநிவாசன் ஆனந்தத்தாண்டவம் செய்தான். சுப்பராயன் 'நிலவு நன்றாயிருக்கிறதென்று சொல்லிவிட்டு 'உன் கல்யாணத்தின் போதும் நல்ல நிலா, கிராமப் பிரதக்ஷணத்தன்றும் விடிய விடிய நிலவாயிருக்கும்; நீ பல்லக்கின்மேல் உல்லாசமாய் ஏறிக்கொண்டு போகும்போது என் நினைவுகூட உனக்கிராது' என்று சொல்ல, ஸ்ரீநிவாசன் 'உன் நினை வில்லாமலா? உன்னைவிட்டு எனக்குச் சந்தோஷமுமா? உன்னைவிட எனக்கு இவ்வுலகத்தில் மன மொத்த சினேகிதர் யார்?' என்று கண்ணில் நீர் ததும்ப மறுமொழி சொன்னான். அதற்குள் சுப்பராயன் 'நான் பரிகாசமாய்ச் சொன்னேன்' என்று சொல்ல, ஸ்ரீநிவாசன் 'இன்னொரு சங்கதி கேட்டாயா? சிறு குளத்துக்கு நெல்லிக்குப்பத்துக் காமாஷி அம்மாள் போயிருந்தாளாம். எனக்கு நிச்சயம் பண்ணியிருக்கிற பெண்ணை அவள் சிற்றம்மை தன் தமையன் பிள்ளைக்குக் கொடுக்க வேண்டுமென்று கட்டாயம் பண்ணினார்களாம். அந்தப் பெண் என்னைத் தவிர வேறொருவரையும் கலியாணம் செய்துகொள்ள மாட்டேன் என்று சொல்லுகிறதாம்' என்றான். சுப்பராயன் 'இப்பொழுது முதல் என்ன அறிவு! என்ன அன்பு!' என்று சொல்ல ஸ்ரீநிவாசன் சந்தோஷத்துடன் 'இந்தப் பெண் எனக்குக் கிடைக்குமானால் நான் அதிர்ஷ்டசாலிதான்' என்றான்.

ஸ்ரீநிவாசன் எவ்வளவு புத்திசாலியாக இருந்தாலும் சிறு குழந்தை யானதினால் உலகத்தை அறியான். பெண்டாட்டியென்றால் 'பாக்குக் கொடுத்த பாக்கியவதி, புஷ்பம் கொடுத்த புண்ணியவதி, சந்தனம் கொடுத்த சரஸ்வதி' என்ற இவ்வித எண்ணந் தவிர வேறொன்றும் அறிய அவனுக்கு வயது போதாது. ஆயினும், 'காதலரிருவர் கருத்தொத்து ஆதரவுபட்டதே இன்பம்' என்ற சில உண்மைகளை அவன் புஸ்தகங்கள் மூலமாய் அறிந்திருந்தான். பாக்கியிருந்த பத்து நாளும் அவனுக்கு பத்து யுகமாகவே இருந்தன. பகல் வந்துவிட்டால் 'பொல்லாப்பகலே, போகாப் பொழுதே' என்று நிந்தித்துக்கொண்டு எப்பொழுது இரவு வருமென்று எதிர்பார்ப்பான். இரவு வந்துவிட்டால் 'செல்லா இரவே, சிறுகா இருளே' என்று நிந்தித்துக்கொண்டு எப்பொழுது விடியுமென்று ஏக்கமுறுவான். எந்தப் பாடமானாலும் சரி, எந்தக் கணக்கானாலும் சரி, எல்லாம் கலியாணத்துக்குப் பிறகு பார்த்துக்கொள்ளலாமென்று போட்டுவிட்டான். இவனுக்கும் சுப்பராயனுக்கும் ரிப்பன் பாக்கெட் பஞ்சாங்கத்தை வைத்துக்கொண்டு பொருத்தங்கள் பார்ப்பதும் (ஜோதிஷரிடம் கேட்க வெட்கம்) அதிர்ஷ்ட சக்கரங்களைச் சோதிப் பதுமே தொழிலாக இருந்தது. இப்படியாக நாள்களும் கழிய முகூர்த்தத்திற்கு இரண்டு நாளைக்கு முன் சிறுகுளம் போவதற்காக சுமார் இருபத்தைந்து வண்டிகள் ஸ்ரீநிவாசன் வீட்டுவாசலில் வந்து நின்றன.

9

கல்லுளியும் குப்பிப் பாட்டியும்

முத்துஸ்வாமி அய்யர் பெரிய பணக்காரர் என்று நாம் முன்னமே பலமுறை சொல்லியிருக்கிறோம். பாகம் செய்துகொள்ளும் காலத்தில் அவருக்கு ஐம்பதினாயிரம் ரூபாய் ஆஸ்தியிருந்தது. சில பெரிய வியாபாரங்களில் அவர் இறங்கி அவைகளை செவ்வையாக நடத்தி வந்தபடியால் சில வருஷங்களுக்குள் அவர் லக்ஷத்து ஐம்பதினாயிரம் ரூபாய் ஆஸ்திக்கு அதிபதியானார். ஆகையால் அந்தப் பக்கங்களுக்குள் அவர் பெரிய பணக்காரரென்று பிரசித்தி பெற்றிருந்தார். அதுவும் தவிர நல்ல கொடையாளி என்றும், அநேக விஷயங்களில் அதிக தேர்ச்சி பெற்றவரென்றும், நல்ல புத்திமான் என்றும் அவர் பெயர் எங்கும் பிரபலமாயிருந்தது. அவர் கையால் சம்மானம் பெறாத தக்க வித்வான்கள் இந்த ராஜதானியிலேயே கிடையாது. சிறுகுளத்தைச் சுற்றியுள்ள முதல் அரவம் ஒடுங்கும் வரை முத்துஸ்வாமி அய்யர் வீட்டுக் கலியாணப் பேச்சைத் தவிர வேறு பேச்சுக் கிடையாது.

மேலைப்பாளையம் என்ற கிராமத்தில் ராமஸ்வாமி அய்யர் என்ற ஒரு பிராமணர் சாப்பிட்டுவிட்டு வெற்றிலை போட்டுக் கொண்டு திண்ணையில் உட்கார்ந்தார். அப்பொழுது சாப்பிட்டுவிட்டு வெற்றிலையைக் கையிலெடுத்துக்கொண்டு யார் வீட்டுத் திண்ணையில் பேச ஆளிருக்கிறார்கள் என்று பார்த்துக் கொண்டு தன் மேல் வேஷ்டியை கீழே போட்டுக்கொள்வதற்காக சித்தமாய் கையில் எடுத்துக்கொண்டு அப்பய்ய தீட்சதர் என்பவர் வந்தார். ராமஸ்வாமி அய்யர் அவரைக் கண்டதும் 'வாருங்கள்' என்றார். தீட்சதரும் கை வேஷ்டியைக் கீழே போட்டுக்கொண்டு 'அப்பாடா' என்று உட்கார்ந்தார். அய்யர் 'இப்பொழுதுதான் சாப்பிட்டாச்சாக்கும்' என, தீட்சதர் 'இத்தருவாய் ஆயிற்று' என்றார். பிறகு சற்று நேரம் மௌனம். பிறகு அய்யர் 'தேதி 13 ஆய்விட்டாற் போலிருக்கிறதே. சிறுகுளத்துக்கு எப்பொழுது பயணம்? நீங்கள் வருகிறீர்கள் அல்லவா?' என, தீட்சதர் வெற்றிலை போட்டு மென்றுகொண்டே 'நான் வருகிறது சந்தேகந்தான். சனியன் ஒரு சிராத்தம் வந்து குறுக்கிட்டுக் கொண்டு இழவு கொடுக்கிறது. இல்லாவிட்டால் இங்கே என்ன சாதிக்கிறோம். போய்விட்டு வருவதை விடத்தான் என்ன? என்றார். அதற்கு அய்யர் 'அடடா நீங்கள் அவ்வளவு தான் கொடுத்துவைத்தது. மூவாயிரம் ரூபாய் பிரத்தியேகமாய் எடுத்துக்கட்டி வைத்துவிட்டானாம் கலியாணத்துக்காக. கீவளூர் கந்தன் மேளமாம். அவனுக்கு 200 ரூபா பேசியிருக்கிறார்களாமே. பாட்டுக்கு ராகவையர்; பெரிய வைத்தி பெரிய யுத்தம் நடக்கும். வேடிக்கை பார்க்கலாம்; இது போக இன்னும் வந்து கோவிந்தசாமி ராவ் மிருதங்கத்துக்கு; அப்புறம் வந்து பிடிலுக்கு நடராஜன்; இதெல்லாம் சாதாரணமாயிருக்கும்; இவ்வளவும் போதாதென்று திருவாரூர் ராஜலட்சுமி சதிர்' என தீட்சிதர் வெற்றிலையை விழுங்கிக் கொண்டு 'பேஷ் அவனுக்கென்ன மகாராஜன், லட்சப்பிரபு. ஒரே பெண், அதற்குக் கல்யாணம்' என்றார் அய்யர். நீங்கள்தான் வர மாட்டேன் என்கிறீர்களே' என தீட்சதர் உன்னைவிட எனக்குப் பத்துப் பங்கு ஆசையிருக்கிறது. ஆசையிருந்து என்ன பண்ணுகிறது? இந்த இழவு சிராத்தம் ஒன்று வந்து கழுத்தறுக்கிறது. நல்ல நாள் என்றால் அன்றைக்குத்தான் பெண்பெண்டாட்டிகள் 'தூரம்' என்று கொல்லையில் உட்காருவார்கள். அதுபோல வந்திருக்கிறது நமக்கு சனியன் பிடித்த இழவு. இரு, பார்ப்போம். 18 உ யா முகூர்த்தம்? 18, 19, 20, 21, 22-ந் தேதி வரைக்கும் கலியாணம். இங்கே 19-ந் தேதி சிராத்தச் சனியன்; அதைத் தொலைத்துக்கொண்டு ஒரேயடியாய் 19-ந் தேதி ராத்திரியே புறப்பட்டால் 20-ந் தேதி காலமே அங்கே வந்துவிடலாம். பார்ப்போம், அப்படித்தான் செய்ய வேணும்' என, ராமஸ்வாமி அய்யர் 'அதுதான் சரி, அப்படித்தான் செய்யுங்கள்; நான் 16-ந் தேதியே புறப்படுகிறேன்' என்றார்.

இங்கே இப்படியிருக்க, தென்கரை என்ற மற்றோர் கிராமத்தில் சுப்பிரமணியசுவாமி கோயிலில் 'குட்டைப் பெருச்சாளி' என்று பட்டப் பெயர் பெற்ற முத்துவும், 'கல்லுளி' என்றும் 'கடப்பாரை முழுங்கி' என்றும் பெயர்பெற்ற சுப்பய்யாவும் காலணா மேஜைவைத்து 'அவுட்' ஆடிக்கொண்டிருந்தார்கள். சுப்பய்யா 'இன்னொரு ஆட்டம் போடடீ மகளே போடு' என, முத்து 'ஏதப்பா! அவன் சொன்னாற் போலிருக்கிறது. ஒரு ரூபாய் தோற்றாய்விட்டது இன்னும் ஆடவா? இன்னும் ஒரு ரூபாயை அவன் சொன்னாற்போல பற்றப் பார்க்கிறாய்! அவன் சொன்னாற்போல உனக்கென்ன' என, கல்லுளி 'எவன் சொன்னாற்போல? எத்தனை 'அவன் சொன்னாற்போல!' அந்த அவன்தான் இன்னான் என்று நிரம்ப நாளாய்த் தெரியவில்லை. அவன் போகட்டும். இன்னும் ஒரே ஆட்டம்; யோசிக்காதே. அந்த ஒரு ரூபாய்க்கும் சிறுகுளம் முத்துஸ்வாமி அய்யர் அகத்துக் கலியாணத்துக்கு திருவாரூர் ராஜம் வருகிறாள், அவளைவிட்டு உனக்குச் சந்தனம் - பூசிவிடச் சொல்லுகிறேன். பயப்படாதே, ஆடு' என்றான்.

இது நிற்க, வீரபாண்டியம் என்ற இன்னொரு கிராமத்தில் சில சிறு பிள்ளைகளாய்ச் சேர்ந்து தாயார் தகப்பனார், வாத்தியார் இவர் களுக்குத் தெரியாமல் சிறுகுளம் கலியாணத்துக்குப் போய் வருவதாகக் கூட்டுக் கள்ள யோசனை செய்துகொண்டு ஒருவரொருவராய் அந்த ஊர் காளியம்மன் கோயிலில் வந்து சேர்ந்தார்கள். 'ஒங்காத்திலே கோவிச்சுக்குவா, ஒன்னாலே நடக்க முடியாது, நீ ஆத்துக்குப் போயிடு' என்று அவர்களால் புத்திமதி சொல்லியனுப்பப்பட்ட காமேசுவரன் என்ற சிறு பையன் சரசரவென்று வாத்தியாராகிய நாகேசுவர (Sir) 'ஸாரி'டம் போய் அவர்கள் திருட்டு யோசனையை வெளியிடவே, சாப்பிடுவதற்காக இலையில் உட்காரப் போன நாகேசுவர 'ஸார்' சாப்பிடாமல் ஒற்றை வேஷ்டியுடன் காளியம்மன் கோயிலுக்கு வந்துவிட்டார். அவரைக் கண்டதுதான் தாமதம். உடனே பையன் களெல்லாம் சிறுகுள மார்க்கத்தில் ஓடத் துவங்கினார்கள். அது கண்டு வாத்தியாரும் 'ஏனடா பையன்களா! நிஜந்தானா? ஓடுவீர்களா? மரியாதையாய் வந்துவிடுங்கள் இல்லாவிட்டால் வெளுத்துவிடுவேன். வந்துவிடுங்கள். வந்துவிடுங்கள், வந்தால் அடிக்கவில்லை. ஏனடா ஓடுவீர்களா? நிஜந்தானா, நிஜந்தானா?' என்று கூவிக்கொண்டு அவர்கள் பின்னே ஓட, அவர்கள் 'ஆமாம், நிஜந்தான், நிஜந்தான்' என்று சொல்லிக்கொண்டும்,

'நெடுமால் திருமருகா
நித்த நித்தம் இந்த இழவா
வாத்தியார் சாகாரா
வயிற்றெரிச்சல் தீராதா!'

என்று பாடிக்கொண்டும் ஓடினார்கள். இப்படி அரை மைல் தூரம் ஓடவே வாத்தியார் பசியால் களைத்து ஓடமாட்டாமல் ஓடி ஒரு கல் தடுக்கிக் கீழே விழுந்துவிட்டார். பின்னே திரும்பித் திரும்பிப் பார்த்துக் கொண்டு ஓடின பையன்கள் வாத்தியார் விழுந்ததைக் கண்டு 'ஹாய்' 'ஹாய்' என்று சிரித்து 'வேணும், வேணும்' என்று சொல்லிக்கொண்டு ஓட்டமோட்டமாய் ஓடி ராத்திரி ஒரு சத்திரத்தில் தங்கி, தங்கள் கால் கொப்புளங்களை ஆற்றிக்கொண்டு மறுநாட் பகல் பத்துமணிக்கு சிறுகுளம் போய்ச் சேர்ந்தார்கள். வாத்தியாரோ பாவம் நொண்டி நொண்டிக் கொண்டு பட்டினியாய் ஊர்வந்து தன் காலைப் பார்க்கும் போதெல்லாம் 'அந்தப் பயல்கள் வரட்டும் சொல்லுகிறேன்' என்று பல்லைக் கடித்துக்கொண்டு அவர்களை ஆவலுடன் எதிர்பார்த்திருந்தார்.

சிறுகுளத்துக்கருகில் கடுகனூர், குள்ளப்புறம், வீருதக்கப்பட்டி, சோரனூர் முதலிய சில பிரபலமான கிராமங்கள் உண்டு. அவற்றின் மகாஜனங்களுடைய உத்தியோகம் அபிசிரவணம் சொல்லல், பரிசாரகம் செய்தல், சவண்டி தின்னல், பொய்சாட்சி சொல்லல் முதலியனவாம். இவர்களுடைய கீர்த்திக்கு ஒரு அத்தாட்சியாக யாரையாவது இகழ்ச்சியாய் வையவேண்டுமானால் 'என்னமா, சுத்த குள்ளப்புறத்து பிராம்மணனாயிருக்கிறாய்! என்று சொல்வது வழக்கம். முத்துஸ்வாமி அய்யர் பெண்ணின் கலியாணத்தைச் சிறப்பிக்க எண்ணி இந்தப் பிராமணோத்தமர்கள் தங்கள் தங்கள் வீடுகளில் 'அடியேய், சிறு குளத்தைச் சிறப்பிக்க எண்ணி இந்தப் பிராமணோத்தமர்கள் தங்கள் தங்கள் வீடுகளில் 'அடியேய், சிறுகுளத்து முத்துஸ்வாமியாத்திலே கலியாணமாம், வர பதினைந்து நாள் செல்லும்; ஆத்தைப் பார்த்துக்கடீ. என்னடி ஆட்டுமா?' என்று தங்கள் மனைவிமாருக்குத் தாக்கீது கொடுத்துவிட்டு ருத்திராட்சம், விபூதி டப்பி, ஸ்தாலிச்செம்பு, மடிசஞ்சி, பட்டுக்கயிறு ஊத்தைவாய் இவ்வித உத்தியோக சின்னங்களுடன் சர்வாபரண பூஷிதர்களாய் சிறுகுளத்தை நோக்கிக் கலியாணத்திற்கு ஒரு வாரத்திற்கு முன்னமேயே தங்களுடைய இஷ்ட மித்திர சகல பரிவார பந்துக்களுடன் முகூர்த்தத்தை நடத்திவிக்க நூற்றுக்கணக்காய்ப் புறப்பட்டு விட்டார்கள்.

இவ்விதமாக சிறுகுளத்தைச் சுற்றியுள்ள பிரதேச முழுவதும் முத்துஸ்வாமி அய்யர் வீட்டுக் கலியாணப் பேச்சே பேச்சாயிருந்தது மன்றி ஒவ்வொரு ஊரிலுமிருந்து சிறு பையன்கள் முதல் வயது சென்ற பெரியவர்கள் வரை ஒருவரும் பாக்கியில்லாமல் நானாவித ஜனங்களும் வந்து கூடினார்கள். ஊர் முழுவதும் சில நாளைக்கு அல்லோல கல்லோலப்பட்டது. கிழக்கு, மேற்கு, தெற்கு, வடக்கு என நாலா திக்குகளிலிருந்தும் வண்டிகளும் ஜனங்களும் மேலும் மேலும் வந்து

நெருங்கவே, எங்கே பார்த்தாலும் வண்டிக்காடும் மனிதக் காடுமாக இருந்தது. வீட்டுக்கு வீடு நாற்பது ஐம்பது ஜனங்கள் கூடியிருந்தார்கள். இவ்விதமாக 'காற்றெறிகடலின் களிப்பனோங்கினார்' என்றபடி சிறுகுளம் சிறிய குளமாயிராமல் இராப்பகல் ஓய்வில்லாமல் ஆரவாரித்த பெரிய கடலாயிருந்தது.

சம்பந்தி அவர்களுடைய இஷ்டமித்திர பரிவார பந்து பட்டாளம் பாரி பட்டாளமாயிருந்தது. அவர்கள் அமர்த்தின வாடகை வண்டிகள் 25 போக ராமசுவாமி சாஸ்திரிகளுடைய குமாரர் சிரஸ்ததார் நாராயணய்யருடைய பெட்டி வண்டி ஒன்று, சாஸ்திரிகள் சம்பந்தி கிருஷ்ணய்யர் அகத்து வண்டி இரண்டு, தாசில் குப்புசாமியய்யருடைய (சுப்பிராயனுடைய தகப்பனார்) பெட்டி வண்டி ஒன்று, டிப்டி கலெக்டர் ராமராயர் குதிரை வண்டி ஒன்று. இவ்விதமாகக் கூடிய இம்முப்பது வண்டிகளும் விடிந்து பத்து நாழிகைக்குப் பயணம் புறப்பட ஆரம்பித்து அஸ்தமிக்கப் பத்து நாழிகைக்கு ஊரைவிட்டு நகர்ந்ததையும், அவைகள் இராத்திரி இருட்டிப் போகும்போது கிருஷ்ணய்யர் 'லாந்தரைக்' கையில் பிடித்துக்கொண்டு யார் என்ன சொல்லிவிட்டு சேவகர்களுடன் வண்டிப் பாதையை பார்த்துக் கொண்டு போனதையும், நொடிகள் பார்த்து வண்டிக்காரர்களுக்கு அவர் எச்சரிக்கை கொடுத்ததையும் கள்ள ஊராகிய நகரி என்ற கிராமம் சமீபிக்கவே, ஓரிருண்ட தோப்பின் வழி போகும்போது வெளிச்சங்களை யெல்லாம் மறைத்துக்கொண்டு குழந்தைகள் வாயை முதல் பொத்திக் கொண்டு பேசாதே, பேசாதே' என்று மெதுவாய் எல்லாரும் பேசி யதையும், மரத்துக்கு மரம் கள்ளனிருப்பதாக பயந்து வண்டிக்காரர்கள் கூட மாட்டை இரைந்து, அதட்டாமல் வண்டியை வேகமாய் விட்டதையும் அவ்வூர் தாண்டிய உடனே 'ஜோ' என்று மழை பெய்தது போல் எல்லோரும் இரைந்து பேசியதையும், வன தேவதைகள் கோவில் தோறும் எல்லோரும் இறங்கி சேவித்துச் சென்றதையும், மறுநாள் ஒரு பெரிய சோலையில் தங்கி சாப்பாடு செய்ததையும், அங்கே ஆகாய மட்டுமளாவிய மரங்களைக் கண்டு ஸ்ரீநிவாசன் ஆச்சரியமடைந்து அவற்றின் கீழ் ஓடும் நதியில் அவைகளின் இருண்ட நிழல்களைக் கண்டு மயிர்க்கூச்செறிந்து 'இவைகளில் குரங்குகளைப்போல ஏறிப் பாய்ந்து ஓடி சஞ்சரிக்க வேணுமென்று ஆசையாக இருக்கிறது' என்று சுப்பராயனிடம் சொன்னதையும், பிறகு எல்லோரும் புறப்பட்டு பொன்னிறமான மஞ்சள் வெயில் அழகாய்ப் படிந்திருக்கும் தருணத்தில் சிறுகுளத்திற்கு வந்து சேர்ந்ததையும் பற்றி விஸ்தரிப்பதனாவசியம்.

சம்பந்திகள் வந்து அவர்களுக்கேற்பட்ட ஜாகையில் இறங்கின வுடனே மாப்பிள்ளையை அழைப்பதற்காக இரட்டைக்குதிரை

சாரட்டு வந்து நின்றது. அது ஒரு ஜமீன்தாரிடமிருந்து கலியாணத் திற்காக முத்துஸ்வாமி அய்யரால் வரவழைக்கப்பட்டது. அது சிறுகுளத்தில் அறியப்படாத ஓர் பெரிய அதிசயம். அது முதல் முதல் அவ்வூர் முழுவதும் அதைப் பார்ப்பதற்காக வந்து கூடிப்போய்விட்டது. அது வந்து நின்றவுடன் ஸ்ரீநிவாசன் அதன்மேல் ஏறி கம்பீரமாய் உட்கார்ந்துகொண்டு எல்லா ஜனங்களும் தன்னையே பார்க்கிறார்கள் என்பதில் வெகு திருப்தியடைந்தவனாய்ச் சென்று மாளிகை போன்ற தன் மாமனார் அகத்து வாசலில் இறங்கி தக்கபடி உள்ளேயழைத்துக் கொண்டு போகப்பட்டான். கிரமப்படி வேதவேதியர், தேவகணங்கள் இவர்கள் முன்னிலையில் அக்கினி சாட்சியாகச் செய்யப்பட வேண்டி யவைகள் எல்லாம் நடந்து ‘பம் பம்’ என்று கிருஷ்ணபகவான் பாஞ்சஜன்னியத்தை துவானம் பண்ணியதுபோல் மேளவாத்தியத்தில் தனக்கு உயர்வு ஒப்பில்லையென்று கீர்த்திபெற்ற கீவளூர்க்கந்தன் செய்த மங்கள வாத்தியத்துடன் மாங்கிலய தாரணமும் ஆயிற்று.

முகூர்த்தம் ஆனபிறகு ஆசீர்வாதத்திற்கு எத்தனமாய் எல்லாரும் வந்திருக்கும் தருணத்தில் திடீரென்று ‘ஐயோ ஐயோ ஐயோ!’ நீ நாசமாய்ப் போக; உன் கையை முறித்து அடுப்பில் வைக்க; நீ கட்டையிலே போக, நீ கரியாகப்போக, உன் அப்பன், ஆத்தாள், மாமன், மச்சுனன், பிள்ளை, பேரன், பேத்தி, அத்தான், அம்மாஞ்சி (அம்மான் சேய்) எல்லாரும் பூண்டோடு நாசமாய்ப் போக; ஐயையோ ஐயையோ!’ என்றிப்படி ஓர் பெரிய கூக்குரல் உண்டாக, எல்லாரும் திடுக்கிட்டு வெளியே ஓடினார்கள். ‘அங்கே, போடீ அந்தப் பக்கம், எழுந்திருக்கிறாளா பார்! போடடா, அலகில் கையைப் பிடித்திழடா சரசரவென்று. மொட்டை முண்டையை குத்தடா, வெட்டடா, அடியடா, தள்ளடா, போகிறாயோ,’ மிதிக்கட்டுமாடி, அப்புறம், மிதித்தே விடுவேன். இன்னும் நாலு மொத்து மொத்திவிடுவேன். என்றிப்படி ஒவ்வொருவரும் கூவிக்கொண்டு நின்ற ஒரு பெரிய கூட்டத்தின் நடுவில் கீழே ஊன்றி தரையை நோக்கி சாய்ந்த உடலும், நீட்டிய காலும், மேல்துணி நீங்கிய கிழட்டு மார்பும், முட்டாக்கு நீங்கிய மொட்டைத் தலையும், பொக்கை வாயுமாய் கையால் மார்பிலும் மண்டையிலும் மாறி மாறியடித்துக் கொண்டு மண்ணை வாரித் தூற்றிக்கொண்டு சப்த லோகங்களும் கிடுகிடு என்று நடுங்கச் செய்யத் தக்க பெருங்குரலுடன் ‘ஐயோ!’ என்று கதறிக்கொண்டு தாடகை போன்ற கரிய பெரிய உருவத்தையுடைய ஒரு கிழவி உட்கார்ந் திருந்தாள். அவளுக்கு சுமார் 80 வயது இருக்கலாம். அவ்வூர் வம்பர் மகாசபையின் உத்தியோகஸ்தர்களில் அவள் ஒருத்தி. வம்பு, வழக்கு விசாரணையில் கணக்கன், நாட்டாண்மைக்காரன் கூட அவளுக்கு நிகரில்லை.

ஒரு காலத்தில் மழையில்லாது சிறுகுள முழுவதும் பயிர்கள் எல்லாம் விளையாமல் சாவியாப்போக அவ்வூர் குடிகள் தீர்வையைத் தள்ளிக்கொடுக்க வேண்டுமென்று சர்க்காருக்கு விண்ணப்பம் செய்து கொண்டார்கள். சாவி பார்க்க அனுப்பப்பட்ட தாசில்தார் அவர்கள் விண்ணப்பத்துக்கு விரோதமாக தீர்வையை வசூல் செய்யும்படி உத்தரவு செய்துவிட்டார். யார் என்ன மன்றாடியும் அவர் கேட்கவில்லை. இப்படியிருக்கையில் ஒருநாள் அவர் மனைவி ஆற்றங்கரைக்கு வந்திருந்தபோது இந்தக் கிழவி அவளிடத்தில் போய் அவள் முகத்தைக் கடித்துவிடுவாள்போல் சமீபத்தில் சென்று கூர்ந்து பார்த்துக்கொண்டு, நீ யாரம்மா, இந்தத் தாசிலாய் வந்திருக்கிறானே அவன் பெண்டாட்டியா? ஊர் வாயிலெல்லாம் விழுந்திருக்கிறீர்களே. குஞ்சுங் குழந்தையுமாக க்ஷேமமாயிருக்க வேண்டும்!' என, அந்த அம்மாள் பயந்து தன் புருஷனிடம் ஆற்றங்கரையில் நடந்த சங்கதியைச் சொல்ல 'நமக்கு ஏதோ சனியன் பிடித்திருக்கிறது. அவள் வாயில் நச்சுப்பல் நிச்சயமா யிருக்கிறது. இந்த ஊராருக்கு விரோதம் செய்யவேண்டாம்' என்று வேண்ட, அவரும் பயந்துபோய் தீர்வை முழுவதையும் தள்ளுபடி செய்ததுமன்றி அந்த ஊருக்கு ஒரு குளமும் வெட்டிக் கொடுத்து விட்டுப் போனார். அந்த ஊருக்கு இவ்வளவு பெரிய உபகாரம் செய்த கிழவியின் பெயர் குப்பிப்பாட்டி. அவளுக்கு 'பாப்பாபட்டியகத்து வெட்டரிவாள்' என்று பட்டப்பெயர். ஏனெனில் சுமார் இருபது வருஷங்களுக்கு முன்னே தன் அயல் வீடாகிய பாப்பாபட்டி சங்கரய்யர் அகத்துக்கொல்லையில் போடப்பட்டிருந்த ஒரு விறகுக் கட்டையை அவள் இராத்திரியில் திருடிவிட்டு மறுநாட் காலையில் அந்த விறகை வெட்ட அரிவாளுக்கு அவர்கள் வீட்டிற்கே போனாள். அவள் திருட்டு வெளியாய்விட்டது. ஆதலால் அது முதல் அவளுக்கு 'பாப்பா பட்டியகத்து வெட்டரிவாள்' என்று பட்டப்பெயர் ஏற்பட்டது.

அவள் தெருவழியே போகும்போதெல்லாம் அவ்வூர்ப் பிள்ளைகள் (சில சமயங்களில் பெரியவர்கள் கூட) அப்பெயர் வைத்துக் கூப்பிட அவளுக்கு அசாத்தியமாய்க் கோபமுண்டாய் அவள் ஏகமாய்த் திட்டுவாள். அப்படிச் செய்யவே பையன்களுக்கு இன்னும் அதிக உற்சாகம். கடைசியாக அப்படிக் கூப்பிடப் படுவதிலும் கோபிப்பதிலும் அவளுக்கே உற்காகமுண்டாய் விட்டது. பொழுது போகாவிட்டால் அவள் வீதி வழிவந்து சும்மா இருப்பவனைப் பார்த்து 'நீ நல்லவன், ஒன்றும் சொல்ல மாட்டாய்' என்பாள். அவள் எதிரே 'ஆமாம் பாட்டி' என்று சொல்லிவிட்டு, அவள் கொஞ்சதூரம் போனவுடனே 'பாப்பாபாட்டி வெட்டரிவாள்' என்று உரக்கக் கூப்பிட்டுவிட்டு ஓடிப்போய்விடுவான். இவளோ, 'ஏனடா கட்டையிலே போவாய்' என்று தன்னுடைய ராமபாணத்தைத் தொடுத்துவிடுவாள். கேலிக்காரப்

பிள்ளைகள் அவளைப் பார்த்து நான் என்றைக்காவது உன்னை 'பாப்பா பட்டியகத்து வெட்டரிவாள்" என்று சொல்லியிருக்கிறேனா பாட்டி என்றும், 'பாட்டி' அவன் உன்னை சும்மா சும்மா "பாப்பா பட்டியகத்து வெட்டரிவாள்" என்று சொல்லுகிறான்' என்றும் சொல்லாததுபோல் சொல்லுவது வழக்கம். இப்பொழுது கல்யாணப் பந்தலுக்கு முன் அவள் இருந்த நிலைமையை முத்துஸ்வாமி அய்யர் பார்த்த மாத்திரத்தில் அறிந்துகொண்டு அவளிடம் வரவே இருபுறமும் ஜனங்கள் விலகினார்கள். நடந்த சங்கதி என்னவென்றால், அவள் வழக்கம்போல கிராமபிரதட்சணை செய்துகொண்டு வருபவள்போல வரும்போது கல்யாணத்திற்கு வந்திருந்தவர்களில் ஒருவன் உள்ளூர்ப் பிள்ளைகளால் தூண்டப்பட்டு அவளைப் பெயரிட்டழைக்கவே, அவள் வழக்கம்போல வைய ஆரம்பித்தாள். அவன் 'கலியாணப் பந்தலுக்கருகே வையாதே' என, அவள் அதுதான் சமயமென்று, 'உன் கல்யாணமும் கண்டது இன்னொன்றும் கண்டது. உன் கல்யாணத்தில் இழவுவிழ' என்று வையவே கூட்டம் கூடிவிட்டது. அவள் என்ன பண்ணியும் அவ்விடம் விட்டுப் போகாததால் ஒருவன் அவளை ஓங்கியறைந்தான். அதனால் அவள் பெரிய கூக்குரல் போட்டாள். அதை கேட்டுத்தான் உள்ளே இருந்தவர்கள் எல்லாரும் ஓடி வந்தார்கள்.

முத்துஸ்வாமி அய்யர் அவளிடம் சென்று, 'இது என்ன பாட்டி இது' என, அவள், 'அப்பா முத்துஸ்வாமி, வந்தாயா, மகாராஜனாயிருப் பாயப்பா. இந்தச் சனியன்களெல்லாம் என்னைப் போட்டு மொத்து கின்றன. (அழுகிறதாக பாவனை பண்ணிக்கொண்டு) இதோ பார் இங்கே காயம், இங்கே காயம்' என்று அவர் கையைப் பிடித்துக் கொண்டு அவள் மார்புப்பக்கம் கொண்டுபோக, அவர் கையைப் பின்னிழுத்துக்கொண்டு 'அவர்கள் கிடக்கிறார்கள். நீ நல்லவள், புதிதிசாலி, எழுந்திரு, நல்ல சமயம் பார்த்துக்கொண்டாய்! அகத்துக்குப் போ; நீ என்ன பண்ணுவாய்! உன்னைச் சொல்லக் குற்றமில்லை' என்றார். அவள் 'எனக்குத் தொண்ணூறு வயதாய்விட்டது; எனக்கு அடிபடச் சீவனிருக்கிறதாப்பா, முத்துஸ்வாமி, என் தங்கக் குழந்தை நீ இல்லாவிட்டால்' என்று சொல்லி முடிப்பதன்முன் அவர் 'சரிதான் போ. எனக்கு நடந்த சங்கதியெல்லாம் தெரியும் போ; சரிதான் போ, அந்தப் பக்கம்' என்று கோபித்துச் சொல்ல. அவள் எழுந்திருந்து கொண்டு 'நீ என்னடாப்பா அதட்டுகிறாயே! நீ நல்லவனப்பா, உனக்கு சமானமா. என்பிள்ளை சொல்லுவான்- 'என, அவர் நல்லவனாயிருக்க கண்டுதான் இவ்வளவு தூரத்திற்கு வந்திருக்கிறது. நீயும் நல்லவள்தான். அப்புறம் பேசிக் கொள்வோம் போ' என அவள் தன் துணிகளைக் கட்டிச் சுருட்டிக்கொண்டு போய்விட்டாள். அவள் போகவே முத்து ஸ்வாமி அய்யர் திரும்பினார்.

'இதென்ன இப்படி சகுனத்தடை நேரிட்டது' என்று கவலைப் பட்டுக்கொண்டிருந்த கிருஷ்ணய்யர், ராமசுவாமி சாஸ்திரிகள் ஆகிய இருவரையும் அவர் பார்த்து அவர்களுடைய யோசனையையறிந்து சிரித்துக்கொண்டு 'ஏன் மாமா, உள்ளே போவோமே, இது ஒரு வேடிக்கை. இவள் மாதிரி இன்னும் இரண்டு மூன்று பைத்தியக் காரிகள் உண்டு இந்தவூரிலே' என்றார். குப்பி செய்கை சகுனத்தடை யென்று முத்துஸ்வாமி அய்யருக்கும் பட்டது. ஆயினும் அவளும் பொன்னம்மாளும் முந்தின நாள் தனித்துப் பேசிக்கொண்டிருந்ததை அவர் பார்த்ததால், அவளை அந்தப் பொன்னம்மாளே தூண்டி விட்டிருப்பாள் என்பது அவருடைய எண்ணம். ஆயினும் நல்ல வேளையாய் மாங்கலியதாரண சமயத்துக்கே வந்துவிடாமல் நம்மைக் காப்பாற்றினாள் என்று அவருக்கு சந்தோஷம். அவர் அவளை பைத்தியக்காரி என்றவுடன் கிரஷ்ணய்யர் 'அவள் பைத்தியக்காரி போல் தோன்றவில்லையே' என முத்துஸ்வாமி அய்யரும் சற்று மனங்கலங்கி, 'அரைப் பைத்தியக்காரி, வந்த காரியம் வேறு. அப்புறம் சொல்லுகிறேன். தஞ்சாவூராளுடைய சேஷ்டை இது' என்றார். ராமசுவாமி சாஸ்திரிகள், 'ஆனாலும் இப்படி செய்வாளா' என, முத்துஸ்வாமி அய்யர், 'அவளா! அவள் எல்லாம் செய்வாள் மாமா' சரிதான் கழுதையை விட்டுத் தள்ளுங்கள். உள்ளபடி இருக்கிறது. எல்லாவற்றிற்கும் மீனாட்சிதான் காப்பாற்றவேணும் அவள் மேலே பாரத்தைப் போடுவோம் உள்ளே வாருங்கள், (உரக்க) எல்லாரும் உள்ளே வரவேண்டும், தயவு பண்ணவேணும்' என்று சொல்லிக் கொண்டு எல்லாரையும் உள்ளே கூட்டிச் சென்றார்.

10

கல்யாண 'தடபுடல்'

இதுநிற்க, மணவறையிலிருந்த ஸ்ரீநிவாசன் தனக்குக் கல்யாணம் நடக்கிறதென்பதை நினைத்துத் தன் மனதுக்குள் பெருமைப்பட்டது இவ்வளவு அவ்வளவு என்பதில்லை. தன்னருகில் ஒரு லட்சணமான பெண் தன் மனைவியாக உட்கார்ந்திருப்பதை நினைக்க அவனுக்கு உள்ளம் பூரித்தது. புதிதாய் பட்டாபிஷேகமாகும் ராஜகுமாரனுக்குக் கூட அவ்வளவு சந்தோஷமும் கர்வமும் இருக்காது. அவன் தன் ஆசனத்தில் கம்பீரமாய் கொஞ்சம்கூட முதுகை வளைக்காமல் நிமிர்ந்தபடியே உட்கார்ந்தான். அங்கவஸ்திரத்தை இழுத்து இழுத்து அடிக்கடி சீர்திருத்திக்கொண்டான். தன் வலது கையால் முகவாய்க் கட்டையைப் பலமுறை தடவினான். அடிக்கடி தொண்டையைத் திருத்திக்கொள்பவனைப்போல் கர்ச்சித்து இருமினான். சில வேளை

தன் இரண்டு கைகளாலும் முழந்தாளைக் கட்டிக்கொண்டு யானை ஆடுவதுபோல் மெதுவாய் ஆடினான். சிலவேளை தன் விரல்களால் கீழே வெகு விரைவாய் இங்கிலீஷில் எழுதினான். ஒவ்வொரு வேளை தன் முகத்தைத் தன்னருகிலிருந்த சுப்பராயனை நோக்கி அழகாய்த் திருப்பிக்கொண்டு சில சில வார்த்தைகளை இங்கிலீஷில் பேசினான். ஹோமம் செய்யும்போது புகையுடன் பழகாத தன் கண்களில் ஜலம்வர அதை அங்கவஸ்திரத்தால் துடைக்காமல் தன் விரலால் சுண்டி எறிந்துகொண்டு, சுப்பராயனை நோக்கி தன் பெண்டாட்டி காதில் பட 'ஆநந்தபாஷ்பம்' என்று சொல்லிக் கொண்டான். ஏதோ புதுமையைக் கண்டவன் போல அடிக்கடி புன்சிரிப்புச் சிரித்தான். நேற்று வரையில் வேஷ்டி கூடச் செவ்வையாய் உடுத்தத் தெரியாத பையன் இன்று பாராட்டிக் கொண்ட பெருமையைப் பாருங்கள்! ஒருவேளை நாமும் நம்முடைய கல்யாணத்தில் இப்படித்தான் இருந்திருப்போம். மேலும் ஸ்ரீநிவாஸன் குழந்தைதானே!

மகாகனம் பொருந்திய மகா ௱௱ ஸ்ரீ ஸ்ரீநிவாஸ அய்யர் அவர்கள் தமது ஆசனத்தில் இவ்வாறு வீற்றிருக்க, குழந்தை லட்சுமி உடல் உடுங்கி தலைகுனிந்து அவரிடமிருந்து ஒரு முழத்துக்கப்பால் தங்கத்தின் வார்த்த பிரதிமைபோல் அசைவற்று அமர்ந்திருந்தாள். அவள் அகமுடையானை அவள் இன்னும் செவ்வையாய்ப் பார்க்கவில்லை. அவள் சபைக்கு வரும்போது ஸ்ரீநிவான் உட்கார்ந்தது ஏதோ ஒரு ஜோதி போல் அவளுக்குத் தோன்றியதைத் தவிர அவனுடைய உருவத் தையும் முகத்தையும் அவள் இன்னும் சரியாய்ப் பார்க்கவில்லை. ஒருவருமறியாமல் கடைக்கண்ணால் அவனைக் கொஞ்சம் பார்த்து விட இஷ்டந்தான். ஆனால் எல்லோரும் தன்னைக் கவனித்துக் கொண்டிருந்ததாக அவளுக்குத் தோன்றியதால் அவள் அப்படிச் செய்யக்கூடக் கூசினாள். ஸ்ரீநிவாசனாவது இவளைப் பார்த்தானா! அதுவுமில்லை. அவனுக்கு ஸ்திரீகளைக் காட்டிலும் பத்துப் பங்கு அதிக நாணம். அவளைப் பார்க்க அவனுக்கு ஆசை பூரணமாயிருந்தது. ஆனால் நீக்கமுடியாத கூச்சம் குறுக்கிட்டது. இவர்கள் நிலைமை இப்படியிருக்க தாடகை குப்பியின் கூக்குரல் கேட்டது. உடனே ராமண்ணா வாத்தியாரையும் மற்றும் சிலரையும் தவிர எல்லாரும் வெளியே போய்விட்டார்கள். ராமண்ணா வாத்தியாரும் வாசல் வரையில் போய்க் கூக்குரலின் காரணத்தையறிந்து 'இந்தக் கெட்ட முண்டைக்கு சாங்காலம் வரவில்லையே! முண்டையை கண்டம் கண்டமாக வெட்டி விட்டால்தான் என்ன' என்று முணுமுணுத்துக் கொண்டு திரும்பிவிட்டார். குழந்தை லட்சுமியோ திடீரென்று உண்டான சப்தத்தைக் கேட்டு வேடர்களுடைய கொம்பு வாத்தியத்தைக் கேட்ட மான்போலத் திடுக்கிட்டு நடுங்கினாள். இதற்குள் ஸ்ரீநிவாசன் நடக்கும்

சங்கதியையறிந்துவர சுப்பராயனையனுப்பிவிட்டு வாத்தியாரைப் பார்த்து கம்பீரமாய், 'தாத்தா, அங்கே என்ன விசேஷம்' என்று கேட்டுவிட்டு, 'இந்த அற்ப விஷயந் தவிர வேறொன்றுமில்லையே' என்று வெகு இலக்கணமாய் மறுமொழி சொன்னான். வாத்தியார் மறுமொழியைக் கேட்ட லட்சுமி மனந்தெளிந்து கூட்டம் நீங்கினதை ஒரு பெரிய பாரம் நீங்கினதுபோல் உணர்ந்து பெருமூச்செறிந்து தன் தலையைக் கோதுபவள்போல சற்று நிமிர்ந்தாள். ஸ்ரீநிவாசன் கூட்டம் திரும்புமுன் தன் மனைவியை எப்படியாவது பார்த்துவிட வேண்டு மென்ற ஆசையுடன் தூணைப் பார்ப்பவன் போலவும், சுவரைப் பார்ப்பவன் போலவும், விட்டங்களைப் பார்ப்பவன் போலவும் கொஞ்சம் கொஞ்சமாய் லட்சுமியைப் பார்க்கத் துணிந்தான். இப்படி இவன் கள்ளத்தனமாகப் பார்க்கும்போது, தலையைக் கோதுவது போல் பாவனை பண்ணிக்கொண்டு இவனுடைய அழகை ஜாடையாய்க் கண்டு அடங்காத ஆனந்தத்துடன் மிருதுவாக மந்தகாசம் செய்து கொண்டு தன் கண்களை இவனுடைய அழகான மேனியினின்றும் பறிக்க மாட்டாமல் லட்சுமி பார்த்துக் கொண்டிருக்க தற்செயலாய் இவ்விருவர் கண்களும் ஒரு இமைப்பொழுது சந்தித்தன. அப்படிச் சந்தித்த உடனே லட்சுமி தலைகுனிந்துவிட்டாள். அவள் முகம் வியர்த்தது; கைகால் பதறின; உடல் மயிர்க்கூச்செறிந்தது. காலையில் இளஞ்சூரியனைப் பார்த்த கண்களுக்கு எப்படிச் சற்று நேரத்திற்கு எங்கே பார்த்தாலும் சூரியனாகத் தோன்றுமோ அதுபோல லட்சுமியின் கண்களுக்கு கொஞ்ச நேரத்திற்குத் தன் புருஷனுடைய செந்தாமரை போல் மலர்ந்த முகமும் அழகிய கம்பீரமான பார்வையுமே எங்கும் தோன்றி விளங்கியது. அவ்வாறு தோன்றுந்தோறும் அவள் சந்தோஷத்தால் உடல் பூரித்தாள். ஸ்ரீநிவாசனுக்கு உண்டான ஆனந்தத்திற்கு அளவு இல்லை. அவனுடைய கண்கள் தேனுண்ட வண்டுகள் போலச் சந்தோஷத்தால் சலித்து அவனுடைய மனக்களிப்பை வெளிப்படுத்தின. லட்சுமியின் இனிமையான முகத்தில் புஷ்பித்த மெல்லிய மந்தஹாஸமும், 'கஞ்சத்தினளவிற்றேனும் கடலினும் பெரிய கண்கள்' என்ற லட்சணத்திற்குப் பொருந்திய அவளுடைய விசாலமான கண்களும் இவன் உள்ளத்தை அடிமைப்படுத்தின. 'என்ன அன்பு! என்ன அன்பு! என்னைப் பார்த்து அவள் சிரித்த சிரிப்பு ஒன்று போதாதா?' என்று அவன் நினைக்குந் தோறும் அமிர்தம் உண்டவன் போல சந்தோஷமடைந்தான். இவ்வாறு இருவரும் பரஸ்பர தரிசன ஆனந்த வெள்ளத்தில் மூழ்கித் தங்கள் தங்கள் நிலைமை தெரியாது மயங்கியிருந்தார்கள்.

இதற்குள் குப்பிப்பாட்டியின் திருக்கூத்து முடிந்து எல்லோரும் திரும்பிவிட்டார்கள். ஆதலால் பெண்ணும் மாப்பிள்ளையும் மறுபடி ஒருவரையொருவர் பார்த்துச் சந்தோஷிக்க சமயம் வாய்க்கவில்லை.

ஆனால் லட்சுமி தன் கழுத்தில் நூதன காந்தியுடன் விளங்கும் திருமாங்கல்யத்தை அடிக்கடி தொட்டுத் தொட்டுப் பார்த்துக்கொண் டிருந்தாள். அதை ஜாடையாய்க் கண்ட ஸ்ரீநிவாசன் தன் மேலுள்ள அன்பை அவள் அவ்விதம் வெளியிட்டாளென்றும் அதைத் தொடும் போதெல்லாம் அதற்கு மெதுவாய் அவள் ஒரு முத்தம் கொடுத்தாள் என்றும் நினைத்துக் கொண்டான். அது உண்மையோ அல்லவோ என்பது எனக்குத் தெரியாது. ஆனால் அது முதல் ஸ்ரீநிவாசன் தன்னுடைய இரட்டை பூணூலையும் பஞ்சகத்தையும் அடிக்கடி கோதிவிட்டுக் கொண்டான் என்பது வாஸ்தவம். அதுவுமன்றி ஆசிர்வாதம் முடிந்து எழுந்திருக்கும் தருணத்தில் முன் ஒருவரிட மிருந்து ஒருவர் ஒரு முழதூரந் தள்ளியிருந்த தம்பதிகள் இப்பொழுது எப்படியோ ஒரு சாண் தூரத்திற்குள்ளாக வந்துவிட்டார்கள். கடைசி யாக எழுந்திருந்தபோது ஸ்ரீநிவாசன் தன் அங்கவஸ்திரத்தைச் சரியாகத் தரித்துக்கொள்பவன்போல், வேண்டுமென்றே லட்சுமியின் மீது மெதுவாய் வீசியதை அவ்விருவரையும் சலியாத கவனத்துடனும் அடங்காத சந்தோஷத்துடனும் பார்த்துக்கொண்டிருந்த சுப்பராயன் கண்டான்.

அன்று சாயந்திரம் வழக்கப்படி கூடிய வம்பர் மகாசபையில் சுப்பம்மாள், 'என்ன புள்ளை (பிள்ளை) அணிப்புள்ளை தென்னம் புள்ளை, கொழுந்தைகளியுந்தால் முத்துசாமியாத்து மாப்புள்ளையைப் போல இயுக்கவேணும். இல்லாவிட்டால் அதுக்கு பியக்கவே பிடாது' என்று (பாணினியில்கூட இல்லாத* "ரயயோரபேத" என்ற சூத்திர விதிப்படி) வெகு கண்டிப்பாய் உத்தரவு செய்தருளினாள். உடனே நாகு 'ஏன் பொண்ணுக்குத்தான் என்ன! பொண் இன்னாப்பிளே நன்னாயில்லையோ' என, வேம்பு 'என்னைக் கேட்டால் மாப்பிள்ளையை விட பொண்ணு கல்யாணி (லட்சுமி) மூக்கும் முழியும், அவள் சிரிக்கிறது ஒன்று போதாதா' என்றாள். உடனே சுப்பு ஆவேசம் வந்தவள்போல் கைகளை வீசி 'இந்தா, அதெல்லாம் எனக்குத் தெரியாது. பொண்ணும் மாப்புள்ளையும் நன்னாப் பொயுந்திக்கையாயியுக்கு. இந்தா அவாத்திலே பண்ணினாளே பனமயம்போலே மாப்புள்ளையும் மயப்பாச்சிபோல பொண்ணும்' என்றாள்.

எதார்த்தத்திலேயே ஸ்ரீநிவாசனுக்கு லட்சுமி அழகில் குறைந்த வளில்லை. அவளுடைய அழகாயமைந்த அங்கங்கள் செவ்வையாய் சுருதி கூட்டிய வீணையின் தந்திகள் தனித்தனி தங்கள் நாதத்தை தொனிக்கிறதுமன்றி மற்ற தந்திகளுடைய நாதத்தையும் எப்படி சோபிக்கச் செய்கின்றனவோ அதுபோலத் தனித்தனி தத்தம் அழகால்

---

* ரய்யோ: x அபேத; = ரகரத்திற்கும் யகரத்திற்கும் பேதமில்லை.

விளங்கியதும் தவிர மற்றுள்ள அங்கங்களின் அழகையும் எடுத்துக் காட்டின. தெய்வீகப் புலவர்களாகிய கம்பர் முதலியோருடைய கவிகளில் எப்படி உள்ள பதத்தை எடுத்து வேறு எந்தப் பதம் போட்டாலும் ரசம் குறைந்து போகுமோ அதுபோல லட்சுமியினுடைய அங்கங்களில் எதையும் சிறிது மாற்றினாலும் அழகுக்குக் குறைவே தவிர விருத்தி கிடையாது. 'கழுத்து சிறிது நீண்டிருந்தால் நன்றாகயிருக்கும்' 'கால் சிறுது குறிகிக் கை சிறிது பெருத்திருந்தால்', என்றிப்படி ஆல் உம் என்ற விகுதிப் பிரயோகங்களுக்கு இடம் கிடையாதபடி அவளுடைய அங்கங்களினமைப்பு அவ்வளவு அழகாயிருக்கும். ஸ்ரீநிவாசனுடைய உருவத்தில் சரீர அமைப்பைக் காட்டிலும் மிருதுத்துவமும் பளபளப்புமே முக்கியமாய் விளங்கின. சங்கீதத்தில் தியாகய்யர் கிருதிக்கும் இங்கிலீஷ் நோட்டுக்கும் என்ன வித்தியாசமோ அந்த வித்தியாசந்தான் இவ்விரு வருடைய சரீரங்களுக்கும் இருந்தது. அவர்களுடைய முகலட்சணத்திலும் இவ்வித வித்தியாசங்களிருந்தன. ஸ்ரீநிவாசன் பேசும்போது அவன் கண்ணின் ஒளி, பார்ப்பவர்களுக்கு பளீர் பளீர் என்று விட்டுவிட்டுப் பிரகாசிக்கும் மின்னல் ஞாபகத்தை உண்டு பண்ணும், லட்சுமி பேசும்போது அவளுடைய முகக்குறி அடிக்கடி அழகாய் மாறுவது, தகதகவென்று பலவிதமாய்ப் பிரகாசிக்கும் வயிரக்கல்லை ஞாபகப் படுத்தும். அவள் பேசும்போது அவளுடைய கைகால் செய்யும் அபிநயத்தாலும் முகத்தில் உண்டாகும் வேறுபாடாலும் தூர நிற்பவர்கள்கூட அவள் கருத்தை அறியலாம். அவளுடைய உயர்ந்த உதடுகளும் விசாலமான கண்களும் எவ்வளவு துன்பம் வந்தாலும் பாராட்டாது சஹிக்கக்கூடிய திட சித்தத்தையும் பொறுமையையும் காட்டி நின்றன. துள்ளித் துள்ளி விழும் மீன்கள் போலச் சலிக்கும் அவளுடைய கண்களும், அவளுடைய கன்னங்களில் உண்டாகும் சுழிகளும், அவளுடைய அழகான பல்வரிசையும் அவள் முகத்திற்கு ஓர் அபூர்வமான வசீகர சக்தியை உண்டு பண்ணின. அவளுடைய கண்களின் தோற்றம் வெகு அரிதான குளிர்ச்சியையும் மிருதுத் தன்மையையும் உடையதானாலும்,தேவையான காலத்துக் கண்டோரைக் கலக்கத்தக்க 'உடலினுயிரையு முணர்வையு நடுவுபோயுருவு மதர்விழி' என்ற லட்சணத்திற்குப் பொருந்திய ஒரு கூர்மையான பார்வையும் அவைகளுக்கு உண்டென்று நினைக்க இடமிருந்தது. ஸ்ரீநிவாசனுடைய முக அழகு வேறுவிதம். அவனது உயர்ந்த மண்டையும், உருண்டை முகமும், விசாலமான நெற்றியும் அவனுக்கு ஒருவித கம்பீரமான தோற்றத்தையும் கொடுத்தன. அவனது சற்றுக் கீழ் நோக்கிய கண்களும், சிறிது முன்னேவந்து ஒன்றின் மேல் ஒன்றாய்ப் படிந்திருக்கும் அவன் உதடுகளும் சாந்தத்தையும், சிற்சில சமயங்களில் சோர்வையும் உணர்த்தின. ஆனால் அவனுடைய கூர்மையான மூக்கும், ஓயாது

சலிக்கும் கண்களும் அவனுடைய முகத்தில் மந்தமான தோற்ற மென்பதே இல்லாமல் நீக்கி, அவனுடைய தீட்சண்யமான புத்தியையும் மனோகரமான சுறுசுறுப்பையும் ஹிருதயபூர்வமான உற்சாகத்தையும் பிரகாசிக்கச் செய்தன.

'ஓங்குமலைக்காட்டி னுள்ளிருந்து தூங்காமல்
தூங்குசப்ர மஞ்சமிசைத் தூங்கு நவரசத்தே
மொய்த்தமலைக்காட்டு முள்ளு டலையாமல்
மெத்தையின் மேலேறி விளையாடுந் தோகைமயில்'

என்றிப்படி எவ்விதம் வர்ணித்தாலும் போதாத அழகு பொருந்திய லட்சுமியும் அவளுக்காகவே சிருஷ்டி செய்யப்பட்டவன்போல் தோன்றிய 'சித்திரத்தும் எழுதொணா வனப்பினனாகிய' (சித்திரத்தில் கூட எழுதமுடியாத அழகையுடைய) ஸ்ரீநிவாசனும் மணவறையில் உட்கார்ந்திருந்த கண்கொள்ளாக் காட்சியைக் கண்டு சந்தோஷியாத வர்கள் கிடையாது. இவர்கள் 'நலங்கு' இட்டதும், தேங்காய் உருட்டிப் 'பூலாச்செண்டு' ஆடியதும் வெகு நேர்த்தியாயிருந்தன. ஸ்திதிகள் எல்லாரும் ஸ்ரீநிவாசனுடன் பேசுவதை ஒரு பெரிய ஆனந்தமாய் நினைத்தார்கள். சற்றேறக்குறைய அவன் வயதுள்ள பெண்கள் மனதில் கொஞ்சங்கூடக் களங்கம் இல்லாமல் அவனுடன் பரிகாசம் செய்து விளையாடினார்கள். விசாலாட்சி என்ற ஒரு பெண் அவனைப் பார்த்து 'மாப்பிள்ளைக்கு ஆனாலும் இவ்வளவு கர்வம் ஆகாது, என்று சொல்லிவிட்டு இடி இடி என்று சிரித்தாள். சுப்புலட்சுமி என்ற பெண் 'அப்படிச் சொல்லாதேயடி, என்னம் மங்காளகமுடையான் நிரம்ப சாது. அடித்தால் கூட அழத் தெரியாது' என்றாள். பாகீரதி அவன் முதுகில் அப்பளம் உடைத்தாள். காவேரி அவனுடைய ஜடை சிங்காரத்தைப் பற்றியிழுத்தாள். காமாட்சி 'என்னத் தங்காள் அகமுடையானுக்குப் பெண் வேஷம் போட்டால் நன்றாயிருக்கும்' என்றாள். இவ்விதமாக எல்லாப் பெண்களும் ஏதாவது உறவு கொண்டாடிக்கொண்டு இவனைப் பரிகாசம் செய்தார்கள். முதலில் சுப்பராயன் கூட இருக்கும்போது கொஞ்சம் கூச்சப்பட்டார்கள். வர வர அவனிருந்தாலும் சட்டைப் பண்ணுவதில்லை.

மூன்றாம் நாள் கலியாணத்தன்று ஸ்ரீநிவாசன் ஔபாசனம் பண்ணிக்கொண்டிருந்தபொழுது கோதாவரி என்ற பெண் சந்தடி செய்யாமல் பின் பக்கம் வந்து ஒரு சுருக்கிட்ட கயிற்றால் அவனுடைய தலைப்பின்னலுக்கும் லட்சுமி தலைப்பின்னலுக்கும் முடிச்சுப் போட்டு விட்டாள். ஔபாசனமானவுடன் நடந்த சேஷ்டையையறிந்த ஸ்ரீநிவாசன் முடிச்சை அவிழ்க்க எத்தனித்தான். அதற்குள் நாலைந்து பெண்கள் கூடி லட்சுமி கையைப் பற்றி வீட்டின் உள்பக்கம் இழுக்க, ஸ்ரீநிவாசன்

முடிச்சை அவிழ்க்கக் கூடாததுமன்றி அவனும் உள்ளே இழுக்கப் பட்டான். அவன் அதைத் தடுக்க என்ன முயன்றும் முடியவில்லை. அந்த விளையாட்டுப் பெண்கள் சுண்டிச் சுண்டி இழுக்கும்போது அவன் லட்சுமிமேல் மெதுவாய் பலமுறை தாக்க நேரிட்டது. இவ்விருவரும் இப்படி ஒருவர் மேல் ஒருவர் படும்போது எல்லாரும் கொல் என்று சிரித்தார்கள். இதற்குள் ஏகக்கூட்டம் கூடிவிட்டது. வந்த பெண்டுகளாவது முடிச்சை அவிழ்த்தார்களா? அதுவும் இல்லை. எல்லாருமாய் 'அப்படித்தான் இழு. இந்தா இந்த உள்ளே இழுத்து இருவரையும் விட்டுக் கதவைச் சாத்திப்போடலாம், இங்கு, அகப்பட்டுக் கொண்டாரையா விட்டலபட்டர், அகப்பட்டுக் கொண்டார்! என்றிப்படிக் கூவினார்கள். சில ஸ்திரீகள் ஸ்ரீநிவாசனைச் சுற்றி 'மாப்பிள்ளை' மாப்பிள்ளை, மண்ணாங்கட்டி தோப்பிலே...' என்று குதித்துப் பாடினார்கள். ஒருத்தி பின்புறமாக வந்து அவன் முகத்தை ஏறிட்டுப் பார்த்து 'மாப்பிள்ளை அழாதேயுங்கள், வேண்டாம், இதற்காக அழுவார்களா' என்றாள். இன்னொருத்தி 'விட்டுவிடுங்கடி பாவம் அழுகிறான், குழந்தை, கோந்தை' என்றாள். மற்றொருத்தி 'சிரி ஒக்கச் சிரித்தார்க்கு வெட்கமில்லை. பொம்மனாட்டிகளை மீறிக் கொண்டு போக முடியவில்லை. சிரிப்பு வேறேயா!' என்றாள். இன்னொருத்தி 'மாப்பிள்ளை வேஷ்டியைப் பார் அத்தைப்பாட்டி புடவைபோல' என்றாள். இவர்கள் இப்படிப் பரிகாசம் செய்தது ஸ்ரீநிவாசனுக்கு சகிக்க முடியவில்லை. ஆயினும் அத்தனை அழகான யௌவன பருவமான பெண்கள் இவ்வளவு உல்லாசமாய் அவனுடன் விளையாட அவனுக்குக் கோபம் வருமா? கோபித்துக் கொள்பவன் போல் பலமுறை பாவனை பண்ணினான். அதற்கு அவர்கள், 'கோபித்துக்கொள்ளத் தெரிந்தால் கோபித்துக்கொள்ள வேணும், இல்லாவிடில் சும்மாயிருக்க வேணும்' என்று சொல்லிச் சிரிக்க, அவனும் சிரித்துக்கொண்டு அவர்களுக்குச் சரியாக விளையாட ஆரம்பித்தான். நாலாபக்கமும் அந்தப் பெண்களைத் துரத்திக்கொண்டு 'நின்று குத்திக்காளை' போலப் பாய்ந்தான்; அவர்களைத் திருப்பி கேலி பண்ணினான். ஒருத்தியைப் பார்த்து 'இரு இரு உன் அகமுடையானிடம் சொல்லுகிறேன் இரு' என்றான். இன்னொருத்தியைப் பார்த்து 'அதோ பார் அதோ பார், உன்னகத்துக்காரர் வந்துவிட்டார்' என்றான். அவன் வெள்ளிப் பஞ்சபாத்திரத்தைக் கையில் ஓங்கிக் கொண்டு மார்பில் யோகவேஷ்டி தரித்து அரையில் அலங்காரமாய் பஞ்ச கச்சம் உடுத்தி, குதித்துக் குதித்து ஓடியதும், அந்த அற்புத யௌவன பருவமுள்ள பெண்கள் பாதசரம் குலுங்கக் குலுங்க, கலீர் என்று மெட்டிகள் சப்திக்க, 'விற்றவழ வாணிமிர மெய்யணிகள் மின்ன சிற்றிடை நுடங்க வொளிர் சீரடி பெயர்த்து' அவனைச் சுற்றி ஓடி

விளையாடியதும் ஒரு மின்னரசை பளீர் பளீர் என்று பாயும். பல மின்னல் சூழ்ந்ததுபோல வெகு அழகான நேத்திரோற்சவமா யிருந்தது. இவ்விதம் ஸ்ரீநிவாசன், குழந்தை கிருஷ்ணன் ஆயர்பாடியில் கோபிகா ஸ்திரீகளுடன் விளையாடியதுபோல் விளையாடிக் கடைசியில் 'அந்த உள்ளுக்குத்தானே போகவேணும் என்கிறீர்கள்; நானே போகிறேன், நீங்கள் விட்டுவிடுங்கள்' என்று சொல்லி லட்சுமியைப் பார்த்து உரக்க 'அந்த உள்ளுக்குப் போகலாம் வா' எனவே, எல்லாரும் 'பெண்டாட்டி யோடு பேசினான், வெட்கமில்லாமல் பெண்டாட்டியோடு பேசினான்' என்று விழுந்து விழுந்து சிரித்தார்கள். இதற்குள் தற்செயலாய் ராமண்ணா வாத்தியார் வந்தார். வந்தவுடன் ஸ்ரீநிவாசன் அவரைப் பார்த்து முடிச்சை அவிழ்க்கச் சொல்ல, அந்தப் பெண்கள் அவருக்கு முடிச்சவிழ்க்கத் தெரியாது. (முடிச்சவிழ்க்கி என்றால் திருடனென்றும் அர்த்தம்.) தாத்தா 'அவிழ்த்தீரா பார்த்துக்கொள்ளும்! தொந்தி பத்திரம்! என்று சொல்லி அவரை முடக்கிவிட்டார்கள். நெடுநாள் சிரமப்பட்டு சம்பாதித்த தொந்தியை இழக்க அவருக்கு இஷ்டமில்லை. கொஞ்ச நேரத்திற்கெல்லாம் முத்துஸ்வாமி அய்யரே வந்துவிட்டார். அவர் வந்தவுடனே நடக்கும் சங்கதியை கிரஹித்துக்கொண்டு ஸ்ரீநிவாசனுடைய குணத்தைக் கண்டு மகிழ்ந்து அவனிடம் வந்து முடிச்சை அவிழ்க்கவே, அந்தப் பெண்கஎெல்லாம் 'அவிழ்க்காதேயுங்கள் மாமா, அவிழ்க்காதேயுங்கள் அப்பா' என்று சொல்ல, அவர் சிரித்துக் கொண்டு 'பொல்லாத குட்டிகள் அம்மா; பொங்கல் சாப்பிட வேண்டாமா, நாழிகையாகவில்லையா? பலமா போட்டிருக்கிறாள் முடிச்சை, யாரடி போட்டது' என்று சொல்லிக்கொண்டே முடிச்சை அவிழ்த்துவிட்டார். உடனே ஸ்ரீநிவாசன் தன் ஜாகைக்குப் புறப்பட்டான். அந்தப் பெண்கள் 'அறுத்துவிட்டதும் கழுதை எடுத்துவிட்டதாம் ஓட்டம்' என்று சொல்லிக்கொண்டு அவனை வாசல்வரை துரத்திவிட்டு உள்ளே சிரித்துக்கொண்டு ஓடினார்கள்.

அன்று மத்தியானம் சாப்பாடான பிறகு ஸ்ரீநிவாசன் சுப்பராயனுடன் பேசிக்கொண்டிருக்கும்பொழுது திடீரென்று ஒரு பெண் ஓடிவந்து 'இந்தா உன் பெண்டாட்டி காகிதம் கொடுத்தாள்', என்று சொல்லி, ஒரு கடிதத்தை அவன் மடியில் போட்டுவிட்டு ஓடி விட்டாள். அதை அவன் வெகு ஆவலுடன் எடுத்தான். அது முரட்டுக் காகிதத்தில் எழுதப்பட்டிருந்தது. வரிகள் வெகு கோணலாயிருந்தது மின்றி எழுத்துக்கள் விகாரமாயும் பிழையாயுமருந்தன. அதில் அடியில் வருகிறபடி எழுதப்பட்டிருந்தது:-

நீ இன்னிக்கு வெடிகாலம் அப்படித்தா நா எம்மேலே இடிக்கரது; அப்போது இடிச்சது எனக்கு இன்னம் வலிக்கிறது. அழுகை கூட

வருது. பொம்மனாட்டி குட்டிகளை துமுரிக்கிண்டு ஓடப்படாட்ட எந்நை இடிக்கச் சொல்லிருக்கோ. இனிமே அப்படி இடிக்கப்படாது, எல்லா குட்டிகளுக்கும் எதெரக்க என்னோடு பேசலாமா, சீ இது எந்ந லெட்சைக்கூத்து - கல்யாணி (லட்சுமியின் மறுபெயர்).

இந்தக் கடிதத்தை ஸ்ரீநிவாசன் பார்த்தவுடன் அவனுக்கு ஒன்றும் சொல்லத் தோன்றவில்லை. அவன் கண்கள் கோபத்தால் சிவந்தன, உதடுகள் படபடவென்று துடித்தன. கைகள் பதறின. இப்படிச் சிறிது நேரம் மௌனமாயிருந்து பிறகு பெருமூச்சுவிட்டு சுப்பராயனைப் பார்த்து 'இதைப் பார்த்தாயா' என்று சொல்லி அவன் கையில் கடிதத்தை எறிந்தான். ஸ்ரீநிவாசன் படிக்கும்போதே கூடப்படித்த சுப்பராயன் மறுபடியும் அதைப் படித்துவிட்டு 'என்ன ஆச்சரியமா யிருக்கிறது. என்ன தைரியம்' என்றான். ஸ்ரீநிவாசன் 'தைரியமட்டுமா, 'நீ' யாம் 'நீ', 'நீங்கள்' என்று கூட எழுதக்கூடவில்லை. வயது போதாது. அவள் என்ன பண்ணுவாள். ரொம்ப பலமாய் இடித்துவிட்டேன். அவளாயிருக்கக் கண்டு பொறுத்தாள்? (கடிதத்தை வாங்கிக்கொண்டு) அழுகை வருகிறதாம். அழு, உன்னைக் கல்யாணம் பண்ணியதற்காக உன்னைக் காட்டிலும் எனக்கு அதிகமாய் அழுகை வருகிறது' என்றான்.

சுப்பராயன் : 'அவள்தான் எழுதியிருப்பாள் என்று நினைக் கிறாயா?'

ஸ்ரீநிவாசன் : 'அவள் எழுதாமல் வேறே யார் எழுதப் போகிறார்கள். என்ன தைரியம். நான் அவள் கையைப் பிடிக்குமுன் அவள் என் கையைப் பிடிக்கிறாள். எவ்வளவு துணிவு என்கிறாய்! யாரார் எவ்வளவு கொடுத்து வைத்திருக்கிறார்களோ அவ்வளவுதான் கிடைக்கும் ஆசைப்பட்டால் பிரயோசனமென்ன?'

சுப்பராயன் : 'சே! அவள் எழுதியிருக்கமாட்டாளடா. கம்ப ராமாயணம் முதல் வாசித்தவளுடைய எழுத்து இப்படியா இருக்கும், குட்டிகள் யாரோ இந்த சேஷ்டை பண்ணியிருக்கிறார்கள். நான் சொன்னேன் என்று பாரேன்.

ஸ்ரீநிவாசன் : நல்லது இருக்கட்டும். லச்சைக் கூத்தா. அப்படியா! என்னைப் பார்த்தால் பொருட்டாய்த் தோன்றவில்லை.

சுப்பராயன் : என்ன! நிச்சயமாய் அவள் இதை எழுதவில்லை யென்று நான்தான் சொல்லுகிறேனே. அவள் முகத்தைப் பார்த்தாலே தெரியவில்லை? குட்டிகள் யாரோ எழுதியிருக்கிறார்கள். அப்புறம், தன்னைப் போலத் தெரியும். நீதான் அவளைக் கேளேன்.' என ஸ்ரீநிவாசன் 'இன்னும் அவளுடன் பேசிவிடவும் வேண்டுமோ? என்று

கண்ணீர்விட ஆரம்பிக்கவே, சுப்பராயன் அவனைத் தேற்ற அவன் தேறியிருந்தான். மறுநாளும் அன்று போலவே எல்லாப் பெண்களும் அவனுடன் உல்லாசமாய் விளையாடினார்கள். அவன் தூங்கிக் கொண்டிருக்கும்போது அவன் நெற்றியில் சுண்ணாம்பையும் விளக்கெண்ணெயையும் குழைத்து நாமம் போட்டுவிட்டு அவன் இலையில் உட்கார்ந்து பரிஷேசனம் செய்யும்வரை வாயை மூடிக் கொண்டிருந்து பிறகு எல்லாரும் கொல்லென்று சிரித்துப் பரிகாசஞ் செய்து விளையாடினார்கள். ஆனால் ஒருவராவது நெடுநேரம் காகித சங்கதியைப் பற்றிச் சொல்லவேயில்லை. அது ஸ்ரீநிவாசனுக்கு ஒரு விதத்தில் வருத்தத்தை உண்டுபண்ணினாலும் அவர்களுக்கு அந்த அசந்தர்ப்பமான கடிதம் காட்டப்படவில்லையென்ற எண்ணம் அவனுக்கு சிறிது ஆறுதலைக் கொடுத்தது. பிறகு அவர்களே எழுதினார்களென்ற சங்கதி வெளியாய்விட்டது.

மறுநாள் ஸ்ரீநிவாசன் சாப்பிடும்போது, சிற்சிலர் தவிர ஏறக்குறைய எல்லாப் பெண்களும் ஒருமித்து நின்றாலும் அவனுடன் ஒருவராவது பேசவில்லை. அதில் ஏதோ விசேஷமிருக்கிறது என்று, கொஞ்சம் மனதில் பயமிருந்தாலும் விளையாட்டாய்க் கேட்பவன்போல் 'ஏது, இன்றைக்கு என்னம்மங்காள் முதலிய எல்லோரும் பேசாமடந்தையா யிருக்கிறது?' என, ஒருத்தி 'உன்னுடன் என்ன விளையாட்டு: நாளைப் பொழுது விடிந்தால் நீ எங்கேயோ நாங்கள் எங்கேயோ?' என்றாள். மற்றொருத்தி 'நீதான் எங்களையெல்லாம் விட்டுவிட்டு ஊருக்கு போகிறாயே, உன்னுடன் என்ன பேச்சு வைத்திருக்கிறது' என்றாள். மற்றொருத்தி பெருமூச்செறிந்து 'இந்த இரண்டு மூன்று நாளும் எவ்வளவோ சந்தோஷமாய் விளையாடிவிட்டு நாளை எப்படிப் பொழுதுபோகும் என்று இப்பொழுதே ஏக்கமாயிருக்கிறது. இவ்வளவு தான், எத்தனை நாள்தான் சந்தோஷமாயிருக்கிறது! என்றாள். இப்படி எல்லாரும்தான் ஊருக்குப் போகிற விஷயத்தைக் குறித்து உண்மையான விசனத்தை வெளியிட, ஸ்ரீநிவாசனுக்குச் சாப்பிட்டுக் கொண்டிருக்கும் போதே தன்னையறியாமல் கண்களில் ஜலம் வந்துவிட்டது. அடக்க அடக்க அதிகமாய் விசனம் மேலிட்டது. அவன் கண்ணீர் விட்டதைப் பார்த்து அவனுடன் விளையாடின ஸ்திரீகள் எல்லோரும் விம்மி விம்மி அழ ஆரம்பித்தார்கள். அங்கிருந்த கிழவிகளில் சிலர் 'நன்றாயிருக்கிறது கல்யாணமுமிதுவுமா அழுகிறதைப் பாரடி, அடி பைத்தியக்காரக் குட்டிகளா' என்று கோபிக்க, அவர்கள் ஒருவர் ஒருவராய் முகத்தில் துணிபோட்ட வண்ணமாய் அந்த இடத்தை விட்டுப் போய்விட்டார்கள். ஸ்ரீநிவாசனும் சாதத்தை அப்படியே வைத்துவிட்டு மூக்கைச் சிந்திப் போட்டு கண்ணைத் துடைத்துக்கொண்டு வெளியே சென்றான்.

கல்யாண விமரிசையைப் பற்றி விஸ்தரிப்பதனாவசியம். ஜனங்கள் காலை மாலை வெளியே போகும்போது வரும்போதெல்லாம் 'இவ்வளவு சிறப்பான கல்யாணம் கண்டதுமில்லை கேட்டதுமில்லை யப்பா. அடடா பேஷ். என்ன விமரிசை, என்ன விதரணை என்று கொண்டாடிய வண்ணமாய் இருந்தார்கள். அந்தப் பிரபஞ்ச முழுவதும் முத்துஸ்வாமி அய்யருடைய கீர்த்திமயமாயிருந்தது. நாலைந்து டிப்டி கலெக்டர்கள், பத்துப் பதினைந்து தாசில்தார்கள், இருபது முப்பது சிரஸ்ததார்கள், நாற்பதைம்பது ஸப் மாஜிஸ்ட்ரேட்டுகள், நூறு நூற்றைம்பது கோர்ட்டு உத்தியோகஸ்தர்கள், இருநூறு முந்நூறு குமாஸ்த்தாக்கள், ஐந்நூறு அறுநூறு வைதிகர்கள் என்றிவ்விதம் ஆயிரக்கணக்காய் நானாவித ஜனங்களும் கூடியிருந்தார்கள். முன்னமே சொல்லப்பட்ட பெரிய வைத்தி, ராகவய்யர் முதலிய வித்வான்கள் தவிர தற்செயலாய் அந்தப் பிரதேசத்திற்கு வந்திருந்த தஞ்சாவூர் சமஸ்தான வைணிகர் (வீணை வாசிப்பவர்கள்) மகா வித்துவான் சல்லகாலி (தென்றற்காற்று) கிருஷ்ணய்யரவர்களும், ராஜதானி முழுவதும் பிரக்யாதி பெற்ற ராமதாஸ் விகடகவியும் கல்யாணத்திற்கு வரவழைக்கப் பட்டார்கள். பெரிய வைத்தியும் ராகவய்யரும் போட்டி போட்டுப் பாட, ராஜலட்சுமியாட, கிருஷ்ணய்யர் வீணை வாசிக்க, ராமதாஸ் விகடம் செய்ய, முத்துஸ்வாமி அய்யரகத்து கல்யாணப்பந்தல், தும்புரு நாரதர் பாட, ஊர்வசி திலோத்தமையாட ஆனந்த மயமாய் விளங்கும் தேவேந்திர சபைக்குச் சமானமாயிருந்தது. அங்கிருந்த ஜனங்களோ 'உடம்பொடு துறக்க நாடுற்றவரையுமொத்தார்' என்றபடி சரீரத்துடன் தேவபோகத்தை அடைந்தவர்களையொத்தார்கள். தங்களுடைய கவலை களையும் கஷ்டங்களையும் மறந்து 'ஆஹோ! ஆமாம். ஆமாமாம், அப்படித்தான், நிஜந்தான், அடடா, அப்பப்பா, பேஷ், பேஷ் என்றிப்படிச் சொல்லித் தன்னையறியாமல் சிரக்கம்பம் கரக்கம்பம் செய்வதே அங்கு வந்திருந்த சகலருக்கும் தொழிலாக இருந்தது.

"பரித்த செல்வமொழியப்படரு நாள்
அருத்தி வேதியாக் கான்சூல மீந்தவர்
கருத்தினாசைக் கரையின்மை கண்டிறை
சிரித்த செய்கை நினைந்தழுஞ் செய்கையாள்"

என்றபடி ஸ்ரீராமர் கொடுத்தும் திருப்தியடையாத வைதிகர்கள்கூட இந்தக் கல்யாணத்தில் 'உமக்கென்ன தட்சணை, உமக்கென்ன தட்சணை' என்று ஒருவரைப் பார்த்து ஒருவர், பல்லை இளித்துக்கொண்டு ரகசியமாய்க் கேட்டு 'நல்ல தட்சணை, நல்ல மனசு. மகாராஜனாக இருக்க வேணும்' என்று ஆசீர்வதித்து சந்துஷ்டியடைந்தார்கள் என்றால் கல்யாணத்தின் சிறப்பு எப்படி இருந்திருக்க வேண்டுமென்பதை

சொல்ல வேண்டியதில்லை. பாடகர்கள் பிரம்மானந்தமாகப் பாட விகட கவி மகாவுல்லாசமாக விகடம் செய்ய, திருவாரூர்த் தேவடியாள் வெகு மனோரஞ்சிதமாய் ஆட பிராமணோத்தமர்கள், தங்களுடைய நீண்ட கழுத்தில் ஆறு மாதத்திற்குப் போதுமான ஜலத்தைச் சேகரித்து வைத்துக்கொள்ளும் ஒட்டகங்களைப்போல, ஒரு வருஷத்திற்குக் காணும்படியான தங்களுடைய கடவாத்தியங்களாகிய தொந்திகளில் சேர்த்து வைத்துக்கொள்பவர்போல போஜனம் செய்தார்கள். அவர்கள் போட்டிபோட்டு, வாயில்லாப் பிராணிகளாகிய வாழைப்பழம், வடை, போளி முதலிய பண்டங்களை பகாசுரன் பீமசேனன் இவர்களைப் போல் துவம்சம் செய்ததையும் அநுமார் யுத்தக்களத்தில் ராட்சதர் களைக் கலக்கியதுபோல போஜன காலத்தில் கையில் அகப்பட்டதை யெல்லாம் கசக்கிச் சின்னாபின்னம் பண்ணிப் போன இடம் தெரியாமல் செய்து அட்டகாசம் செய்பவர்கள்போல, ஏப்பம் விட்டு கர்ச்சித்ததையும், சாப்பிட்ட சிரமந் தீர, மணலில் கிடந்து புரளும் மதயானைகளைப் போலப் புரண்டதையும், முத்துஸ்வாமி அய்யர் இவர்களுடைய வயிறுகளாகிய ஓமகுண்டங்களைச் சலியாது சந்தோஷமாய் வளர்த்ததையும் இன்னும் அந்தப் பிரதேசம் முழுவதும் கதை கதையாகச் சொல்லுகிறார்கள். இவ்விதமாக எல்லாவித ஜனங் களையும் திருப்தி செய்த முத்துஸ்வாமி அய்யர், ராஜசூய யாகம் செய்து கிடைப்பதற்குரிய 'சம்ராட்' என்ற பட்டம் பெற்றுச் சிறப்புற்றிருந்த தரும புத்திர மகாராஜாவைப் போல் விளங்கினார். சந்திரனுடைய கிரணங்கள் நாலாபக்கமும் பரந்து ஏழை, பணக்காரன், பாலன், விருத்தன், பிராமணன், சூத்திரன், ஸ்திரீ, புருஷன் முதலிய எல்லோருடைய உள்ளத்தையும் பட்சபாதமின்றி குளிரச் செய்வதுபோல முத்துஸ்வாமி அய்யருடைய தர்மமும் கீர்த்தியும் எங்கும் பரந்து எல்லோரையும் சந்தோஷிப்பித்தன.

11

பெண்டாட்டியாத்தாள் பெரியாத்தாள்

முத்துஸ்வாமி அய்யருடைய கிரஹத்தில் நடந்த நிச்சயதார்த் தத்துக்குக்கூட அவர் தம்பி சுப்பிரமணியய்யர் போகவில்லையென்று முன்னமேயே நாம் சொல்லியிருக்கிறோமல்லவா? அவர் பாரிசத் தலைவலியுடன் படாதபாடுபடுகிறார் என்று அவரைக் கூட்டி வரப் போன சுப்புளி என்பவன் மூலமாக அறிந்த முத்துஸ்வாமி அய்யர் நிச்சயதார்த்தம் முடிந்த மறு நிமிஷமே அவரைப் பார்த்து வரும்படி அவர் வீட்டிற்குச் சென்றார். அவர் வருவதைக் கண்ட சுப்பிரமணியய்யர் முன்னிலும் பதின்மடங்கு அதிகமாய் அலத்திக்கொண்டு படுக்கையில்

கிடந்து அங்கும் இங்கும் தலை விரிகோலமாய்ப் புரளத் தொடங்கினார். அவர் அருமை மனைவியாகிய பொன்னம்மாளோ அவருடைய தலையைக் கெட்டியாய்ப் பிடித்துக்கொண்டு 'ஐயையோ தெய்வமே, என்ன செய்வேன் என்ன செய்வேன்' என்று தேம்பித் தேம்பி கண்ணீர் பெருக்கிய வண்ணமாயிருந்து மைத்துனருக்கு நாணினவள்போல் உள்ளே சென்றாள். இவர்களுடைய கோலத்தைக் கண்ட முத்துஸ்வாமி அய்யருக்குத் தன்னையறியாமலே கண்களில் ஜலம் வந்துவிட்டது. அதை அவர் ஜாடையாய்த் துடைத்துக்கொண்டு 'சுப்பிரமணியம், சுப்பிரமணியம் என்ன செய்கிறதடா அப்பா? தலைவலியானால் முன்னமே எனக்குச் சொல்லிவிட வேண்டாமா' என்று சொல்லி அவருடைய கையைப் பிடித்துப் பார்த்தார். கை நாடி வெகு சரியாக இருந்தது. அதில் யாதொரு வித்தியாசமும் தெரியவில்லை. பிறகு தலையைப் பிடித்துப் பார்த்தார். அங்கும் ஒருவித மாறுபாட்டையும் காணோம். இவ்வளவு கொடுமையான தலைவலிகூட கைநாடியில் காட்டப்படாததைக் கண்டு அவர் ஆச்சரியத்துடன் சிறிது தலை நிமிர்ந்தார். நிமிரவே தான் செய்த தந்திரத்தைத் தன் மைத்துனர் கூடத் தாராளமாய் நம்பியதைக் கண்டு சிரிப்பு வர, அதை அடக்கும்படி தன்னால் ஆனமட்டும் சிரமப்பட்டுக் கொண்டிருந்த பொன்னம்மாளுடைய முகம் அவர் கண்களுக்குத் தற்செயலாய்த் தென்பட்டது. அதைக் கண்டவுடன் தலைவலி பொய்யோ மெய்யோ என்று சந்தேகப்பட்டுக் கொண்டிருந்த அவருக்குப் பொறுக்க முடியாத கோபமும் வருத்தமும் பொங்கிற்று. அந்தக் கொடிய சாஹஸி செய்த மோசத்தையும் அவள் கையில் அநியாயமாய் அகப்பட்டுப் பம்பரம்போல் தவித்துத் தத்தளிக்கும் தன் தம்பியின் நிலைமையையும் தன் நுட்ப புத்தியினால் கண்ட அவருக்கு அப்புறம் அரை நிமிஷமாவது அங்கேயிருக்கச் சகிக்கவில்லை. உடனே அவர் நான் போய் வைத்தியரை அனுப்பு கிறேனென்று சொல்லிவிட்டுக் குபீர் என்று எழுந்திருந்து வெளியே போய்விட்டார். மறுநாள் தன் தம்பியை வரவழைத்து உடம்பு ஸ்திதியைப் பற்றிச் சற்று விசாரித்துவிட்டு, நிரம்ப வருத்தப்பட்டவர் போலச் சிறிது நேரம் மௌனமாயிருந்து பிறகு அவரைப் பார்த்து 'பைத்தியக்காரா, போ பைத்தியக்காரா! பெண்டுகளுக்குள் ஆயிரமிருந் தாலும் அதையெல்லாம் நாம் மேலே போட்டுக்கொள்ளலாமோ' என்று ஜாடையாய்க் கண்டித்துவிட்டு கல்யாண விஷயங்களைக் குறித்து அவரை சில யோசனைகள் கேட்டு, பிறகு 'ஆயிரம், ஆயிரத்தைந்நூறு ரூபாய்க்கு ஜவுளி வாங்க வேண்டும். இப்பொழுது முதல் சாமான்களைத் தயார் செய்தால்தான் முகூர்த்தத்துக்குச் சரியாகவரும். நீதான் எல்லா வற்றையும் பொறுப்பாய்ப் பார்க்க வேண்டும்' என்றார். அவரும் அவைகளை அப்படியே செய்வதாகத் தாராளமாய் ஏற்றுக்கொண்டார். அவர் தன் தமையனிடத்தில் நிரம்ப பயபக்தி விசுவாசமுள்ளவர், அவரைப் பிதாவுக்குச் சமானமாய்ப் பாவித்து வந்தார். அவரிடத்தில்

எதிராக நின்றுகூடப் பேசமாட்டார். கல்யாணத்துக்கு வந்திருந்தவர்கள் எல்லோரும், அவருடைய சகோதர வாஞ்சையையும், மரியாதையையும், விதரணையையும் நிரம்பக் கொண்டாடும்படி கல்யாணகாரிய முழுவதையும் அவரே பொறுப்புடன் ஏற்றுச் செய்தார்.

இவர் எவ்வளவுக்கெவ்வளவு கல்யாணத்தைப் பரிமளிக்கச் செய்தாரோ, அவ்வளவுக்கவ்வளவு அவர் மனைவி பொன்னம்மாள் அதைக் கெடுக்கப் பிரயத்தைப்பட்டாள். கல்யாணத்தைத் தடுத்து விடக்கூட அவள் சில முயற்சிகள் செய்தாள். நல்ல வேளையாய் ஒன்றும் பலிக்கவில்லை. பிறகு அதைத் தடுக்காவிட்டாலும் கெடுத்தாவது விடுகிறதென்று தீர்மானம் செய்துகொண்டு, சமையலைப் பழித்தாள். சீர்வரிசையைப் பழித்தாள், பெண்ணைப் பழித்தாள், கடைசியில் கமலாம்பாளைப் பற்றி அவளுடைய சம்பந்திகளிடத்திலேயே அவதூறு பேசத் துணிந்தாள். நடந்த சங்கதி முழுவதையும் தன் நுட்ப புத்தியாலறிந்த கமலாம்பாள் எல்லாவற்றையும் பொறுத்துக்கொண்டு போனதுமன்றி தங்களைப்போல் ஓர்ப்படிகள் உலகத்தில் கிடையா தென்று கண்டோர் சொல்லும்படி அவளுடன் சிரித்து விளையாடிப் பரிகாசம் செய்தாள். அவளுடைய சுபாவம் பெருந்தன்மையான சுபாவமானதால், முன்னே தன்னைப் பொன்னம்மாள் ஆற்றங்கரையில் வைத வசவுகளெல்லாம் அவளுக்கு ஞாபகங்கூட இல்லை. இவள் அன்பு பாராட்டப் பாராட்ட பொன்னம்மாளுக்கு இவளிடத்தில் பொறாமை அதிகமாயிற்று. சுப்பிரமணியய்யர் ஓடி ஓடிக் காரியம் செய்வதைக் காணும்போதெல்லாம் அவளுக்கு உண்டான கோபத் திற்கும் எரிச்சலுக்கும் அளவு சங்கையில்லை. அவர் கல்யாணத்திற்கு நாலுநாளைக்கு முன் வீட்டுக்குப் போனவர்தான். அப்புறம் அந்தப் பக்கமே திரும்பவில்லை. கல்யாணம் முடியும் வரைக்கும் அவருக்கு வீட்டுக்குப் போகவேண்டிய அவசியமுமில்லை. பொன்னம்மாளுடைய தயவும் தேவையில்லை. ஆதலால் அவள் தன்னை வீட்டுக்கு வரும்படி என்ன ஜாடைகள் செய்த போதிலும் அவைகளையெல்லாம் அவர் பாராதவர்போல் சும்மா இருந்துவிட்டார். அவளும் சற்று அவசரமாய் வந்து போகும்படி சுமார் ஆயிரம் பேரிடம் சொல்லியனுப்பினாள். இவர் போகவேயில்லை. ஆனாலும் அவரிடத்தில் பயம் பயந்தான். ஒருதரம் அகப்பட்டு விட்டால் தப்பிக்கிறது அப்புறம் அந்த ஜன்மத்திற்கு இல்லையென்று அவருக்கு நன்றாய்த் தெரியும். எங்கே அவள் வந்துவிடப் போகிறாளோ என்று அவர் சுற்றுமுற்றும் பார்த்துக் கொண்டேயிருப்பார். வருகிறாளென்று தெரிந்ததோ உடனே ஏதோ ஒரு பெரிய காரியம் பார்ப்பவர் போல வெகு அவசரமாகப் போய் விடுவார். அவள் உள்ளே வந்து விட்டால் இவர் வெளியே போய் விடுவார். அவள் வெளியே வந்து விட்டால் இவர் உள்ளே போய் விடுவார். அவள் வருகிறாளென்று தெரிந்தால் இவர் தனியேயிருக்கிறதே யில்லை. (என்ன செய்து விடுவாளோ என்று பயம் பாவம்!)

'அடா ராமசாமி, சுப்பண்ணா' என்று ஏதாவது ஒரு பேரைச் சொல்லி யாரையாவது கூப்பிட்டுக் கொண்டு கூட்டத்தின் மத்தியில் போய் ஒளிந்துவிடுவார். இவர் இப்படி ஓடி ஒளிவதைக் கண்ட சில போக்கிரிப் பையன்கள் பொய்யாயாவது பொன்னம்மாள் வருகிறாள் என்று சொல்லி வைக்கிறது, இவர் புலி வருகிறது என்று கேட்டு ஓடிய ஆட்டிடையன் கதையாக விழுந்தெழுந்து ஓடுகிறது! இப்படி அவள் பெயருக்கே பயந்து ஓடி ஒளிந்ததால் அவள் அவரை என்ன தந்திரமாய் வெருட்டி வெருட்டி வேட்டையாடியும் அவர் அகப்படுவதாயில்லை. அவள் அவரைப் பார்த்துப் பல்லைக் கடித்துக்கொண்டு விரல்களை நெரித்துக்கொண்டு தன்னுடைய கண்கள் மூலமாக எவ்வளவு கோபத்தை வெளியிடக்கூடுமோ அவ்வளவையும் காட்டினாள். ஒன்றும் பலிக்க வில்லை. இவ்வளவு தைரியம் இவருக்கு உண்டானது அவளுக்கு வெகு ஆச்சரியமாயிருந்தது. அவரை எவ்விதம் தண்டனை பண்ணுவ தென்றும் அவளுக்கு தோன்றவில்லை. அவருடைய தைரியத்தையும் அலட்சியத்தையும் நினைக்க நினைக்க அவளுக்கு ஆச்சரியமாயிருந்ததால் அவள் இராத்திரி முழுவதும் தூங்காமல் ஓயாத யோசனைகள் எல்லாம் செய்தாள். தன் கோபந் தீர அவரை வைது திட்டி அவருக்கு புத்தி கற்பிக்க வேண்டுமென்றுகூட ஒருநாள் தீர்மானம் செய்தாள். ஆனால் அப்படிச் செய்வது தனக்கே விரோதமாகும் என்று அவளுக்கு மறுநாள் பட்டது. ஆகையால் அவரை நய வஞ்சகமாய்த் தன்னிடம் வரவழைத்து வசிய மருந்து செய்து அதைப் பாலில் கலந்து அவருக்குக் கொடுத்து விடுவது என்று கடைசியாய்த் தீர்மானம் செய்துகொண்டதுமன்றி துஷ்டப் பெண்கள் கையில் ஒரு கூர்மையான வாளாயுதம்போல் விளங்குகின்ற அந்த வசிய மருந்து என்னும் விஷமருந்தை இங்கே சொல்லத்தகாத அநேக சரக்குகளைச் சேர்த்து மறுநாளே தயார் செய்துகொண்டு 'எப்போ வருவாரோ எந்தன் சாமி' என்று வெகு ஆவலுடன் தன் புருஷனுடைய வரவை எதிர்பார்த்திருந்தாள்.

12

மருந்தும் மாயமும், தீயும் திருட்டும்

கல்யாணம் கழிந்தவுடன், சிறுகுளத்திலுள்ளோ ரெல்லோரும் மேளதாளத்துடன் இரண்டு மைல் தூரம் வந்து வழியனுப்ப சம்பந்திகள் மதுரை நோக்கிப் புறப்பட்டார்கள். அவர்கள் போன மறுநாள் ராத்திரி சுப்பிரமணியய்யர் தமது பள்ளியறையில் கல்யாண சிரமந்தீர வெகு பிரம்மானந்தமாய் நித்திரை செய்துகொண்டிருந்தார். அப்பொழுது அவருடைய உத்தம மனைவியாகிய பொன்னம்மாள் 'மலையிலே

விளைந்ததானாலும் உரலிலேதான் வந்து மசியவேண்டும்' காற்றுள்ள போதே தூற்றிக்கொள்ள வேண்டும், இது விட்டால் இனிக் கிட்டாது. ஆகையால் நன்றாய் அலங்கரித்துக்கொண்டு அவரிடம் சென்று நம்முடைய அழகாலும் பேச்சாலும் அவரை மயக்கி மறக்கடித்து மருந்தைக் கொடுத்துவிடுவோம், என்று யோசனை செய்துகொண்டு ஜாஜ்வல்யமாய்ப் பிரகாசிக்கும் வயிரம், பச்சை, கோமேதகம் முதலிய நவ ரத்னங்களாலிழைத்த தனது சர்வாபரணங்களையுமணிந்து அழகிய ஜவ்வாதுப் பொட்டிட்டு அலங்காரமான வெண்பட்டுடுத்தி, தாம்பூலம் தரித்த தன் பவள உதடுகளில் இனிய மந்தகாசம் தவழ, பாதசரங்கள் கலர் கலீர் என்று சப்திக்க, மெட்டிகள் 'பராக் எச்சரிக்கை பராக் எச்சரிக்கை' என்று கட்டியங்கூற, கமகமவென்று காததூரத்துக்கு வாசனை வீச, கையில் தாம்பூலத்தட்டு ஏந்தி பூங்கொடிபோல் இடையசைய அன்னம்போலடி பெயர்த்து மதரதி போற் கைவீசித் தன் கணவரிடம் வந்து, அவரை இனிய வார்த்தைகள் கூறி மெதுவாய்த் தட்டியெழுப்ப, சாதாரணமாகவே அவளுடைய அழகில் மயங்கிக் கிடக்கும் அவளுடைய புருஷர் கண்விழித்துப் பார்த்து வாசனையோடு கூடிய பொன் புஷ்பம்போல் விளங்குகின்ற அவளைக் கண்டு நம்முடைய பாக்கியமே பாக்கியம் என்று ஆனந்த பரவசமானார்.

அவர் விழித்தெழுந்ததைக் கண்ட பொன்னம்மாளோ அவர்மேல் மெதுவாய் சாய்ந்துகொண்டு கல்யாணமானது முதல் அன்று வரை அவர் அறியாத அவ்வளவு அன்புடன் அவருடன் கேளீவிலாசம் செய்து கொஞ்சிக் குலாவி உரையாடினாள். இவ்வாறு பேசிக்கொண்டிருக்கும் போதே திடீரென்று நினைத்துக்கொண்டவள் போல 'ஓஹோ! பாலையெடுத்துக் கொண்டுவர மறந்துவிட்டேன்' என்று அவள் சொல்ல, சுப்பிரமணிய அய்யர் 'இருக்கட்டும் போ, இதற்காக நீ மறுபடியும் போக வேண்டாம். இன்றைக்கு ஒரு நாளைக்குப் பாலில்லா விட்டால் என்ன இப்பொழுது' என, அதற்கவள் 'சே, நன்றாயிருக்கிறது. இது ஒரு சிரமமா எனக்கு? கல்யாணத்தில் தங்களுக்கு நிரம்ப சிரமம். (அவர் உடம்பைத் தொட்டுப்பார்த்துக் கொண்டு) 'ஏதுக்கே நிரம்ப உஷ்ணமாயிருக்கிறது. அப்பொழுதே அப்படி அலைகிறீர்களே, உடம்பு கெட்டுப்போமே என்று எனக்கு இருந்த விசாரம் எனக்குத் தெரியும். இப்படி உங்களுக்காகக் கவலைப்பட்டுக்கொண்டு வேளா வேளைக்குச் சோறில்லாமல் தண்ணியில்லாமல் இராப்பகலாய்த் தூக்கமில்லாமல் நான் இங்கே கிடந்து தனியாய்த் தவித்துத் தத்தளிக்கிறது. நீங்கள் எனக்குத்தான் இந்தப் பூலோகத்தில் அதிசயமாய் அண்ணவாம் இருக்கிறது என்று அங்கேதானே சாப்பாடு அங்கேதானே படுக்கை யெல்லாம் பண்ணிக்கொண்டு நமக்குச் சமானம் நாம்தான் என்று பொழுது போக்குகிறது - ஆயிரமிருந்தாலும் உங்கள் முத்தண்ணா,

நான் ஒன்றும் சொல்லப்படாது, பொன்னண்ணா! ஓடுகிறவனைக் கண்டால் துரத்துகிறவனுக்கெளிது என்றாற்போல் அவர் ஐயர்வாள், கால்மேல் கால்போட்டுக்கொண்டு "அடே சுப்பிரமணியா இந்தா அந்த வெற்றிலை பாக்குத் தட்டை எடுத்துக்கொண்டு வா" என்று அதிகாரம் பண்ணிச் சட்டமிடுகிறது. (அவர் முகத்தில் கையால் இடித்துக் கொண்டு) இது ஏமாளம், பரிசாரகப்பயல்போல அங்கேயும் இங்கேயும் ஓடி ஓடி வேலை செய்கிறது. கூப்பிட்டாற்கூட தேகம் தெரிகிறதில்லை. நான் என்ன சாதிக்கப் போகிறேன். அண்ணாவாவது பணக்காரர்' என்று சொல்லிவிட்டு அவர் கைகளைப் பிடித்துக்கொண்டு தன் முகத்தை அவர் முகத்துக்குச் சமீபத்தில் வைத்துக்கொண்டு வெகு நளினமான பார்வையுடன் 'அவர் சொத்து முழுவதும் உங்களுக்குத் தான் கொடுக்கப் போகிறாராமே! அவர் பெண்ணுக்குக்கூட இல்லையாம், எல்லாம் உங்களுக்குத்தானாம்' என்றாள்.

அந்த ராட்சஸியினுடைய வார்த்தை நமக்கு கர்ணகடூரமாயிருந் தாலும் சுப்பிரமணியய்யருக்கு தேவகானம் போலவும் அமிர்தபானம் போலவும் இருந்தது. அவளுடைய நெருப்பு மழை ஓய்ந்தவுடன் அவர் நிரம்பச் செல்லமாய் 'அடி போடி வைத்தியக்காரி, நீ என்னத்தைக் கண்டாய், எங்களண்ணாவுக்குச் சமானம் இந்தப் பூலோகத்தில் கிடைக்குமா' என பொன்னம்மாள் 'ஐயோ போகட்டும், இப்படி யார் சொல்லப்போகிறார்கள், கிடக்கிறது, பாலைச் சாப்பிடுங்கள்' என்று சொல்லிவிட்டு, 'அண்ணா மயக்கமா இப்படி ஆட்டி வைக்கிறது. வா, வா, இன்றையோடு சரியாகப் போய்விட்டது. இனிமேல் இப்படிச் சொல்லுகிறதைப் பார்ப்போம்' என்று தனக்குள்ளேயே பேசிக் கொண்டு மருந்து கலந்து தயாராய் வைத்திருந்த பாலை எடுத்து வந்து கீழே வைத்தால் அவர் நிறம் மாறியிருப்பதைக் கண்டு சந்தேகித்து விடுவார் என்று பயந்து தன் கையிலேயே வைத்துக்கொண்டு இடது கையால் அவரை கட்டியணைத்து மார்பு மீது சாத்திக்கொண்டு தானே அவருக்கு அந்தப் பாலைப் புகட்டினாள். அவள் அதன்மேல் சந்தேகம் ஏற்பட்டுவிடும் என்று பயந்து இவ்வளவு சாகஸம் செய்ய அதையறியாத சுப்பிரமணிய அய்யர் அவளுடைய விசேஷ அன்புக்கு இதை ஓர் அடையாளமாக எண்ணி 'இவ்வுலகத்தில் என்னைப் போல் யார் பாக்கியவந்தர்களிருக்கிறார்கள்' என்று தன்னையே புகழ்ந்து கொண்டு அவள் அழகின் மயக்கத்தால் பாலின் ருசியைக் கூடப் பாராமல் சாப்பிட்டுவிட்டார். சாப்பிட்டுச் சற்று நேரத்திற்கெல்லாம் (மருந்து மிதமிஞ்சிக் கலக்கப்பட்டிருந்ததால்) 'பால் என்ன, என்னமோ போலிருக்கிறதே' என்று சொல்லிக் கொண்டே வாந்தி பண்ண ஆரம்பித்துவிட்டார். பொன்னம்மாள் சீக்கிரம் போய்ப் பாத்திரத்தை அலம்பி வைத்துவிட்டு அவர் தலையைப் பிடித்துக்கொண்டாள்.

பாலைக் குடித்த பிராமணர் பாவம் இரண்டு நழிகை வரையில் வாயோயாமல் வாந்தி பண்ணி நிரம்ப கஷ்டப்பட்டார். அவர் மனைவி வாந்தி பண்ணின போதிலும் அதிக மருந்து வெளியில் வந்துவிட வில்லையென்று கண்டு திருப்தியடைந்து 'பித்தம் அதிகரித்திருக்கிறது. பால்கூடச் சேரவில்லை. பிசாசலைகிறார்போல் அலைந்தால் பித்தமதி கரிக்காமல் என்ன பண்ணும். எனக்கு அப்பொழுதே தெரியுமே. அந்த இழவு கல்யாணம் நல்லதுக்கா வந்தது, கல்லெடுப்பு சுவாமி! இம் மட்டோடாவது போகவேண்டுமே. நான் என்ன செய்வேன்' என்று சொல்லிக்கொண்டே அழுவதாகப் பாவனை பண்ணினாள். சில ஸ்திரீகளுக்குப் பட்டணத்தில் குழாயைத் திருப்பினால் எப்படி ஜலம் வருகிறதோ அதுபோல கண்ணைக் கசக்கினாற்போதும் பிரவாகம் புறப்பட்டுவிடுகிறது. அப்படி வரி கொடுக்காமல் வேண்டிய கண்ணீர் வரவழைத்துக்கொள்ளும்படி வரம் வாங்கிவந்த அதிர்ஷ்டசாலிகள் எல்லாரிலும் பொன்னம்மாள் அதிக விசேஷமானவள். இப்படி அவள் அழத் துவக்கவும் சுப்பிரமணியய்யர் தன் வருத்தத்தைக்கூட மறந்து அவளை ஆற்றினார். இப்படியாக ஒருவரையொருவர் தேற்றிக் கொண்டே இருவரும் கண்ணயர்ந்தார்கள். ஆனால் தூங்குமுன், பித்தமதிகரித்திருக்கிறதென்றும் பித்தமதிகரித்ததினால் பால் சேர வில்லையென்றும் பால் சேராததினால் வைத்தியனைக் காலமே கூப்பிடவேண்டுமென்றும் அவர்களுக்குள் ஒரு தீர்மானம் செய்யப் பட்டது. அவர் ஆடிப் பாடியமர வெகுநேரம் ஆகிவிட்டபடியால் இருவரும் அயர்ந்து நித்திரை போய் விட்டார்கள்.

இவர்கள் தூங்கி இரண்டு நாழிகைக்கெல்லாம் திடீரென்று 'ரணபாதகா, ரணபாதகா, கடன்காரா ரணபாதகா' என்று ஓர் சப்தம் உண்டாயிற்று. அப்பொழுது முத்துஸ்வாமியய்யரும் கமலாம்பாளும் தங்கள் வீட்டு மாடியில் நெடுநேரம் வரையில் மாப்பிள்ளை, சம்பந்தி, கல்யாணம் முதலிய விஷயங்களைப் பற்றிப் பேசிக்கொண்டிருந்து விட்டுப் பிறகு பிரமானுபூதிச் செல்வராகிய தாயுமான சுவாமிகளுடைய திருவருட் பாடல்களைப் பாடிக்கொண்டிருந்தார்கள். அப்பாடல்கள் அவர்களுக்கு ஓர் தெவிட்டாத திவ்விய தேஜோமயாநந்தத் திருப்பாற் கடலாயிருந்தது. அவற்றை அவர்கள் 'மெய்ஞ்ஞானக் களஞ்சியம்' என்றும் 'பேரின்ப நிமல ஊற்று' என்றும் போற்றிப் புகழ்வது வழக்கம். அவர்கள் இன்பமடைந்திருக்கும் காலத்தில் அமிர்த மயமான சந்திரிகை யுடன் பரவசப்படுத்தும் கானரஸமும் சேர்ந்தால் எப்படியோ அப்படியும், துன்பம் வந்த காலத்தில் எரிகின்ற கோடைப் பருவத்திற்குத் தென்றல் எப்படியோ அப்படியும் உதவிய அப்பாடல்கள் அவ்விருவருக்கும் சிறந்த ஓர் உயிர்த் துணையாய் விளங்கின. சிற்றின்பத்திற்கும் பேரின்பத்திற்கும் சிறிது தூரந்தான் என்று காட்டுபவள் போலக்

கமலாம்பாள் தாயுமான சுவாமிகளுடைய ஆனந்தக் களிப்பை வீணைக்கிசைந்து வீணையின் நாதமும் தன் குரலும் ஒன்றோடொன்று அன்னி யோன்னியமாய வேற்றுமை தெரியாது தழுவிக்கிடக்கும்படி 'ஆதியனாதியுமாகி - எனக் = கானந்தமாய் யறிவாய் நின்றிலங்குஞ்சோதி மௌனியாய்த் தோன்றி - அவன் - சொல்லாத வார்த்தையைச் சொன்னாண்டி தோழி' என்று பாடலின் கருத்துடன் கொஞ்சி வெகு இனிமையாயும் மிருதுவாயும் பாட, முத்துஸ்வாமி அய்யர் சிற்சில சமயங்களில் கூடப்பாடியும் மற்ற சமயங்களில் கேட்டுக் கொண்டு மிருந்தார். அங்கே பொன்னம்மாள் தன் புருஷனுக்கு விஷமிட்டுக் கொண்டிருந்தாள். இங்கே கமலாம்பாள் தானும் தன் புருஷனுமாய்ப் பேரின்பப் பாற்கடலில் ஆனந்தக்களிப்புடன் ஆடிப்பாடி விளையாடிக் கொண்டிருந்தாள்.

இப்படி இருக்குங்காலத்தில் திடீரென்று அந்த இருண்ட ராத்திரியில் 'ரணபாதகா ரணபாதகா கடன்காரா, ரணபாதகா' என்று மேலே சொல்லியபடி ஓர் கூக்குரல் கேட்கவே, இருவரும் திடுக்கிட்டு ஒருவரையொருவர் பார்த்தார்கள். கமலாம்பாள் நடுங்கிப் போய் விட்டாள். முத்துஸ்வாமி அய்யர் அவளைத் தைரியப்படுத்திவிட்டுக் கீழே இறங்கிவர, சமீபத்தில் ஒருவர் வீட்டில் பலர் கூடிப் பேசிக் கொண்டும், சிரித்துக்கொண்டும் இருந்த சப்தம் கேட்டது. அது 'எருமைத்தொண்டை' குப்பாசாஸ்திரிகளுடைய கிரஹம். அவர் சம்சாரம் பகிஷ்டையாயிருந்ததால் கொட்டத்தில் மாடுகட்டியிருந்த இடத்திற்குச் சமீபத்தில் படுத்துக்கொண்டிருந்தாள். அவள் அரையில் ஒரு கறுப்புத்துணி கட்டியிருந்தாள். அந்த வீட்டில் ஒரு நொணாமரமுண்டு. அந்த மரத்தில் ஓர் பிசாசு இருப்பதாக ஊர் முழுவதும் பிரசித்தம். அந்த அம்மாள் அந்த மரத்துக்கருகில் படுத்துக்கொண்டிருந்தபொழுது இரண்டு திருடர்கள் மாடு பிடிப்பதற்காக அந்த வீட்டுச் சுவரேறி உள்ளே குதித்து மாடு பிடித்து வெளியேறும் சமயத்தில் அந்த அம்மாள் விழித்துக் கொண்டுவிட்டாள். விழித்துக்கொண்டு திடீரென்று எழுந்திருந்து மார்பில் படீர் படீர் என்றறைந்துகொண்டு 'ரணபாதகா' என்று கூக்குரலிட, அந்தத் திருடர்கள் அந்த இருட்டு ராத்திரியில் அவளையும் அவளுடைய கறுப்புத் துணியையும் பார்த்துவிட்டு 'ஐயையோ நொணாமரத்துப் பிசாசடா... நொணாமரத்துப் பிசாசடா' என்று உளறியடித்துக் கொண்டு பிடித்த மாட்டை விட்டுவிட்டுக் கீழே குதித்து விழுந்தடித்து உயிர் தப்பியது தம்பிரான் புண்ணியமென்று ஓடியே போய்விட்டார்கள்.

முத்துஸ்வாமி அய்யர் வந்தவுடன் குப்பா சாஸ்திரிகள் நடந்த சமாசாரத்தைச் சொல்ல எல்லாரும் சிரித்தார்கள். இந்த வேடிக்கையைக் கமலாம்பாளிடம் சொல்ல எண்ணி முத்துஸ்வாமி அய்யர் வீட்டை

நோக்கித் திரும்புகையில் அவர் தம்பி சுப்பிரமணியய்யர் 'கள்ளன், மாடு, நகை, மாடு, நகை கள்ளன்' என்று உளறிக்கொண்டு வேகமாய் எதிரே வந்தார். அவரைப் பார்த்து நடந்த சங்கதியைக் கேட்க பொன்னம்மாளுடைய நகைகள், ரூபாயாக 500-ரூபாய், ஜோடி மாடு 5, புதிதாய் வாங்கிய ஜோடி உருமால் கட்டிக் காளைகள் எல்லா வற்றையும் கள்ளன் கொண்டு போய் விட்டதாகச் சொன்னார். இவர் சொல்லி முடிக்கு முன் தீ, தீ என்று ஒரு அரவம் கிளம்பிற்று. எல்லாரும் திடுக்கிட்டுத் திரும்ப சுப்பிரமணியய்யருடைய பாரி வைக்கோற்போர் ஒன்று நெருப்புப் பற்றி எரிவதைக் கண்டார்கள். அந்தப் போர் சுமார் நாலு யானை உயரமிருக்கும். பர்வதம் போன்ற அந்தப் போரில் நெருப்புப்பற்றி எரிந்தது திருவண்ணாமலைக் கார்த்திகை விளக்குப் போல் நெடுந்தூரம் ஒளி வீசிற்று. இருண்ட இரவுக்கு அந்த வெளிச்சம் பயங்கரமாயும் இருந்தது. அந்தச் சமயத்திற் கென்று ஒரு விபரீதக் காற்று ஊர்ப்பக்கமாய் வீசியடித்தது. நெருப்புக் கங்குகள்* ஆகாயத்தில் அங்குமிங்கும் சஞ்சரிக்கத் தலைப்பட்டன. அவ்வூர் முழுவதும் அக்கினி பகவானுக்கு அவிர்ப்பாகமாய் விடும் போலிருந்தது. காற்றும் நெருப்பும் ஊரைச் சூரைகொள்ள சித்தமாயிருந்தன. பெரிய பெரிய நெருப்புக்கற்றைகள் பட்டாளம் பட்டாள மாய் வீடுகள் எங்கே எங்கேயென்று வெகு ஆவலுடன், விசாரித்துக் கொண்டு காலதூதர்களைப் போலக் கிளம்பி நட்சத்திரக் கூட்டங்கள் போல உதிர்ந்தன. ஊர் முழுவதும் ஆண் பெண் அடங்க அலறிக் கொண்டெழுந்தனர். கிழவிகளெல்லாம் 'அடா பாவி, இப்படியுந்தான் உண்டா' என்று கன்னங்களில் விரலை வைத்து ஆச்சரியப்பட்டார்கள். கிழவர்கள், 'சண்டாளப் பறப்பயல்கள், ஊர் கெட்டுப் போய்விட்டது. அனர்த்தம் பிடித்திருக்கிறது' என்று அவலித்தார்கள். பாதித் தூக்கத்தில் எழுப்பப் பட்ட பையன்கள் ஒன்றுந் தோன்றாமல் பிரமித்து நின்றார்கள். ஸ்திரீகள் கங்குகள் அங்குமிங்கும் பறப்பதைக் கண்டு தாங்களும் அலறிக்கொண்டு அங்குமிங்கும் பறந்தார்கள். புருஷர்களில் சிலர் அதை வாங்கிச் சமீபத்திலுள்ள கூரை வீடுகளுக்கு அபிஷேகம் செய்தார்கள். சிலர் எதிர்த்துவரும் கங்குகளைத் தடிகளைக்கொண்டு யுத்தஞ் செய்து கொன்றார்கள். சிலர் தடபுடலாக கூரைகளைப் பிரித்தெறிந்தார்கள். இப்படி ஊர் முழுவதும் அல்லோல கல்லோலப் பட்டுக் கொண்டிருக்கையில் நல்ல வேளையாய்க் காற்றமர்ந்தது. கங்கு அடங்கிற்று, அக்கினி ஜ்வாலை குறைந்தது. வைக்கோற் போரின் மேற்பாகம் கருகிப் போய்விட்டதாக லால்கங்குகள் பறக்காது தடுக்க ஒரு முக்கிய சாதனமாயிற்று. சுப்பிரமணியய்யர் பணக்காரர் தான். ஆனாலும் ஒரு நாளிரவில் 5000 ரூபாய் திடீரென்று கைவிட்டுப் போனால் யார்தான் வருந்தார்கள். அவர் வீட்டிலேயே களவு நடந்து அவர் வைக்கோற் போரிலேயே நெருப்பும் வைக்கப்பட்டிருந்ததால்

---

* கங்கு - கற்ளை

அவருக்கு விரோதிகள் யாரோ அந்தக் காரியத்தைச் செய்திருக்க வேண்டும் என்று சிலர் அனுமானித்தார்கள் மற்றும் சிலர் திருடர்கள் திருடின பிற்பாடு யாராவது துரத்தி வருவார்கள் என்று எண்ணி அதைத் தடுக்கும்படி நெருப்புக் கொளுத்தினதேயன்றி வேறொன்று மில்லையென்று தீர்மானமாய்ச் சொன்னார்கள். சிலர் உடனே திருடர்களைத் துரத்த வேண்டும் என்றார்கள். சிலர் 'அவர்கள் போயிருப் பார்கள் ஐம்பது மைல்' என்றார்கள். சிலர் பேயாண்டித் தேவன்தான் இந்தக் காரியம் செய்திருக்க வேண்டும் என்றார்கள். சிலர், அவன்கூடத் துணியமாட்டான். தெற்குச் சீமைக் கள்ளன்கள்தான் இவ்வளவும் பண்ணியிருக்கிறது. இல்லாவிட்டால் கோமள நாயக்கனூர் ஜமீன்தார் ஆட்களாயிருக்க வேணும் என்றார்கள். இப்படிப் பலர் பலவிதம் சொல்லிக் கொண்டிருக்க யாரோ ஆட்கள் ஓடிவருவதாகக் காலடி அரவம் கேட்டது. உடனே எல்லாரும் திடுக்கிட்டுத் திரும்பிப் பார்க்கவே கூட்டம் இருந்த இடத்தை நோக்கி இரண்டுபேர்கள் வெகு வேகமாய் ஓடிவருவதைக் கண்டார்கள்.

13

இருட்டு ராஜா

ஓடிவந்த மனிதர்கள் வந்த வேகத்தால் மேல் மூச்சுக் கீழ் மூச்சு வாங்க இரண்டு நிமிஷம் வரையில் ஒன்றும் பேசக்கூடவில்லை. அவர்கள் வாய்திறந்து வந்த காரியத்தைச் சொல்லும் வரையில் அங்கிருந்தவர்களுடைய பிராணன் அவர்களிடத்தில்லை. கடைசியாய் சுப்பிரமணியய்யர் வீட்டில் திருடினவன் பேயாண்டித் தேவனே என்றும், அவன் போகும் வழியில் சிறுகுளத்திற்கு ஆறு மைலுக்கப்பாலுள்ள கல்லாபட்டிக் கணக்கன் குப்பாபிள்ளை அவர் மாட்டை அடையாளங் கண்டு ஆட்களைத் திரட்டிக்கொண்டு பேயாண்டித் தேவனை வழி மறித்துக்கொண்டிருக்கிறாரென்றும், முத்துஸ்வாமி அய்யரைப் போலீஸ்காரர்களுடன் குப்பாபிள்ளை கூட்டிவரச் சொன்னாரென்றும் அநேக உளறல், குழறல், கேள்வி, உத்தரம், ஆட்சேபனை, சமாதானங் களுக்குப் பிறகு வெளியாயிற்று. உடனே சிலர் 'பேயாண்டித் தேவன் தான், நான்தான் சொன்னேனே, வேறு யார் இவ்வளவு தைரியமாகச் செய்வார்கள்' என்றார்கள். சிலர் 'பேஷ் பேயாண்டித்தேவன் அகப்பட்டா னடாப்பா' என்றார்கள்.

பேயாண்டித்தேவன் என்பவன் வெகு பிரபலமான திருடன். அந்தப் பிரதேசத்துக் கள்ளர்கள் எல்லோருக்கும் அவன்தான் அதிபதி. அவன் தன் கொம்பு வாத்தியத்தை ஊதினானால் அரை நிமிஷத்தில்

ஆயிரக்கணக்காக அவனுக்குப் படைசேரும். அவன் வயதில் சிறியவன். ஆனாலும், அவனுடைய அசையாத சிந்தையும், அழியாத உள்ளமும், புத்தி விசாலமும் பெருந்தன்மையும், பராக்கிரமமும், வாக்குவல்லபமும், அவனது அளவற்ற ஊக்கமும் உற்சாகமும், கம்பீரமான தோற்றமும், காருண்யமான குணமும் அவனைக் காட்டிலும் எத்தனையோ வயதில் பெரிய திருடர்களைக்கூட அவனுக்கு நாய்போல அடிமைப்படச் செய்ததுமின்றி அவனிடத்தில் அவர்களுக்கு அச்சமும் அன்பும் ஏககாலத்தில் ஜனிக்கச் செய்தன. அவர்களுக்கு இவன் இட்டது சட்டம், இவன் சொன்னது வேதவாக்கியம். பேயாண்டித் தேவனுடைய விஸ்தாரமான பட்டப் பெயர், 'ராஜகம்பீர வீரமார்த்தாண்ட சங்கிலி வீரப்ப பேயாண்டித் தேவரவர்கள்.' கன்னங்கறேலென்று கறுத்துப் பெருத்த அவனுடைய உருவமும், கல்லைத் திரட்டிச் செய்தாற் போன்று, இருப்புச் சல்லடந்தரித்த அவனுடைய துடையும், யானைத் தும்பிக்கைபோல் தடித்த அவன் கைகளும், பர்வதம்போல் பருத்து, வளர்ந்த, பரந்த அவனுடைய மார்பும், ஆட்டுக்கடாவின் கொம்புபோல் வளைந்து, திரண்டு கடையிற்கூரிய அவனுடைய மீசையும் திட சித்தத்தைத் தெளியத் தெரிவிக்கும் அவனது உள்ளடக்கிய உதடுகளும் அவனுடைய கூரிய மூக்கும், குறுகிய முகவாய்க்கட்டையும், கண்டோரைக் கலக்கும் கம்பீரமான தோற்றமும் 'இவன்தான் வீரப்பிரதாபன், இவன்தான் வீரப்பிரதாபன்' என்று இடைவிடாத மௌனப் பிரசங்கம் செய்து விளக்கின. அவனுடைய புருவங்களிரண்டும் வீரலட்சுமிக்காக அமைக்கப்பட்டிருக்கும் வில்வளைவு மண்டபங்கள் போல் விளங்கின. அவனுடைய கண்களோ அவன் அதிக திருப்தியுடன் அடிக்கடி அற்புதமாய் சுழற்றுந்தோறும் அவனுடனிருந்தவர்களுடைய உயிரையும் உணர்வையும் ஊடுருவிச் சென்றன. ஆனால் அவன் சந்தோஷமாயிருக்கும் சமயத்தில் புன்சிரிப்புத் தவழ்ந்த அவன் உதடுகளும், சாந்த சொரூபமாய் ஜொலிக்கும் அவன் கண்களும் அவன் முகத்திற்கு ஓர் அற்புதமான வசீகர சக்தியைக் கொடுத்தன. அவன் கிரமமாகக் கல்யாணம் செய்துகொண்ட மனைவிமார் பதின்மூன்று பேர். அக்கிரமமாக அனுபவித்த ஸ்திரீகள் அனந்தம். சிங்கக்குட்டி போன்ற இச்சிற்றரசன் பேரைக் கேட்டால் அந்தப் பிரதேசத்தில் அழுத பிள்ளையும் வாய்மூடும்.

சுப்பிரமணியய்யர் வீட்டில் அவன் திருடக் காரணமென்ன வென்றால் சில நாளைக்கு முன் சிறுகுளத்தில் பிரமாதமான ஜெல்லிக் கட்டு ஒன்று நடந்தது. அதில் வந்தது சுமார் ஆயிரம் மாடு இருக்கும். அது சுப்பிரமணியய்யருடைய கெடுக்கட்டு உருமால், புஷ்பம், கருப்பணஸ்வாமி பூஜை முதலிய சகல செலவும் அவருடையதே. சுப்பிரமணியய்யர் வீட்டில் பொன்னம்மாளிடத்தில் பயங்கொளியாயிருந் தாலும் வெளியில் உற்சாகப் பிரியர். அவர் புதிதாக 400 ரூபாய் போட்டு

ஒரு ஜோடி உருமால் கட்டி மாடு வாங்கியிருந்தார். அது வரையில் அந்தப் பிரதேசங்களில் பிரசித்தமாயிருந்தது பக்கத்திலுள்ள கோமள நாயக்கனூர் ஜமீன்தாருடைய 'கண்ணாடி மயிலை' என்ற காளை. அதையும் சுப்பிரமணியய்யருடையது புது மாட்டையும் போட்டியில் விட்டுப் பார்க்கவேண்டுமென்று அந்தக் கெடுக்கட்டு அவரால் ஏற்பாடு செய்யப்பட்டது. டம், டம், டம், டம் என்று அடிக்கிற பறைக் கொட்டு களோடும், பூம், பூம், பூம், என்று முழங்குகிற கொம்பு வாத்தியங் களோடும் அரச மரத்தடியில் திருக்கோயில் கொண்டெழுந்தருளிய கருப்பணக் கடவுளுக்குப் பழம் நைவேத்தியமான பிறகு அக்கோயிலி லிருந்து கொட்டு முழக்கத்துடன் முக்கியமான ஒரு முப்பது கூளிக் காளைகள், இருபக்கமும் வீசப்பட்ட கயிறுகளை சொந்தக்காரர்கள் தூரத்திலிருந்து பயபக்தியுடன் பிடித்துவர, நந்தியாவட்டை, காட்டரளி, செம்பரத்தை, முதலிய பூமாலைகளை ஏராளமாயணிந்துகொண்டு சதங்கை மாலைகள், அரக்கு மாலைகளால் அலங்கரிக்கப்பட்டு கலீர், கலீர் என்று தொழுவுக்குள் பிரவேசமாயின. சிறிய நேரத்துக்கெல்லாம் மாடுகள் அந்தஸ்துக்குத் தக்கபடி உருவிவிடப்பட்டன. கடைசியாய், 'வருகிறதடோய் ஜமீன்தார் மாடு வருகிறதடோய்' என்று பிரமாதமான கட்டியத்துடன் கொம்புகளும் பேரிகைகளும் கொந்தளித்து முழங்கக் காதில் கடுக்கனும், கழுத்தில் அரைஞாணும் அணிந்து பூமாலைகளும் சதங்கை மாலைகளும் ஏராளமாய்த் தாங்கி திமிளை டம்பமாய் அசைத்துக்கொண்டு ஒரு கம்பீரமான ரிஷபம் புறப்பட்டது. தொழுவி னின்று புறப்பட்டுச் சிறிது தூரம் போவதற்கு முன்னேயே உயிரை வெறுத்த ராட்சஸப் பயல்கள் சிலர் சுப்பிரமணியய்யரால் முன்னமே தூண்டப்பட்டு அதன்மேல் திடீரென்று பாய்ந்தார்கள். பாயவே மனிதன் கை மேலே பட்டறியாத அந்தக் காளை வெகு ரோஷத்துடன் குபீரென்று கிளம்பி பளபளவென்று மின்னும்படி சீவி வைத்த தன் கூர்மையான கொம்புகளை இருபுறமும் வீசி நாலைந்து பேரைக் குத்திப் போட்டுவிட்டது. போட்டும் மற்றவர்கள் அதன் திமிளை விடாது பிடித்துக்கொண்டு முள்வேலிகள் மேலும் சுவர்களின் மேலும் அலட்சியமாய்த் தாவுகின்ற அந்த மாட்டுடன் தாங்களும் தாவி அதன் கழுத்தில் கை போட்டுவிட்டார்கள். உடனே கூட்டம் ஏகமாய் வந்துவிட்டது. மாடு கீழே படுத்துப் போய்விட்டது. ஜமீன்தாருடைய ஆட்களெல்லாம் சண்டை போட்டும் அடங்காமல் சுப்பிரமணிய அய்யருடைய ஆட்கள் விடமாட்டோம் என்று அந்த மாட்டினுடைய கடுக்கன், அரைஞாண், உருமால் முதலிய எல்லாவற்றையும் பறித்துக் கொண்டு அதை முடுக்கிவிட்டார்கள். இதுவரையில் ஒருநாளும் பிடிபடாத அந்த மாட்டை சுப்பிரமணியய்யருடைய ஆட்கள் பிடித்ததைப் பற்றி வெகு கோபத்துடன் ஜமீன்தார் தன் அருகில் ஒரே

பாயில் உட்கார்ந்திருந்த அய்யரைப் பார்க்க, அவர் 'கோபித்தென்ன செய்வது? என் மாடு வரப்போகிறது. அதை உன்னாட்கள் பிடிக்கட்டும், வேடிக்கைதானே' என்று சொன்னார். உடனே முன்னிலும் அதிகமான கட்டிய முழக்கங்களுடன் சுப்பிரமணியய்யருடைய இரண்டு மாடுகளும் ஏக காலத்தில் புறப்பட்டன. ஆனால் அவைகளுக்கு மனிதர் கூட்டம் லட்சியமேயில்லை. நிரம்ப ஜனங்கள் கூடியிருந்த இடத்தில் அவை வந்து அலட்சியமாய் நின்றன. சிலர் கிட்ட நெருங்க அவர்களைக் குபீரென்று கொம்பால் வாரி ஆகாயத்தில் எறிந்துவிட்டன. ஜனங்களும் அவற்றைப் பிடிக்க பல முயற்சிகள் செய்தார்கள். அதிலும், ஜமீன் தாருடைய ஆட்களெல்லாம் துணிந்து பின்னிருந்து அந்த மாடுகளிடம் போவது, 'டுர்ரீ' என்று கூப்பிடுவது முதலிய பல தந்திரங்களைப் பண்ணி தலைகீழாக விழுந்து பார்த்தார்கள். கடைசியாய் கண் போனவன், கால்போனவன், கை போனவன் என்ற அழுகைதான் மிஞ்சிற்று. அது முதல் அந்த மாடுகளிடத்தில் ஜனங்கள் கிட்ட நெருங்குகிறதில்லை. 'டுர்ரீ' என்று ஒரு தடவை யாராவது கூப்பிட்டால் அவை திரும்பிப் பார்க்கும். பார்த்தவுடன் எல்லாரும் கதி கலங்கி புலியைக் கண்ட ஆடுகள் போல் ஒருவர் மேலொருவராய் விழுந்தோடுவார்கள். சிறிது நேரத்துக்கெல்லாம் 'டுர்ரீ' என்ற சப்தமும் அடங்கிப் போய்விட்டது. அந்த இரண்டு மாடுகளும் கம்பீரமாய் இருபுறமும் கடாட்சித்துக் கொண்டு மெதுவாய் வீடு நோக்கிச் சென்றன. ஜெல்லிக்கட்டு முடிந்தது.

சுப்பிரமணியய்யருக்கு உண்டான சந்தோஷத்திற்கு அளவில்லை. வீட்டுக்குப் போன பின் பொன்னம்மாளுடன் தன் பெருமையைச் சொல்லிவிட்டுப் பருத்திக்கொட்டையும் தவிடும் தானேயெடுத்து அந்த மாடுகளுக்கு வைத்து உபசாரம் செய்யப் போய்விட்டார். வீட்டுக்குப் போன ஜமீன்தாரரோ வெகுகோபத்துடன் தோற்றுப்போன தன் மாட்டை வரவழைத்துப் பறையரை விட்டுத் தன்னெதிரேயே உயிரோடு தோல் உரிக்க உத்தரவு கொடுத்துவிட்டுப் பேயாண்டித்தேவனை இரகசியமாய் வரவழைத்து அவனுடன் பேச்சுக் கொடுத்து கள்ளைக் குடம் குடமாய்க் குடிக்கச் செய்து அந்த மயக்கத்தில் சுப்பிரமணியய்யர் வீட்டில் கொள்ளையிடும்படி சத்தியம் வாங்கிவிட்டார். பேயாண்டி மயக்கம் தெளிந்த பிறகு, தான் செய்த சத்தியத்தைக் குறித்து வருத்தப் பட்டான். முத்துஸ்வாமியய்யர் ஒருவரிடத்தில் அவனுக்கு உண்மையான பயமும் விசுவாசமும் இருந்தாலும் சத்தியம் கொடுத்தாய்விட்ட படியால் திருடிவிடவேண்டியது அவசியமாயிற்று. ஆனால் மேஜை நாற்காலி கொண்டுவந்து போட்டுக்கொண்டு பகிரங்கமாகத் திருடுகிற தன் வழக்கத்துக்கு விரோதமாய் முத்துஸ்வாமி அய்யரை உத்தேசித்து திருட்டுத்தனமாய் சாதாரணத் திருடர்போல் அன்று திருட வந்தான். வந்த சமயத்தில் சுப்பிரமணியய்யரும் அவர் மனைவியும் ராத்திரி

நெடுநேரம் தூக்கம் விழித்ததால் அயர்ந்து தூங்கிக் கொண்டிருந் தார்கள். பொன்னம்மாள் புருஷனுக்கு மருந்திட்டதில் முதல் முதல் கைகண்ட பலன் அவளுக்கு 3000 ரூபாய் நகை பலித்தது.

திருடினது பேயாண்டித்தேவன்தான் என்று கேட்ட முத்துஸ்வாமி அய்யருக்கு அச்சமும் கோபமும் உண்டாயிற்று. அவர் 'நம்மைவிடக் கோமள நாயக்கனூர்ப் பயல் அவனுக்குப் பெரிதாய்ப் போய் விட்டானா, இருக்கட்டும்' என்று சொல்லி சப் மாஜிஸ்திரேட்டு வைத்தியநாதய்யருக்கு ஆள் அனுப்பினார். பேயாண்டித்தேவனைப் பிடிக்க நெடுநாளாய் போலீஸ்காரர்கள் தலைகீழாக நின்று பிரயத்தனம் பண்ணியும் பலிக்கவில்லை. வைத்தியநாதய்யர் வேலைத்திறமைக்காகப் பிரசித்திபெற்றவர். பேயாண்டித்தேவனைப் பிடித்துக் கொடுப்பதற் காகவே அவரைச் சர்க்காரில் முக்கியமாய் அந்தப் பக்கத்துக்கு அனுப்பினார்கள். அவர் வந்து இரண்டு வருஷமாயும் அவன் அவர் கையில் அகப்படவில்லை. அவர் பேயாண்டித்தேவனைப் பிடித்து விட்டார்கள் என்றவுடனே 30 கான்ஸ்டேபிள்களையும் கூட்டிக் கொண்டு குதிரை போட்டுக்கொண்டு ஓடிவந்தார். அவர் வருவதற்குள் முத்துஸ்வாமி அய்யர், வேலைக்காரன் வீரனைக் கூப்பிட்டு, வண்டிக் காரனை வண்டி போடச் செய்யச் சொன்னார். வீரன், வண்டிக்காரன் மூக்கன் படுத்திருந்த இடத்துக்குப் போய் 'மூக்கண்ணே, மூக்கண்ணே!' என்று சப்தம் போட்டான். பிறகு 'மூக்கா மூக்கா' என்று சப்தம் போட்டான். பிறகு 'அட மூக்கா அட மூக்கா' என்று கூப்பிட்டுப் பார்த்தான். ஒன்றுக்கும் பதிலைக் காணோம். அசைத்து எழுப்பிப் பார்த்தான். அடித்து எழுப்பிப் பார்த்தான். உணர்ச்சி வரவில்லை. 'செத்துக்கித்துப் போயிட்டானா, மூச்சு துருத்தி ஊதினாப்போல ஊதுது, குறட்டு தயிர்கடையரதே' என்று சொல்லிக்கொண்டு மேலேறித் துவைத்தான். இவனுக்குத்தான் கால் வலித்ததேயொழிய அவ்விடத்தியோக நிஷ்டைக்கு யாதொரு சலனமுமில்லை. 'இதேதடா கும்பகர்ணனா யிருக்கு' என்று சொல்லிக்கொண்டு அவன் காதில் போய் காததூரம் கேட்கும்படி கத்திப் பார்த்தான். வீரனுடைய பிரம்மப் பிரயத்தனத்தைக் காட்டிலும் மூக்கனுடைய நித்திரை வைராக்கியம் பலமாயிருந்தது. கடைசியாய் அவனைத் தூக்கி நிறுத்திக் கொண்டு சுவரில் நாலைந்து தடவை பலமாய் மோதினான். நல்ல வேளையாய் எந்த சுவாமி புண்ணியத்திலோ கொஞ்சம் பிரக்ஞை வந்தது. 'என்னடா பாதித் தூக்கத்திலே' என்று சொல்லிக்கொண்டு தலையைச் சொரிந்து கொண்டு சுவரில் சாய்ந்த வண்ணமே மூக்கன் மறுபடி தூங்கத் துவங்கினான். உடனே வீரன் பளீர் என்று பேயறைந்தாற் போல் அறைந்து 'ஊரெல்லாம் கொள்ளை போகுது, உனக்கு இன்னம்

ஒறக்கம் போகவில்லை' என்று சொல்லி அவனை வெளியிலிழுத்து வந்தான். இதற்குள் வைத்திய நாதய்யர் வந்து ஒரு நாழிகையாய்விட்டது. பிறகு மூக்கன் வண்டி தேடி, மாடு தேடி பயணத்துக்குத் தயார் செய்ய, ஐந்தாறு வண்டிகளும் ஐம்பது, அறுபது ஜனங்களும், தீவட்டிகள், சுழுந்துகள் சஹிதமாய்க் கல்லாபட்டி மார்க்கமாய்ப் புறப்பட்டார்கள். அங்கே வந்தவுடன் பேயாண்டித்தேவன் ஐந்தாறு பேரைக் காயப் படுத்திக் காததூரம் போய்விட்டான்' என்று கேள்விப்பட்டு எல்லாரும் திகைத்து நின்றார்கள். அப்பொழுது சொக்கன் என்ற குடியானவன் அவர்களிடம் வந்து 'நீங்கள் யோசிக்க வேண்டாம், பேயாண்டியை நான் பிடித்துக் கொடுக்கிறேன்' என்றான். அவனே ஜாதியில் கள்ளன் ஆனதால் அவர்கள் அவனிடத்தில் நம்பிக்கையுடன் 'அப்படிச் செய்வாயானால் உனக்கு நல்ல வெகுமதி தருகிறோம்' என்றார்கள். சிறுகுளத்தில் அன்று இரவு முழுவதும் ஒருவருக்கும் தூக்கம் கிடையாது. ஜனங்கள் எல்லாரும் தீ பிடித்த திருஷ்டாந்தங்களையும் பேயாண்டித் தேவனுடைய பிரதாபங்களையும் பற்றிப் பேசிக் கொண்டிருந்தார்கள். பாவம் சுப்பிரமணியய்யரோ, முத்துஸ்வாமி அய்யர் அகத்திலேதானே இருக்கும்படி சொல்லிவிட்டமையால் அங்கேயே இருந்துகொண்டு தனக்கு நேரிட்ட கஷ்டத்தைக் குறித்து வருத்தப்பட்டுக்கொண்டிருந்தார். அவருக்கு நகை போனதிலும் பணம் போனதிலும் கூட அவ்வளவு விசனமில்லை. பிரியமாய் வாங்கின உருமால் கட்டிக்காளை போனது அவருடைய பிராணனில் ஒரு பாகம் போய்விட்டது போலிருந்தது. மகாமேரு போலிருந்த அவர் வைக்கோற் போரோ அவருடைய நீர் பெருக்கும் கண்கள் முன்னமேயே கரியாய்ப் போய்க்கொண்டிருந்தது.

14

கள்ளனுக்குள்ளே கள்ளன்

இரண்டு மாதத்துக்குப் பிறகு ஒரு கணவாய்க்கு அருகிலிருந்த ஒரு பெரிய ஆலமரத்தின் கீழ் பேயாண்டித் தேவன் பத்துபேருடன் உட்கார்ந்திருந்தான். அப்படி உட்கார்ந்திருக்கும் போது பகலில் சுமார் பன்னிரண்டு மணிக்கு ஒரு மனிதனும் ஒரு கிழவியும் அவர்களை நோக்கி வெகு வேகமாய் ஓடி வந்தார்கள். வந்தவர்கள், அந்தக் கிழவி பஞ்சுப் பொதிபோல் தளர்ந்துகிடந்த தன் கிழட்டுச் சதையைத் தூக்கிக்கொண்டு ஓடிவருகிற வேடிக்கையைக் கண்டு சிரித்துக்கொண் டிருந்த பேயாண்டித் தேவனுடைய காலிலே விழுந்து 'எங்கப்பங்கப்பா மகாராசா! நீ தான் காப்பாற்ற வேணும், நீதான் எங்குல தெய்வம்' என்று கதறினார்கள். பேயாண்டித்தேவன் 'நீங்கள் யார், என்ன சமாசாரம்'

என்று கேட்க, அந்தக் கிழவி, 'சாமி நான் ஏழைப்பட்டவள், ஆயிரங் காலந்தவசு கிடந்து கோவிலுக்குப் போயி கொளத்துக்குப் போயி மரத்தைச் சுத்தி மாட்டைச் சுத்தி வரங்கிடந்து தவசுபண்ணிப் பட்டினி கிடந்து பண்ணாத பூசையெல்லாம்பண்ணி, அப்புறம் துரோபதைக்குச் சாம்பிராணி கொளுத்திக் கருப்பனுக்கு மாடு வெட்டி, ஆடு வெட்டி, கோழி வெட்டி அப்புறம் தருமம் குடுத்து, தானம் குடுத்து, பிராமணாளுக்கு அரிசி குடுத்து, அப்புறம் பஞ்சாங்கக் காரனுக்குத் தவசம் குடுத்து, என்று வார்த்தை வார்த்தையாக இழுத்து இழுத்துச் சொல்லிக்கொண்டிருக்க, பேயாண்டித்தேவன் 'ஆமாம் அப்புறம் சாப்பிட்டு, அப்புறம் தூங்கி, அப்புறம் கை கழுவி, ஏ ஏ ஏ' என்று பரிகாசம் பண்ணிச் சிரிக்க, எல்லாரும் இடி இடி என்று சிரித்தார்கள். பேயாண்டித்தேவன் 'யார் என்று கேட்டால் இன்னார் என்று சொல்ல ஒரு மாதம் ஆகும் போலிருக்கிறதே' என அந்தக் கிழவியுடன் கூடவந்த மனிதன் 'சாமி, அவள் அப்படித்தான் பேசிக்கிட்டே கிடப்பாள், அவதான் என்னாத்தா, நான்தான் அவ மகன், வந்து அவதான் எங்கப்பனுக்கு மூத்த பொஞ்சாதி' என, அவள் 'இல்லை இன்னொரு சக்காளத்தியிருந்துக்கிட்டிருந்தா, அவதான் மூத்தது, நானு ரெண்டாவது: அவகளுக்கும் அவளுக்குஞ் சேரவில்லை. எந்நேரமும் சண்டையுஞ் சல்லியமும் சச்சரவுந்தான். அப்புறம் அவர்கள்' என்று சொல்லிக் கொண்டிருக்க 'நீ யிரடி சும்மா' என்று அவளை யிடித்துத் தள்ளிப் போட்டு 'இவள் வந்து எந்நேரமும் இப்படித்தான். சாமி மகாராசாவே என்பேர் சொக்கன்' என்பதற்குள், அவள் 'ஒரே மகன், பத்துமாதஞ் சுமந்து பெத்தேன். அவனும் இடிச்சித்தள்ளரான்' என்று குய்யோ முறையோவென அழ ஆரம்பித்தாள். பேயாண்டித்தேவன் இவர்கள் ஒன்றுமறியாத எழைகள் என்று நினைத்து எழுந்திருந்து அவர்களை சமாதானம் பண்ணிச் சமாசாரத்தை சாவகாசமாய் விசாரிக்க சொக்கன் என்பவன்தான் ஜாதியில் தெற்குச் சீமைக் கள்ளன் என்றும், அவன் திருடினதற்காக சிறைச்சாலையில் வைக்கப்பட்டதாகவும், அதிலிருந்து தப்புவித்தோடி வந்துவிட்டதாகவும் போலீஸ்காரருக்குப் பயந்து பேயாண்டித் தேவனுடைய பிரதாபத்தைக் கேள்விப்பட்டு அவனிடம் ஓடி வந்ததாகவும், சொல்லி அவன் காலில் விழுந்து கண்ணீராறாகப் பெருக்க, பேயாண்டித்தேவன் அவனைத் தட்டிக்கொடுத்து 'நீ பயப்பட வேண்டாம், உன்னைக் காப்பாற்ற நானாய்விட்டது. உனக்காக என்னுயிரையும் கொடுப்பேன்' என்று கையடித்துக் கொடுத்துப் பிறகு 'நான் போகிற இடமெல்லாம் உன்னைக் கூட்டிப் போகிறேன். நாளை ராத்திரி மல்லாபுரத்தில் கொள்ளையடிக்கப் போகிறதாக இப்பொழுது தான் பேசி முடித்தோம். உன்னையும் கூட்டிப் போகிறேன். பயப் படாதே, கொள்ளைப் பணம் கிடைக்கும். அங்கே கொள்ளையடித்து

விட்டுத் தோணிமலைக் குகைக்கு வந்து கள்ளுகிள்ளு சாப்பிட்டு படுபோடு போட்டுவிடுவோம் வா' என்று சொல்லி 'உன் பெயர் என்ன அப்பன்' என்று கேட்க, அவன் 'சொக்கன்' என்றான். முத்துஸ்வாமி அய்யரிடத்திலும் வைத்தியநாதய்யரிடத்திலும் பேயாண்டித்தேவனைப் பிடித்துக்கொடுத்து விடுவதாய்ப் பேசிவந்த சொக்கன் இவனே. அவன் வழியில் போகிற ஒரு கிழவியைத் தன் தாயாரென்று கூட்டிவந்து இல்லாத வேஷமெல்லாம் போட, அதையறியாத பேயாண்டித்தேவன் 'சொக்கண்ணே இங்கே வா அண்ணே, உட்காரப்பேன் பயப்படாதே. கள்ளப்பிள்ளை அழலாமா, பாட்டி உட்காரு பாட்டி, போலீஸ் நாய்கள் வரட்டும், வப்பில்கட்டியடிக்கிறேன்' என்று சொல்லி சொக்கனுடைய கண்ணீரைத் தன் துணியால் துடைத்தான். மோசக் காரச் சொக்கன் அன்று சாயந்திரமே அந்தக் கிழவி மூலமாக மல்லாபுரம் கொள்ளையையும் தோணி மலைக்குகையிருப்பிடத்தையும் பற்றி சிறுகுளத்துக்குச் சொல்லியனுப்பி விட்டான்.

மறுநாள் மல்லாபுரம் கொள்ளை வெகு மும்முரமாக நடந்தது. ராத்திரி இரண்டு மணிக்கு பேயாண்டித்தேவனும் சொக்கனும் இன்னும் 5-பேர்களுமாய் தோணிமலைக் குகைக்கு வந்து சேர்ந்தார்கள். அந்த மலை ஒரு சரளைக் கற்காட்டு மத்தியிலிருந்தது. அது சுற்றுமுற்றும் மனித வாசனையே கிடைக்கப்பெறாது. கொல்லுக் கொலைக்கஞ்சாத சூனியக் காரனுடைய மனதுபோல வெந்து கிடந்தது. அதில் 'தாயைப் போல பிள்ளை' என்றபடி சப்பாத்துக் கள்ளியும் காட்டுக் கள்ளியும் ஏகமாகச் செறிந்து அடக்குவாரில்லாத ராட்சதப் பூண்டுபோல் வளர்ந்து கிடந்தன. அந்தச் சப்பாத்துக்கள்ளி மாளிகைகளில் சர சரவென்று சந்தடி செய்து சஞ்சரித்துக் கொண்டிருந்த பாம்புகள் வளைந்து ஓட, நரிகள் பாட, பேய்கள் ஆட, கோட்டான்கள் மிருதங்கம் வாசிக்க, ஆந்தைகள் ஆசீர்வதிக்க, ஓநாய்கள் உபதேசம் பண்ண, புலி கரடிகள் செப்படி வித்தைகள் செய்ய தங்களுடைய கல்யாணம், சாந்தி முகூர்த்தாதிகளை மங்களகரமாய் நடத்தி வந்தன. முட்களும் முட்கள்போலத் தைக்கும் கற்களுமே அந்தச் செழிப்பான பூமியின் முக்கிய செல்வமாயிருந்தன. பாட்டைக் கள்ளிகள் குட்டிப் பேய்கள்போல் நின்ற இந்த ஸ்மசான மத்தியில் வளப்பம் என்ற பெயருமில்லாத வறண்டு உபயோகமற்ற குட்டிச் செடிகள் நிறைந்து, கொள்ளிக்கட்டை நிறமாகவும், செத்து வெளுத்த பிணத்தின் நிறமாகவும் இருந்த பெரிய பெரிய ஜடா முனிகள் ஒன்றை ஒன்று பார்த்துக்கொண்டு நின்றாற்போல ஐந்தாறு குன்றுகள் ஒன்றுக்கருகில் ஒன்றாய் நின்றன.

அவ்விருட்டில் அவைகள் எல்லாவற்றிற்கும் மத்தியில் நின்றது தோணிமலை. அது வஞ்சகர்களுடைய நெஞ்சம்போல அளவிறந்த

குகைகள் நிரம்பிய குன்று. அவற்றுள் ஒரு பெரிய குகை பேயாண்டித் தேவருடைய இரவு மாளிகை. அது அவன் தொழில்போல இருண்டிருந்தது. அதன் வாசலைச் சுற்றி கஞ்சாச் செடிகள் போடப் பட்டிருந்ததால் தூரத்துப் பார்வைக்கு அது புலப்படுவது வருத்தம். அதில் கற்கள் வைத்து அடுப்புகள் கட்டப்பட்டிருந்ததுமன்றி மனித நீளத்துக்குச் சரியாக அனேக படுக்கைகள் வெட்டப்பட்டிருந்தன. அதில் ஒரு மூலையில் பிள்ளையார் விக்கிரகமும் மற்றொரு மூலையில் வெட்டரிவாளும் கையுமாய் ஒரு கருப்பண்ணசாமி விக்கிரகமும் வைக்கப் பட்டிருந்தன. அவற்றின் மத்தியில் ஒரு பொந்தில் குடங் குடமாய் கள் வைக்கப்பட்டிருந்தது. பேயாண்டித்தேவன் வரும்போது சந்திரன் உதயமாகிற சமயம். அவனும் அவன் தோழர்களும் வரும் போது சங்கலிக்கருப்பன் வருவதுபோல் வளைதடிகளைச் சப்தம் செய்து நரிகளையும் ஓநாய்களையும் வெருட்டிக்கொண்டு பாம்பு களைத் தடியால் எடுத்து அலட்சியமாய் வீசியெறிந்து கொண்டு வந்தார்கள். அவர்கள் குகையில் வந்தவுடன் சுவரில் குழிவெட்டி எண்ணெய் வார்த்திருந்த தீபத்தை ஏற்றி தாங்களடித்து வந்த கொள்ளையைக் கணபதிக்கும் கருப்பண்ணனுக்கும் சூடம் கொளுத்தி நைவேத்தியம் செய்துவிட்டு பிறகு கள்ளெடுத்துக் குடித்துவிட்டுப் பாட ஆரம்பித்தார்கள்:-

எதுகுல காம்போதி ராகம் - ஏகதாளம்

பேயாண்டித்தேவன் (கால்மேல் கால்போட்டு):-

வீரன் இருளன் காட்டேரி
வெறியன் நொண்டி சாமுண்டி
தொந்திக்கணபதி பெத்தண்ணன்
தொட்டியச்சின்னான் பாவாடை
நம்மதெய்வ நாமிருக்க
ஊரிருக்க மாடிருக்க
உண்ணச்சம்பாச் சோறிருக்க
(எல்லாரும்) தில்லாலேலே லேலோ தன்னானே
கைபில் கன்னக் கோலிருக்க
காத்துராயன் துணையிருக்க
எல்லாரும் குடிக்கக்குடம் கள்ளிருக்க
தோள் குடிக்கக்குடம் கள்ளிருக்க,
கொட்டி நமக்குமுண்டோகுறை;
நமக்குமுண்டோ குறை!
இரவுதான் நமக்குப் பகல்

நச்சத்திரம் நம்ம தீவட்டி
பேய்பிசாசும் வாய்மூடும்
பேயாண்டித்தேவன் பேர் சொன்னாலே

மீசையை
முறுக்கிக் கொண்டு எல்லாரும் — தில்லாலே லேலேலோ தன்னானே

பெண்டுவிட்டுப் பிள்ளைவிட்டு
நாடுவிட்டுப் பாடுபட்டு
வாய்க்கால்வெட்டி வரப்புவெட்டி
பலபேராச் சேர்த்த சொத்து
(எல்லாரும்) நமக்காகத்தான் நமக்காகத்தான்
பெண்டுபிள்ளைக்குத் தாலிப்பிச்சை
நாம் கொடுத்தால்தானே யுண்டு
இந்தப் பூமிக்கு நாமே ராஜா
கன்னக்கோலே நல்ல செங்கோல்
(எல்லாரும்) நமக்கு முண்டோ நிகர்! நமக்கு முண்டோ நிகர்!

இப்படி இவர்கள் பாடி 'நமக்கு முண்டோ நிகர்' என்று தோள் தட்டி ஆர்ப்பரிக்கும்போது திடீரென்று பிசாசுகள் வந்தாற்போல் 'ஹே' என்று ஒரே மொத்தமாய்க் கத்திக்கொண்டு நூறுபேர் துப்பாக்கியும் கையுமாய் ஆகாயத்திலிருந்து குதித்தாற்போலக் குதித்தார்கள். அவர்களைக் கண்டவுடன் பேயாண்டித் தேவன்கூட நடுங்கிப் போய் விட்டான். வந்தவர்கள் ஒரு ஆளுக்கு மூன்று நாலுபேராய் குடி மயக்கத்திலிருந்த பேயாண்டித் தேவனுடைய தோழர்களைக் கட்டி விலங்கிட்டு விட்டார்கள். பேயாண்டித் தேவனுக்கு மட்டும் கள்ளின் வெறியிருந்ததேயொழிய மயக்கமுண்டாகவில்லை. மந்தமாய்ப் பிரகாசித்த நிலவில் ஏறிட்டுப் பார்த்தான். முத்துஸ்வாமி அய்யருடைய உருவம் தெரிந்தது. உடனே அவன் அவரிடம் வந்து 'ஐயரவாளே வாருங்கோ! அப்படியா சர்க்கார் மனுஷனாப் போய்விட்டாற் போலிருக்கிறதே' என்று சொல்லி அவர் மார்புமீது ஒரு குத்து வைக்க, அவர் பாவம் சுருண்டு கீழே விழுந்துவிட்டார். உடனே பேயாண்டித் தேவன் வைத்தியநாதய்யர் குடுமியை ஒரு கையால் பிடித்துக்கொண்டு இன்னும் பத்துப் பேருடைய தலைமயிரை மற்றொரு கையால் சேர்த்துப் பிடித்துக் கொண்டு தேங்காய்களை முட்டுக்கு விடுவதுபோல ஒன்றோடொன்று முட்டுக்கு விடவே, வைத்தியனாதய்யர் குடுமி அவன் கையோடு வந்து விட்டது. மற்றப் பத்துப்பேருக்குப் பலமான காயம்.

அதற்குள் ஐம்பது அறுபது பேராக அவன் மேல் ஹோ என்று கதறிக் கொண்டு பாய்ந்து விழ அவனும் இருப்புலக்கைகள் போன்ற தன் கைகளை நாலாபக்கமும் வீசி ஹே ஹோ என்று கர்ச்சனை செய்து கொண்டு சிலரை முகங்களையுடைத்தும், சிலரைப் பற்களைத் தட்டியும், சிலரை மண்டைகளை நெரித்தும், தன்னாலான மட்டும் நெடுநேரம் கொடூர யுத்தம் செய்தான். ஆயினும் அவன் நூறுபேருக்கு ஒருவன் ஆதலால் என்ன செய்தும் கடைசியாய் இவர்கள் அவனைக் கட்டிப்பிடித்துக் கை கால்களில் பலமான இரும்பு விலங்குகுளை மாட்டிப் பூட்டிவிட்டார்கள். உடனே அவன் 'என் கையிலும் விலங்கா!' என்று ஆக்ரோஷத்துடன் பற்களை நறநறவென்று கடித்துக் கண்களில் தீப்பொறி பறக்கக் கைகளை பலமாகத் திருகினான். திருகவே இரும்பு விலங்குகள் சில்லுச் சில்லாய் தெறித்து, போன இடம் தெரியாமல் போய்விட்டன. உடனே அவன் கைகளை வீசிக்கொண்டு தோள்களைத் தட்டி அட்டகாசம் செய்து கொண்டு 'வாங்களடா பயல்களா, பத்து இருபது பேராக வாருங்களடா, ஒரு கை பார்ப்போம்' என்று ஆர்ப்பரித்தான். அந்தப் போலீஸ்காரர்களுக்கு பத்து இருபது பேராக அவனிடத்துப் போகப் பைத்தியமா? வேட்டை நாய்கள் புலிமேல் பாய்வதுபோல் மறுபடியும் எல்லாரும் ஒரே மொத்தமாய் அவன்மேல் பாய, அவன் 'போங்கடா வெறும் முண்டைகளா, இத்தனை பேராகச் சேர்ந்து ஒருத்தனைப் பிடிக்க வந்து விட்டீர்களே, வெட்கம் கெட்ட முண்டைகளா, இப்பொழுது என்ன செய்ய வேணுமடா, முண்டைகளா? என, அவர்கள் 'கச்சேரிக்கு வா' என்றார்கள். அவன் 'எனக்குக் காலில் விலங்கு போட்டிருக்கிறது. என்னால் நடக்க முடியாது. வேண்டுமானால் என்னைத் தூக்கிக் கொண்டு போங்கடா பயல்களா' என்று கீழே உட்கார்ந்துகொண்டு விட்டான். முப்பது நாற்பது பேராகச் சேர்ந்து அவனைத் தூக்கிப் பார்த்தார்கள் முடியவில்லை. பிறகு ஐம்பது அறுபது பேர் சேர்ந்து சிரமப்பட்டு அவனைத் தூக்க, அவன் 'என்னடா பயல்களா நான் என்ன செத்த பிணமா படுத்தபடி தூக்குகிறீர்களே' என்று தன்னைத் தூக்கினவர்களைக் கண்களிலும் தலைகளிலும் அடித்து வெருட்டினான். பிறகு வைத்தியநாதய்யர் தாங்கள் கொண்டு வந்திருந்த வண்டிகளில் ஒன்றை சக்கரத்தைக் கழற்றி வரச் சொல்லி அதற்குள் பேயாண்டித் தேவனை எழுந்தருளச் செய்து அதைச் சுமக்கும்படி சுற்றியிருந்தவர் களுக்குக் கட்டளையிட்டார். பேயாண்டித்தேவனும் இவர்கள் சர்க்காரையும் பார்ப்போம் என்று அந்த வண்டிக்கூட்டில் கால்மேல் கால்போட்டு உட்கார்ந்துகொண்டு வெற்றிலை பாக்கை வாயில் போட்டுத் தின்றுகொண்டும், உருவின கத்தியும் கையுமாய் வந்த போலீஸ் வீரர்மேல் வழிநெடுகத் துப்பிக்கொண்டும், தாளம் போட்டுப் பாடிக்கொண்டும் 'தூக்குங்களடா பயல்களா, தூக்குங்கள்' என்று சொல்லிக்கொண்டும் பல்லக்கு சவாரி செய்துகொண்டு போனான்.

15

பேயாண்டித் தேவர் உலா

இவ்வித கோலாகலத்துடன் பேயாண்டித் தேவனைப் பிடித்து வரும்பொழுது எந்த ஊர்ச் சிறைச்சாலையில் அவனை பத்திரப் படுத்துகிறது என்பதைப் பற்றி ஒரு ஆலோசனை நடந்தது. சப் மாஜிஸ்திரேட் வைத்தியநாதய்யர் சிறுகுளத்திலேயே அவனை அடைத்துவிடலாமென்று அபிப்பிராயம் சொன்னார். முத்துஸ்வாமி அய்யர் 'அது அபாயத்துக்கிடமாகும் அவனைச் சேர்ந்தவர்கள் எல்லாம் ராட்சதர்கள். அவர்கள் அவ்வளவு சமீபத்திலிருக்கும்போது பேயாண்டியை வைத்துக் காப்பாற்றுவது அசாத்தியம்' என்று எடுத்துக்காட்டியதின்மேல் மதுரைக்கே அவனை அனுப்புவது என்று தீர்மானமாயிற்று. ஆனால், போகும் பொழுது சிறுகுளம் மார்க்கமாகப் போக வேண்டியிருந்தது. அவ்வூருக்கு ஒரு மைலுக்கப்பால் பேயாண்டித் தேவன் வருகிறான் என்ற அரவம் உண்டான உடனேயே ஆண் பெண் அடங்கலும் அவனை எதிர் கொள்ளக் கிளம்பிவிட்டது. சுப்பு எப்பொழுதுமே அழுத்தந் திருத்தமாகப் பேசுகிறவளாய் விட்டதே. இப்பொழுது அவசரத்தில் கேட்க வேண்டுமா? "யேம்பூ பேயாயியேவனைப் பியிச்சுக்கிண்டுவயா யா, யா, யா" என்றிப்படி 'பேயாண்டித்தேவனைப் பிடித்துக்கொண்டு வருகிறார்கள் வா வா வா என்பதையெல்லாம் யகர வர்க்கத்திலேதானே பேசித் தீர்த்துவிட்டாள், ஸ்திரீகளுக்கு மாப்பிள்ளை, பெண் வயிற்றுப் பேரன், பேத்தி என்றால் என்ன பிரியம் இருக்குமோ அவ்வளவு பிரியம் சுப்புவுக்கு 'ய' என்ற சப்தத்தின் மேல் அரிச்சுவடியில் வேறு எந்த அட்சரமும் அவளுக்கு லட்சியமில்லை. சுப்பு இப்படிப் பிரசங்கம் செய்யும்போது வேம்பு புடவை உடுத்திக் கொண்டிருந்தவள் உடனே 'நிச்சயமம்மாவா! பேயாண்டித் தேவனையா! பிடிச்சுட்டாளா!!! இதோ நானும் வந்து விட்டேனடீம்மா' என சுப்பு 'நீயா (வா) நான் போயேன்' என்று ஓட ஆரம்பித்தாள். அதற்குள் வேம்பு 'அடாயெழவே நானும் வந்து விட்டேனடியம்மா இதோ ஆச்சிரிம்மா (ஆய்விட்டதடியம்மா) ஒரு சித்து சித்துக்கிறதுக்கு எத்தனை நாழி செல்லும் என்று சொல்லி அவசரத்தில் ரவிக்கைகூடப் போட்டுக் கொள்ள சரிப்படாமல் மேலாடையிருக்கவேண்டிய பக்கம் 'கொசாமும், கொசாம்' இருக்க வேண்டிய பக்கத்தில் மேலாடையும் சுற்றிக்கொண்டு புடவையை உடுத்தினதும் உடுத்தாததுமாய் அலங்கோலத்துடன் வெளியே புறப்பட்டு விட்டாள்.

அடுத்தகத்து நாகு தன் புருஷனுக்குப் பழையது போட்டுக் கொண் டிருந்தாள். சுப்புவும் வேம்புவும் போய் ஒரு குரல் கூப்பிட்டார்கள்.

கூப்பிட்டதுதான் தாமதம். நாகு தன் அகமுடையானைப் பார்த்து மோருகச் சட்டியிலிருக்கு; குழம்பு அடுப்பிலிருக்கு; எடுத்து வாத்துக் கட்டும், நான் போறேன், என்று சொல்லி சாதக் கற்சட்டியை மூடாமல் அப்படித்தானே வைத்துவிட்டு பத்துக் கையைக்கூட அலம்பாமல் அப்படியே புறப்பட்டுவிட்டாள். அவள் புருஷன் 'அடியே போட்டு விட்டுப் போடி, அப்புறம் பார்த்துக்கொள்' என்று அதட்ட, அவள் 'இதுக்கு வர்ர கோபத்தைப் பார்! நன்னாயிருக்கு!' என்று மரியாதையாய்ச் சொல்லிவிட்டு (அகமுடையானுக்குப் பயப்பட அதுதானா சமயம்!) ஒரே ஓட்டமாய் ஓடிவிட்டாள். அவள் புருஷனுக்கு வந்த கோபத்துக்கு அளவு சங்கையில்லை. 'மொட்டை முண்டை வரட்டும் சொல்லுகிறேன், காலை முறித்துப் போடுகிறேன், சாதத்தை எறிந்துவிட்டுப் போய் விடுகிறேன் பார்' என்று கோபித்துக்கொண்டான். சாதத்தை எறிந்து விட்டால் யாருக்கு நஷ்டம் என்பது படவில்லை. அப்படி எறியவும் மனது வரவில்லை. 'வரட்டும் சொல்லுகிறேன்' என்று சொல்லிக் கொண்டே, தெய்வமேயென்று ஒருதரம் வைகிறது. ஒருபிடி சாப்பிடுகிறது, மறுபடி வைகிறது மறுபடி சாப்பிடுகிறது, இப்படியாக சாப்பிட்டுவிட்டுப் போய்ச் சேர்ந்தான். இவ்விதமாக ஒவ்வொரு வீட்டிலும் போட்டது போட்டபடியே சுப்பு, சேஷி, வேம்பு, நாகு, அம்மாப் பொண்ணு, அலமேலு, நாணி, சாச்சி, சிட்டம்மா, எச்சி, பாப்பு. (நம்முடைமய ஸ்திரீகள் பெயர்கள்தான் எவ்வளவு அழகாயிருக் கின்றன!) முதலிய எல்லாப் பெண்டுகளும் பட்டாளம் பட்டாளமாகப் புறப்பட்டுவிட்டார்கள். பாப்பாபட்டியகத்து வெட்டரிவாள் என்று பட்டப்பெயர் பெற்ற குப்பிப் பாட்டியோ எல்லோருக்கும் முன்னமே முதல் பாலத்துக்கே போய்க் காத்துக் கொண்டிருந்தாள்.

பேயாண்டித்தேவனும் வந்து சேர்ந்தான். அவன் வருகையென்ன திருடனைக் கச்சேரிக்குப் பிடித்துக்கொண்டு போவது போலவா இருந்தது. சட்டை தொப்பி தரித்த போலீஸ் உத்தியோகஸ்தர்கள் பல்லக்குச் சுமக்க, உருவின கத்தியும் கையுமாய் சிப்பாய்கள் முன்னே செல்ல, முத்துஸ்வாமியய்யர் முதலிய மகா ஜனங்கள் பின்னே வர, ஸ்திரீகள் 'கட்டேலே போவான் மூஞ்சியைப் பாரடி, கரியாப்போவான், மீசையும், அவனும்' என்று வழிநெடுகப் பல்லாண்டு பாட, இவ்வளவு கோலாகலத்துடன் ராஜ கம்பீர வீரமார்த்தாண்ட சங்கிலி வீரப்ப பேயாண்டித்தேவர் அவர்கள் (வண்டிக்கூடாகிய) பல்லக்கின் மேல் கம்பீரமாய் உட்கார்ந்து கஞ்சா, புகையிலை முதலிய வாசனைத்திரவிய சகிதம் தாம்பூலந் தரித்துக்கொண்டும், பவள வர்ணமான தனது திவ்ய மங்கள எச்சிலை கத்தி பிடித்த யுக்தவீரர்கள் மேல் தாராளமாய் சமர்ப்பித்துக்கொண்டும், ஆடிப்பாடித் தாளம் போட்டு அட்டகாசம் செய்துகொண்டும் அலங்காரமாய்ப் பவனிவர, அந்த மகாபுருஷனுடைய திவ்ய சேவையை அடையும் பொருட்டு ஆயிரக்கணக்கான ஜனங்கள்

மதுரையில் மீனாட்சியம்மனுடைய முளைக்கொட்டு உற்சவத்தில் பத்தாவது திருநாள் அன்று அம்மன் கனகதண்டிகையில் எழுந்தருளி வரும் காட்சியைக் காண ஒருவர்மேல் ஒருவர் விழுவதுபோல் விழுந்து தரிசனம் செய்து கிருதார்த்தர்களா னார்கள்.

இவர்கள் எல்லாரிலும் விசேஷ பாக்கியத்தைப் பெற்றவள் குப்பிப்பாட்டியென்ற மொட்டச்சி. அவள் பேயாண்டித்தேவனைக் காணவேண்டிய ஆசாவேசத்தில் முட்டாக்கு பின்னே விழ மேலாக்கு முன்னே விழ, ஸ்திரீபுருஷன் என்ற பேதத்தை மறந்து, பிராமணன் சூத்திரன் என்ற பேதத்தைத் துறந்து, கூட்டத்திற்கு நடுவே பாய்ந்து பேயாண்டித்தேவனுக்கு சமீபத்தில் போகவே, அவளுடைய அற்புத பக்தியைக் கண்டு ஆச்சரியமடைந்த அத்தேவன் சேகரித்து வைத்திருந்த தனது திருவாயின் அமிர்தத்தை அவள்மேல் அன்புடன் புரோட்சிக்க, வெள்ளிமயமான அவளுடைய சிராரோமங்கள் அனைத்தும் அரைக் கணத்தில் ரத்னமயமாய்ப் பிரகாசித்த அற்புதத்தைக் கண்ட ஆங்கு உள்ளோர் அனைவரும் அடக்கவொண்ணாது ஆர்ப்பரித்து நகைத்தனர். அதாவது (சாதாரணத் தமிழில்) திருட்டுப்பேயாண்டி குப்பிப்பாட்டியின் மொட்டைத் தலையில் காவியேறிய தனது எச்சிலை உமிழ, அத் தலையிலுள்ள வெள்ளை மயிர்கள் எல்லாம் சாயமேறி சிவந்த நிறமாயின. இந்த வேடிக்கையைக் கண்டு எல்லாரும் விழுந்து விழுந்து சிரித்தார்கள். உடனே குப்பிப்பாட்டி தன்னதிர்ஷ்டத்தைக் கண்டு சந்தோஷிப்பதை விட்டு ‘கட்டேலேபோவே, நீ நாசமாப்போயிட, கரியாப்போக’ என்றிவ்வாறு கர்ச்சிக்கத் தலைப்பட்டாள். இவ்விதத் திருகூத்துகளுடன் பேயாண்டியை மதுரைக்கு உபசரித்து அழைத்துச் சென்று திரிபுரத்துள் ஒருபுரம் போன்ற கற்கோட்டையொன்றில், காட்டில் திரியும் சிங்கத்தைக் கூட்டிலடைத்தாற்போல, அடைத்து அல்லும் பகலும் காலோயாது, கண்மூடாது, வாய் திறவாது, காவல் காக்கும்படி தக்க காவல்காரர்களை ஏற்படுத்தினார்கள்.

முத்துஸ்வாமி அய்யர் தானென்றும் தம்பியென்றும் பேதம் பாராமல் தன் கைப்பணத்தையே செலவழித்து தன் பெயராலேயே ‘பிரியாது’ கொடுத்து வேண்டிய ஏற்பாடுகளை நடத்திவிட்டு ஊருக்குத் திரும்பினார். நல்ல காரியம் ஒன்றை முடித்ததில் அவருக்கு உற்சாகம் கொஞ்சமதிகமாயிருந்தது. வீட்டு வாசலுக்கு வந்தவுடன் கலீர் கலீர் என்று சப்தம் செய்யும் சதங்கையணிந்த பாராசாரிக் காளைகள் கட்டிய தனது பெட்டி வண்டியினின்றும் கீழேயிறங்கினார். தலையில் வெகு அழகான ஒரு சரிகையங்க வஸ்திரத்தை ‘குசால்’ கட்டுக் கட்டிக் கொண்டு கையில் வெள்ளிப் பூண் பிடித்த தடியேந்தி, காலில் ஜோடு மாட்டிக்கொண்டு தங்க அரைஞாணில் வெள்ளிச் சங்கிலி குலுங்க, வயிரக்கடுக்கன்களும், மரகத மோதிரங்களும், பளீர் பளீர் என்று டால் வீச, தனது கிரஹத்துள் பிரவேசிக்க அங்கே திண்ணையில் உட்கார்ந்

திருந்த சிலர் குபீரெனவெழுந்து அவரை வெகு வணக்கமாய் வந்தனம் செய்தார்கள். இப்படி அவர் வரும்பொழுது பொன்னம்மாள் தன்னகத்து வாசலில் நின்றுகொண்டிருந்தாள். அவள் வந்த வருகையையும், அவருக்கு நடந்த மரியாதையையும் பார்த்து அவளுக்கு உண்டான பொறாமைக்கு அளவில்லை. 'சூள்' கொட்டிக்கொண்டு 'இத்தனை வேண்டியிருக்கிறதா, அது எத்தனை நாள் வாழ்வோ எப்படியோ, ஓஹோ என்று இருந்தவர்கள் எல்லாம் எப்படியோ போய்விட்டார்கள்' என்று முணுமுணுத்துக் கொண்டு சகிக்க மாட்டாது உள்ளே சென்றாள். அப்போது சுப்பிரமணியய்யர் கூடத்தில் உட்கார்ந் திருந்தார். இவள் முணுமுணுப்பதைப் பார்த்து 'என்னடியம்மா எனக்குச் சொல்லப் படாதா' என்று அவர் செல்லமாய்க் கேட்க, அவள் 'ஆமாம், என்னமோ சொன்னா சொரக்காய்க்கு உப்பில்லேன்னு' அவர் வந்திருக்கார், அய்யரவாள், ஓங்கண்ணாவாள், முத்தண்ணாவாள், பொன்னண்ணாவாள், ஆனையோடே, குதிரையோடே என்னமோ அற்பங்கள் தலைகீழே விழுகிறதுகள், ஜோடன்ன, குடையென்ன, தடி என்ன, ஒன்றும் பார்க்கப் பிடல்லை. நடக்கட்டும், அதிசயமா கள்ளனைப் பிடிச்சுட்டாரில்லையோ' என்றாள். அவளுக்கு பொறாமை மும்முரத்தில் நகைபோன வருத்தம் கூடப் போய்விட்டது.

மேலும் அன்று காலமே ஆற்றங்கரையில் கூடிய வம்பர் மகா சபையில் பொன்னம்மாளின் பொறாமையை அதிகரிக்கத்தக்க சில தீர்மானங்கள் செய்யப்பட்டிருந்தன. ஆற்றங்கரையில்கூட அந்தச் சபை கூடுமோ என்று சிலருக்கு சந்தேகமுண்டாகலாம். நெருப்பும் வைக்கோலும் சேர்ந்தால் தீப்பற்றுவதற்கு யாரைக் கேட்க வேண்டும். அந்த நெருப்பு சந்தர்ப்பமும் முகூர்த்தமும் பார்த்தா பற்றுகிறது. (இவைகளுக்கெல்லாம் ததைவலக்கினம்தான் விதி.) அதுபோல் சுப்பு கூட்டாளி இரண்டுபேர் எங்கே சேர்ந்தாலும் சரி எப்பொழுது சேர்ந்தாலும் சரி அது வம்பர் மகாசபைதான். மேலும் அந்தச் சபையின் மீட்டிங்குக்கு ஆற்றங்கரையைப்போல் வசதியான இடம் வேறு கிடையாது. (அதனால்தான் இக்காலத்தும்கூட பெண்டுகள் நதிக்குப் போனால் அவ்வளவு சீக்கிரம் வந்துவிடுகிறார்கள்!) ஆற்றங்கரையில் புடவை தோய்த்துக்கொண்டே சுப்பம்மாள் முத்துஸ்வாமி அய்யர் பேயாண்டித் தேவனைப் பிடித்த விருத்தாந்தத்தைச் சவிஸ்தாரமாய் அரங்கேற்றிய பிறகு, நீ ஆயிய(ர)ந்தாஞ் சொல்லேம்மா, என்னன்னாலும் எங்க முத்துஸ்வாமிக்குச் சமானம் வயாது. எங்கேதான் போகட்டுமே, அட டில்லிக்குத்தான் போகட்டுமே ஜெய்ச்சுக்குண்டு வந்துடுவன். போன காயியம் இல்லென்னு வய்ய (வருகிற) வய(ழ)க்கம் கிடையாது. சுப்பிரமணியனும் கெட்டிக்காயன்தான். என்னன்னாலும் அவனுக்கு அவ்வளவு சாமய்(ர்)த்தியம் வயாது' என்று தனது அபிப்பிராயத்தை வெகு தயவாய் வெளியிட்டருளினாள். வேம்பு, 'சுப்பிரமணியன் யார்

வழிக்குப் போறான், எவர் வழிக்குப் போறான்; அப்பாவி, அவனுண்டு பொன்னம்மா உண்டு, தெய்வமேன்னு இருக்கான்' என்று நீட்டிச் சொன்னாள். பொன்னம்மா இவ்வளவுக்கும் அங்கேயே இருக்கிறாள். அவளுடைய பொறாமையைத் தூண்ட வேண்டுமென்றுதான் இந்தச் சம்பாஷணையே அக்கிராசனாதி அவர்களால் ஆரம்பிக்கப்பட்டது. வேம்பு பேசி முடித்தவுடன் பொன்னம்மாள் கம்பீரமாய் விழித்துப் பார்த்துக்கொண்டு 'தலையிருக்க வாலாடணுமா. ஒரு ஊருக்கு இரண்டு பைத்தியக்காரன் வேணுமான்னு வெறுன்னே இருந்தாக்கா 'சுப்பிரமணியனுக்கு ஒன்றும் தெரியாது. அப்பாவி, எல்லாம் அவர் அண்ணாதான் சாதிக்கிறா' என்று இப்படியெல்லாம் சொல்லிச் சொல்லியிருக்கா! அப்படித்தான் இருக்கட்டுமே அதிலென்ன எளப்பம். என்ன இருந்தாலும் அவாள் ஆணும் பெண்ணும் கெட்டிக்காரர்தான். நாங்கள் ஆமடையான் பெண்டாட்டியும் பைத்தியக்காரர் தானம்மா! கெட்டிக்காரரில்லாட்டா அம்பதினாயிரத்தோடே லட்சம் சேருமா!' என்று வெகு வெறுப்பாய்ச் சொல்லிவிட்டு, வீட்டுக்குப் போக நேரமாய் விட்டபடியால் கட்டிச் சுருட்டிக்கொண்டு கால் நிமிஷமும் தங்காமல் புறப்பட்டுவிட்டாள். ஊரார் முத்துஸ்வாமியய்யரைக் கொண்டாடக் கொண்டாட அவளுக்குப் பொறாமையதிகரித்தது.

மேலே சொல்லியபடி அவள் சுப்பிரமணிய அய்யருக்குப் பதில் சொல்லவே அவர் 'வந்துவிட்டானா? இங்கேயேயிரு. நான் போய் என்ன சமாசாரம் என்று கேட்டு வருகிறேன்' என்று புறப்பட, அவள் 'எல்லாம் போய்த்தானிருக்கு. வரவில்லை வரவில்லையென்று ரொம்ப தாபந்தப்பட்றா! விழுந்தடிச்சுக்குண்டு இப்பவே ஓடவேண்டாம். சாயங்காலம்,' வேண்ணா போயிக்கலாம் என்று சொல்லி அவரருகிலிருந்து சல்லாபங்கள் செய்து போகாமல் நிறுத்திவிட்டாள்.

இதற்குள்ளாக முத்துஸ்வாமியய்யரிடம் ஊரார் அனேகர் போய் பேயாண்டித் தேவனுடைய நடத்தை, அவனைச் சிறைப்படுத்தியது முதலிய விஷயங்களைப் பற்றி விசாரிக்க, அவரும் சவிஸ்தாரமாய்ச் சொல்லிக்கொண்டிருந்தார். சாயங்காலம் பொன்னம்மாளுடைய அனுமதியின்மேல் சுப்பிரமணியய்யர் சாவகாசமாய் வந்தார். முத்துஸ்வாமி அய்யர் சுபாவத்தில் கர்வ இஷ்டர். ஊரார் வந்து விசாரிக்கிற போது தன் தம்பி தன்னை முன்னமேயே வந்து விசாரிக்கவில்லை என்பதைப் பற்றி அவருக்கு அந்தரங்கத்தில் கோபம். ஆகையால் சுப்பிரமணியய்யர் போனபொழுது அவர் அவரை ஒன்றும் கவனிக்கவில்லை. முகங்கொடுத்துப் பேசவில்லை. இவராவது சிறிது மலிந்தாரா? அவருக்கு இவர் தம்பியல்லவோ! சிறிது நேரம் இருந்துவிட்டு ஒன்றும் சொல்லாமல் சட்டென்று அவர் வெளியே போய்விட்டார். அதைக் கவனித்த முத்துஸ்வாமி அய்யருக்கு 'இவனுக்காக நாம் இவ்வளவு பாடுபடுகிறது! நம்மை இவன் இவ்வளவு அலட்சியம் பண்ணுகிறதா!

இதுவரையில் இப்படிக் காணோமே. சரிதான், இதுவும் விசேஷந்தான்' என்று மனதில் கோபம் உண்டாயிற்று. சுப்பிரமணியய்யர் வீட்டுக்கு வந்தவுடன் பொன்னம்மாளுடன் நடந்த சங்கதியைச் சொல்ல அவள், 'உங்களுக்கு வேணும் நன்னாவேணும்' என்று சொல்லி முகத்திலிடித்தாள். இந்த அற்ப சங்கதி சகோதரர்களுக்குள் பரஸ்பர அருவருப்புக்குச் சிறிது இடங்கொடுத்தது.

சில நாளைக்குப் பிறகு சுப்பிரமணியய்யருடைய கிரகத்துக்கு ஒரு பையன் வந்தான். அவனுடைய நறுக்குமீசையும், குடுமியும், சாந்துப் பொட்டும், கிறுக்குச்சடாவும், அவனுடைய ஷோக் நடையும் அவன் போக்கிரியென்று கட்டியம் கூறின. அவன் குணம் அவனுடைய நடை உடை பாவனைகளில் எழுதிக்கிடந்தது. பின்னும் ஏதாவது சந்தேக மிருக்குமாயின் ஐந்து நிமிஷம் அவனுடன் பேசினால் எல்லாம் நீங்கிப் போகும். துலுக்கு பாஷைதான் அவன் வாயில் விஷேச சஞ்சாரம். அவனுக்குத்தான் லட்சுமியைக் கொடுக்க வேண்டுமென்று பொன்னம் மாளுடைய அருமையான கோரிக்கை. அவன் அவளுக்கு சொந்தத் தமையன் (பொன்னன்ணா) பிள்ளை. அவனுக்கு வயது 19 அல்லது 20 இருக்கலாம். நாலைந்து வருஷமாக 'மெட்ரிகுலேஷன்' பரீட்சைக்கு தவறாமல் போய்க்கொண்டிருந்தான். இன்னும் பத்து பதினைந்து வருஷத்துக்குள் பரீட்சை தேறிவிடும் என்ற பயம் அதிகமாகக் கிடையாது. பணம் மட்டும் தயவுசெய்து யாராவது சோம்பலில்லாமல் கொடுத்து வரவேணும். மகாராஜர் சுப்பிரமணிய அய்யரவர்கள்தான் தற்காலத்துக்கு அந்த நல்ல தர்மத்தை நடத்தி வருகிறார்கள். 'எங்கள் வைத்தி ரொம்ப அழகு. அவனோடே ஒத்தர் பேசி முடியாது. துலுக்குக் கூடத் தெரியுமடி' என்று பொன்னம்மாள் பலமுறை அவனுடைய பிரசம்ஸையை வம்பர் மகாசபைக்குத் தெரியப்படுத்தியிருக்கிறாள். பணத்துக்காவது, அழகுக்காவது யாரையாவது விசேஷிக்க வேண்டி யிருந்தால் அவள் முறையே தன் பிறந்தகத்தையும், வைத்தியநாதனையும் சொல்லாமலிருக்கமாட்டாள். அவன் பெயர் வைத்தியநாதன்.

அவன் வந்த அன்று மத்தியானம் லட்சுமி சிற்றம் மையகத்துக்கு ஏதோ காரியமாகப் போனாள். அவளைக் கண்டவுடன் பொன்னம்மாள் வைத்தியநாதனைப் பார்த்து 'இவள் தாண்டப்பா ஒன் பெண்டாட்டி மதுரையான் அடிச்சுக்குண்டு போயிட்டான்' என்றாள். அதற்கவன் 'அவள் இப்பொழுதும் என் பெண்டாட்டிதான். மதுரைப் பயல் கிடக்கிறான் நான்' என்றான். லட்சுமிக்கு ஒன்றும் தோன்றவில்லை. போன காரியத்தைப் பார்த்துக்கொண்டு திரும்ப எத்தனித்தாள். பொன்னம்மாள், 'என்னடி அவன் அவ்வளவு அருமையாக உன்னை விசாரிக்கிறான், நீ அவனை எப்போது வந்தேன்னுகூட விசாரிக்கப் படாதா? வெறுன்னை கேளு, வாய்முத்து உதிர்ந்து போகாது போனா நானிருக்கேன் பொறுக்கித்தர' என அவள் ஒன்றும் சொல்லாமல்

தலைகுனிந்து வெட்கி நின்றாள். உடனே பொன்னம்மாள் ‘அடி அதிசயமே, சீமைச்சரக்கே’ என்ன ஓவியம் பண்ணுகிராளடி இந்தக் குட்டிதான். எங்களையெல்லாம் லட்சியம் பண்ணி நீ பேசுவாயா,’ என்று சொல்ல, போக்கிரி வைத்தியநாதன், ‘பெண்டாட்டியல்லவோ, நீயிருக்கிறபோது பேசுவாளா? நீ அந்தப் பக்கம் போ, பேசுவள்.’ கலியாணியைப் பார்த்து ஏனடியப்படித்தானே! என் தங்கமே லேடி யங் லேடி, மை டியர் மை டியர் என்று சொல்லிக்கொண்டு அவளை நோக்கி காமா வேசத்துடன் எழுந்து துரத்திச் சென்றான். லட்சுமியோ பயந்து தன்னகத்துக்கு அலறிக்கொண்டு ஓடிவந்தாள். அப்பொழுது தான் அவள் தகப்பனார் தூங்கியெழுந்த சமயம். ஓடி வருவதைக்கண்டு அவர் என்னடியென்று கேட்க, ‘அவள் ஒன்றுமில்லையப்பா’ என்றாள். மறுபடியும் அவர் ‘தேம்பி அழுகிறாயே சமாசாரம் என்னடி’ என்று அழுத்தி கேட்க, அவள் சங்கதி நடந்ததைச் சொன்னாள். அதற்குள் கமலாம்பாளும் அங்கே வந்தாள். உடனே அவளைப் பார்த்து முத்துஸ்வாமியய்யர் ‘உனக்கு எதாவது புத்தியிருக்கிறதா? அவளை நீ ஏன் அவர்கள் வீட்டுக்குப் போகச் சொன்னாய்?’ என்று கேட்க, அதற்கு கமலாம்பாள் ‘அற்ப காரியம்தானே இதற்காக நான் போவானேன். போய்விட்டு ஒரு எட்டில் வந்துவிடுவாள் என்று, போகச் சொன்னேன். என்மேல் தப்பிதந்தான். நான் சொல்லியிருக்கப்படாது’ என்றாள். முத்துஸ்வாமியய்யர் பெண்ணைப் பார்த்து ‘அவள் வீட்டுக்குப் போகிறபோது என்னைக், கேட்டுக்கொண்டா போனாய் போ அந்தப் பக்கம், என்னெதிரே அழாதே போ!’ என்று அதட்டிச் சொன்னார். லட்சுமி பாவம் அழுதுகொண்டு உள்ளே போய்விட்டாள். அப்பொழுது இரண்டாங்கட்டில் பொன்னு என்ற ஒரு கைம்பெண் தோசைக்கு அரைத்துக்கொண்டிருந்தாள். அவள் இந்தச் சங்கதியையெல்லாம் பொன்னம்மாளிடம் போய் ஒன்றுக்குப் பத்தாய் மூட்டிவிட்டாள்.

அன்று சாயந்திரம் சுப்பிரமணியய்யரும் வைத்தியநாதனும் ஆற்றங்கரைக்குப் போய்க்கொண்டிருந்தார்கள். அப்பொழுது முத்து ஸ்வாமியய்யர் எதிரே வந்தார். வந்தவர் வைத்தியநாதனை எப்பொழுது வந்தாய் என்று கேட்கவில்லை. அவனைக் கண்டவுடன் அவன் அயோக்கியன் என்று அவருக்குப்பட்டதுமன்றி மத்தியானம் நடந்த சங்கதியும் ஞாபகத்தில் வந்தது. அவர் இவனுடன் என்ன பேச்சென்று போய்விட்டார். உடனே வைத்தியநாதன் ‘என்ன வெகு அசட்டையாய்ப் போகிறாரே’ என, சுப்பிரமணியய்யர் ‘அவர்கள் எல்லாம் பெரியவாள் நம்மை லட்சியம் செய்வாரா’ என்றார். வைத்தியநாதன் ‘அவ்வளவு பெரியவாளா, அவர் கையும் நம்ப கையும் ஒரு மூச்சுப் பார்ப்போமா. பார்த்துக்கொண்டிருக்கிறீர்களா? அத்திரிமாகு’ என்று மீசையை முறுக்கி வீரியம் பேசி ஊருக்குப் போவதற்குள் ஏதாவது திருவிளை யாடல் பண்ணிவிட்டுத்தான் போகவேண்டு மென்று தனக்குள் தீர்மானம் செய்துகொண்டான்.

16

'பலீன் சடு குடு'

சில நாளைக்குப் பிறகு கமலாம்பாளுக்கு ஒரு ஆண் குழந்தை பிறந்தது. நெடுநாளாய்ப் புத்திரபாக்கியமற்ற முத்துஸ்வாமி அய்யருக்குப் பிள்ளைக் குழந்தை பிறந்ததில் உண்டான சந்தோஷத்துக்கு எல்லை யில்லை. திடீரென்று கண்பெற்ற பிறவிக் குருடனுக்குக்கூட அவ்வளவு சந்தோஷமிராது. கல்யாண காலத்திலேயே கமலாம்பாள் கர்ப்பவதியாய் இருந்தாள் என்று நமக்குத் தெரியுமே. ஆனால் அவளுக்குப் பெண் குழந்தைகள் பிறப்பதும் இறப்பதும் சகஜமாயிருந்தனவேயன்றி இதுவரையில் ஒரு ஆண் குழந்தையாவது பிறந்துகூட அவள் அறியாள். கன்னிகாதான பலன் கைமேல் சித்தித்ததென்று முத்துஸ்வாமி அய்யர் ஆனந்தித்துக் குழந்தை பிறந்த மறுநாளே சம்பந்தி ராமசுவாமி சாஸ்திரிகளுக்கு இஷ்டமித்ர சஹ பரிவார பந்துஜனங்களுடன் வந்து இருந்து புத்திரோற்சவத்தைச் சிறப்பிக்கும்படியாகக் கடிதம் விடுத்தார். அந்தக் கடிதத்தைக் கண்டவுடன் மாப்பிள்ளை ஸ்ரீநிவாசன், ராமசுவாமி சாஸ்திரிகள், கிருஷ்ணய்யர் முதலிய எல்லோரும் சிறுகுளம் வந்து சேர்ந்தார்கள். புண்ணியாக வசனம் கிரமித்த பிறகு ஸ்ரீநிவாசனைச் சிலநாள் இருந்துவரும்படி சொல்லிவிட்டு மற்றவர்கள் மதுரைக்குப் போய்விட்டார்கள்.

ஸ்ரீநிவாசன் வரப்போகிறான் என்ற செய்தி கேட்டது முதலே பொன்னம்மாள் மருமகன் வைத்தியநாதன் பொறாமையால் பொங்கிக் கொண்டிருந்தான். 'அந்தப் பயல் வரட்டும் உண்டு இல்லையென்று பண்ணிப் போடுகிறேன்' என்று அவன் தனக்குள் பலமுறை பிரதிக்ஞை பண்ணிக்கொண்டான். தனக்கு இருந்த துவேஷத்தைத் திருப்தி செய்து கொள்ளுவதற்குச் சீக்கிரத்தில் அவனுக்கு ஒரு நல்ல சமயம் கிடைத்தது. ஒருநாள் சாயங்காலம் குங்கும நதி என்றும் ஸ்வர்ணபூரணியென்றும் பெயர் பெற்ற அவ்வூர் ஆற்றங்கரையில் விஸ்தாரமாய்க் கிடந்த வெண் மணலில் நாற்பது ஐம்பது பையன்களாக 'பலீன் சடுகுடு' ஆட்டம் ஆடிக்கொண்டிருந்தார்கள். இங்கிலீஷ் படிப்பு வர வர, நம்முடைய விளையாட்டுகளைக்கூட நாம் மறந்துவிட்டோம். சூரியன் பட்டுப் போல் ஒளி வீசி மறைய இளவரசுபோல் காத்துக் கொண்டிருக்கும் சந்திரன் அரசாட்சி துவக்கிக் காதல் மயமாய் உலகத்தைக் களிப்பிக்க, நட்சத்திரங்கள் பளீர் பளீர் என்று வெடித்து ஆகாயத்தில் நர்த்தனம் செய்யும் அரம்பை மாதர்களைப்போல், ஆனந்தமாய் விளங்க, வெப்பந் தணிந்து, வானம் பசந்து குளிர்ச்சி மிகுந்து தென்றல் வீச, பகவத் பக்தியால் பூரித்த யோகிகள் மனம்போல் சாந்தஸ்வரூபமாய் விளங்கும்

அந்திப்பொழுதில், வீசுகின்ற தென்றலைப் போலவும், பாடுகின்ற பக்ஷிகளைப் போலவும், தங்களுடைய கவலைகளை மறந்து, பஞ்சு மெத்தைகள் போன்ற மணற்படுக்கைகளின்மீது உல்லாசமாய் ஓடி விளையாடுவதை விட்டு இக்காலத்திய சிறுவர்கள் பலர் பாம்பின் வாயிலகப்பட்ட தவளைகளைப்போல் புஸ்தகங்களுடன் கட்டியழுது பொழுது போக்குகிறார்கள்.

இதுநிற்க, சிறுகுளத்து ஆற்றங்கரையில் அன்று அநேக சிறுவர் கூடி 'பலீன் சடு குடு' ஆடிக்கொண்டிருந்தார்கள். வைத்தியநாதன் தன்னுடைய மூர்க்கத்தனத்தினால் அவர்களுக்குள் தலைவனானான். அவன் சேர்ந்திருக்கும் விளையாட்டில் ஸ்ரீநிவாசனுக்குச் சேரச் சற்றும் மனமில்லை. ஆயினும் அவனுடைய நல்ல சினேகிதர்களில் சிலர் அதில் சேர்ந்தமையாலும், அவனையும் சேரும்படி அவர்கள் கட்டாயம் செய்தமையாலும் அவன் அதில் சேர்ந்தான். மேலும் அவனுக்கு அன்று சாயந்திரம் விளையாட்டில் விசேஷத் திருப்தியிருந்தது. அன்று பகல் முழுவதும் அவன் நன்றாய்ப் படித்திருந்தான். படிப்பை விட்டு வெளியே வந்த மதர்த்துத்திரியும் மான் கன்றைப்போல் அங்குமிங்கும் உல்லாசமாய் ஓடி விளையாட அவனுக்கு ஆசையாயிருந்தது. அன்று அஸ்தமனம் வெகு அழகாயிருந்தது. கூட்டங்கூட்டமாய் மணிகளைச் சப்தம் செய்துகொண்டு மாடுகள் மலையிலிருந்திறங்குவதும், காக்கைகள் கா-க என்று ஆனந்தக் களிப்புடன் ஆரவாரித்துக்கொண்டு வரிசைக் கிரமமாய் ஆகாயத்தில் பவனி செல்வதும், ஹம் என்று அடங்கிய சப்தத்துடன் வண்டுகள் சுருதி பாடுவதும், கிளிகள் ஆற்றங்கரையிலுள்ள அரசமரங்களில் கொஞ்சிக் குலாவுவதும், நதியின் ஜலம் கலக்குபவரற்று மிருதுவாய் வீணாகானம்போல் ஓடுவதும், அடங்கிய அஸ்தமத் தென்றலில் மூங்கில் மரங்கள் மயில் போலடி நயனமொளிப்பதும் கண்ட ஸ்ரீநிவாசனுக்குத் தன்னையறியாமல் ஆனந்தம் பெருகிற்று. அவன் நிமிர்ந்து பார்த்தான். அப்பொழுது ஆகாயத்தில் ஓர் அழகான ரோஜா வர்ணம் படர்ந்திருந்தது. சற்று நேரத்திற்கெல்லாம் அந்த வர்ணம் மாறி மிருதுவான நீல நிறம் பரவி மத்தியில் சிற்சில தீவுகளைப்போல மேகங்கள் தங்கியிருந்தன. ஒரே ஒரு நட்சத்திரம் மாத்திரம் உதயமாயிருந்தது. அது சிறிது தூரம் சஞ்சரித்துப் பிறகு மேகத்தில் மறைந்து மறுபடி வெளிப்பட்டு வழி நடந்த தோற்றம் அரணியத்தில் மரங்கள் மத்தியில் மறைந்தும் பிறகு வெளிப்பட்டும் அர்ச்சுனனைத் தேடியலைந்த ஊர்வசியைப்போல இருந்தது. இவ்வித இந்திரஜால வேடிக்கைகள் நிறைந்த அஸ்தமன மகோற்சவமானது வெகு அழகாயிருக்க அதைக் கண்ட ஸ்ரீநிவாசனுக்கு நதியாய் ஓடவும், இலைகளாய் ஆடவும், பட்சியாய்ப் பறக்கவும், நட்சத்திரமாய் உலாவவும் ஆசையாயிருந்தது. மணலில் விளையாடிக் கொண்டிருந்த சிறுவர்களும், ஆனந்த நர்த்தனம் செய்யும் சந்தியா தேவியினுடைய

மோக வலையிலகப்பட்டு சங்கீதத்தால் மயக்கமுற்றுப் படம் விரித்து ஆடும் பாம்புகளைப் போல் ஆடுபவர்களாக அவனுக்குத் தோன்றி னார்கள். படமெடுத்தாலும் பாம்பு பாம்பு என்பதை மறந்து இங்குக் கூடிய சிறுவர்கள், மானிடர்கள் மானிடக் குரோதங்களை ஒழித்து உயரப்பறக்கும் விஞ்சையர் குழாமென அவன் மதித்து, அவர்களுடன் தானும் விளையாட இணங்கினான்.

விளையாட்டு நடந்தது. ஒவ்வொருவரும் 'பலீன் சடு குடு' என்ற பீஜாட்சரத்தை ஜபித்துக்கொண்டு பகைவர் மீது படையெடுத்து முறைப்படி சென்றார்கள். ஸ்ரீநிவாசனுடைய முறையும் வந்தது. அவன் 'பல், பல், பலீன் சடு குடு' என்று சொல்லிக்கொண்டு போகும்போது மூச்சுவிட்டான் என்று பொய்யாவது சொல்லி அவன் மேலே கொக்கைப்போலக் குறிவைத்திருந்த வைத்தியநாதன் அவனைப் பிடித்துக் கட்டிக் கீழே தள்ளி மணலில் தேய்த்து அடித்துக் கிள்ளிக் காயப்படுத்தினான். யார் வந்து விலக்கியும் அந்த முரட்டுப் பயலைத் தடுக்க முடியவில்லை. ஸ்ரீநிவாசன் பாவம் கதறுகிறான். அவனை அந்த மூர்க்கனிடத்திலிருந்து தப்புவித்து வீடு கொண்டுபோய்ச் சேர்ப்பது வெகு கஷ்டமாய்விட்டது. அவனுடைய சரீரம் மிக மிருதுவானதால் எங்கே பார்த்தாலும் கீறலும் காயமுமாக ஆய்விட்டது. நடந்த சங்கதியை அவன் வீட்டில் யாரிடத்திலும் சொல்லவில்லை. ஆனால் முத்துஸ்வாமி அய்யர் இவ்வளவும் நடந்துகொண்டிருந்தபோது ஆற்றங்கரையில் சந்தியா வந்தனம் பண்ணிக்கொண்டிருந்தார். அங்கிருந்த பையன்கள் அவரிடத்து போய்ச் சகல சமாசாரத்தையும் விஸ்தாரமாகச் சொல்லி விட்டார்கள். அதற்குள் தன் எதிரியைப் பங்கம் செய்துவிட்ட கர்வ வெறியுடன் வைத்தியநாதன் வீட்டுக்குத் திரும்பி வந்தான். வரும்போது லட்சுமி கோயிலுக்கு நெய் விளக்குப் போட்டுவிட்டுத் திரும்பி வந்துகொண்டிருந்தாள். அதைப் பார்த்த அந்த முரடன் அவள்மேல் ஒரே மோதாய் மோதிக்கொண்டு போனான். அவள் உடனே அழுது கொண்டு அகத்துக்கு வந்து அம்மாளிடம் சொன்னாள். சொல்லிக் கொண்டிருக்கும்போதே முத்துஸ்வாமி அய்யர் வீட்டுக்கு வந்து விட்டார். வந்தவுடன் ஸ்ரீநிவாசனை விளக்கு வெளிச்சத்திற்குக் கூப்பிட்டு அவனுடம்பைப் பார்க்க எங்கே பார்த்தாலும் காயமும் கீறலுமாயிந்தது. அவருக்கு மனம் சகிக்கவில்லை. லட்சுமியினிடத்தில் அந்த வைத்தியநாதன் பயல் செய்த அக்கிரமமும் காதுக்கு வந்தது. உடனே கோபாவேசத்துடன் தம்பியையழைத்து வரும்படி ஆள் அனுப்பி வெளியே வந்தார். அப்பொழுது சுப்பிரமணியய்யரும் வைத்தியநாதனும் கூடத்தில் உட்கார்ந்து பேசிக்கொண்டிருந்தார்கள். முத்துஸ்வாமி அய்யர் கூப்பிடவே சுப்பிரமணியய்யர் வந்தார்.

முத்துஸ்வாமியய்யர் (அவரைப் பார்த்து) 'என்னடா சுத்த அக்கிரமக்காரப் பயல்களையெல்லாம் வீட்டில் வைத்துக்கொண்டு

இது உனக்கு நன்றாயிக்கிறதா?' என்றார். அவர் பின்னே வந்த வைத்தியநாதன் குகையிலிருந்து பாயும் சிங்கம்போல் பாய்ந்து கொண்டு எதிரே வந்து 'என்ன அக்கிரமத்தை காணும் வந்து உம்ம நடுவீட்டிலே பண்ணிப் போட்டார்கள். அக்கிரமக்காரப் பயலாம். பேசுகிற கிரமத்தில் பேசும். இல்லையா பல்லுகில்லெல்லாம் போய்விடும் - ராமேசுவரத்தைப் பார்க்க உஷார்!' என்றதும் முத்துஸ்வாமியய்யர் 'ஏண்டா பயலே என்னடா சொன்னாய்' என்றார். வைத்தியநாதன் 'அதிகமாகப் பேசினால் பல்லுடைந்து போகும்; ஆள் எந்தவூர்ப் பேர்வழியென்று பார்த்துக்கிட்டும்' என முத்துஸ்வாமி அய்யருக்கு கோபம் காற்றுச் சேர்ந்த நெருப்புப்போல் எரிகிறது. அவர் தம்பியைப் பார்த்து 'உனக்கு சரியாயிருக்கிறதா?' என்று கேட்டார். சுப்பிரமணியய்யர் வைத்தியநாதனுக்குப் பரிந்து கொண்டு 'அவன்மேல் குற்றம் ஒன்று மில்லாதபோது கோபித்துக்கொண்டால், யார்தான் பொறுப்பார்' எனவே, முத்துஸ்வாமியய்யர் 'ஒரு குற்றமுமில்லையா, நல்லது நீ என்ன செய்வாய், என் புத்தியைச் செருப்பாலடிக்க வேணும்' என்று பின் வாங்கினார். அவர் தணிவதைக் கண்டு வைத்தியநாதன் சந்தேகத்துக்காக வைத்திருந்த சொற்ப மரியாதையையும் விட்டுவிட்டு ஏகவசனப் பிரயோகத்திலாரம்பித்துச் சரமாரியாய் ஹிந்துஸ்தானி துலுக்கு வார்த்தைகளுடன் இங்கு சொல்லத் தகாத வசவுகளை வாரி வீச, அவன் இரைச்சலைக் கேட்டு ஜனங்கள் ஏகமாக வந்து கூடிவிட்டார்கள். கூடிய ஜனங்கள் தாங்கள் தெய்வமாய்ப் பாராட்டி வந்த முத்து ஸ்வாமியய்யரை நோக்கி இவ்வளவு அக்கிரமாய்ப் பேசிய வைத்திய நாதன் பயலைக் காலையும் கையையும் கட்டி மிதிமிதியென்று மிதிக்கத் துவங்கினார்கள். பெருந்தன்மையே பிறவிக்குணமாக வுடைய முத்துஸ்வாமியய்யர் 'அவன் மேல் என்ன தப்பிதம் பாவம்! என்னுடைய வேளைப்பிசகு அவனையடிக்காதேயுங்கள்! விட்டு விடுங்கள், விட்டுவிடுங்கள்' என்று மன்றாடி அவனை விடுவித்தார். விடுவித்து விட்டு தன் வீட்டை நோக்கி வெகு விசனத்துடன் சென்றார். அதன் பிறகாவது வைத்தியநாதன் என்ற துஷ்டப் பயலுக்கு விவரம் வந்ததா? இல்லை, அவன் முன்னிலும் பதின்மடங்கு பிதற்றினான். பொன்னம்மாள் கலகம் நடந்த இடத்திற்குச் சமீபத்தில் நின்று கொண்டு வேடிக்கை பார்க்க வந்த பெண்டுகள் கூட்டத்தில் முத்து ஸ்வாமியய்யரைக் குறித்து அலட்சியமாக அவதூறு செய்தாள். அவள் அவ்விடம் ஆஜராயிருந்ததை அறிந்த சுப்பிரமணியய்யர் அவ்வளவு கலகத்துக்கும் வைத்தியநாதன் பக்கமாக இருந்து பேசினார். முத்து ஸ்வாமியய்யருக்கோ தன் ஆயிசு நாளில் அதுவரையில் ஒருநாளும் நடவாதபடி அன்று நடந்ததைப் பற்றியும் ஒருவராவது தன்னிடத்தில் பேசத் துணியாத பேச்சை அந்த வைத்தியநாதன் பேசினதைப் பற்றியும், தன் தம்பியும் சகோதர விசுவாசத்தை மறந்து அந்தத் துஷ்டப்பயல் பக்கமாயிருந்ததைப் பற்றியும் நினைக்க நினைக்க ஆறாத துக்கமும்,

கோபமும், மனவருத்தமும் மேலிட்டது. மேலிட்டும் அதை அடக்கிக் கொண்டு 'நாய் வேஷம் போட்டால் குலைக்க வேணும். இவ்வுலகில் வாழ வரம் வாங்கிவந்த பிறகு, முடியவில்லையென்றால் யார் விடுவார். அந்த உணர்ச்சி முன்னமே இருந்திருக்க வேண்டும் என்று தன்னையே நொந்துகொண்டு அவ்வளவு அக்கிரமத்துக்கும் இடங்கொடுத்து நடந்த தன் தம்பியுடன் அன்று முதல் அவர் நெருங்குவதையும் நிறுத்தி விட்டார்.

17

மண்குதிரையை நம்பி ஆற்றிலிறங்கிய கதை

மறுநாள் காலமே பேயாண்டித் தேவனுடைய விசாரணைக்காக முத்துஸ்வாமியய்யருக்கும் சுப்பிரமணி அய்யருக்கும் 'சம்மன்' வந்தது. அன்றிரவு அஸ்தமித்து ஜாமத்துக்கப்பால் சுப்பிரமணியய்யரும் வைத்தியநாதனும் படுக்கைக்குப்போக இருந்த தருணத்தில் அவர்கள் கிரஹத்திற்குள் கன்னங்கறேலென்று கறுத்துப் பெருத்த உருவமும், கறுத்து வளைந்து காதளவோடிய மீசையும், கருப்பணசாமியினுடைய கண்கள்போல் பயங்கரமான பெரிய கண்களும், கையில் இருப்புலக்கை போன்ற ஒரு பெரிய வளைதடியும் கொண்டு திடீரென்று ஒரு மனிதன் வந்தான். சுப்பிரமணியய்யருக்குத் தூக்க மயக்கம். அவர் 'நாராயணா' என்று தன் மனைவி காதில் படும்படி கொட்டாவி விட்டு வாயை மூடுகிற சமயத்தில் மேற்சொல்லிய உருவம் அவர் கண்ணுக்குத் தென்பட்டது. உடனே அவர் திடுக்கிட்டு 'ஐயையோ பேயாண்டி!' என்று உளறிக் கொட்டிக்கொண்டு எழுந்திருக்க, அங்கு வந்த மனிதன் அவர் பயத்தைக் கண்டு நகைத்துக்கொண்டு சாமி சும்மா இருங்க, நான்தான் அடியேன் சுப்பாத்தேவன்' என்றான். சுப்பாத்தேவன் என்பவன் பேயாண்டித் தேவனுடைய சிற்றப்பன். சூரத்தேவனுடைய மகன். அவன் உருவத்திலும் நிறத்திலும் பேயாண்டித் தேவனைப் போலவே கிட்டத்தட்ட இருப்பான். சுப்பிரமணியய்யர் தூக்க மயக்கத்தில் அவனை பேயாண்டி என்று எண்ணி அலறிவிட்டுப் பிறகு சுப்பாத்தேவன்தான் என்று தெளிந்து 'சுப்பாத்தேவா, வா வா' என்று உபசரித்தார். அத்தறுவாயில் அவன் தடியும் கையுமாய் வீட்டுக்குள் வந்ததில் அந்தப் பிராமணர் நடுநடுங்கிப் போய்விட்டார். அவரை பயப்படச் செய்யவேண்டுமென்றுதான் அவனும் அப்படி வந்தான்.

வந்தவுடன் அவர் அருகில் அவர் சொல்லாமலே உட்கார்ந்து மீசையை இருகையாலும் முறுக்கிக்கொண்டு வளைதடியை ஓசைப் படக் கீழே போட்டு 'சாமியெல்லாம் இப்போ சருக்காரு சாமியாப் போயிருச்சு; இன்னமே இந்தக் கள்ளப்பயல்களுக்கும் நமக்கும் தீர்ந்து போயிருச்சு என்றுதானே சாமி இப்படியெல்லாம் பண்ணிக்கிட்டுத்

திரிகிறீக? செய்கிறதெல்லாம் செய்யுங்க சாமி, எங்களுக்காச்சு உங்களுக் காச்சு, ஒருகை பார்ப்போம்' என, சுப்பிரமணியய்யர் நடுநடுங்கி 'என்ன சுப்பாத்தேவா, எப்படியோ ஆரம்பித்து எப்படியோ முடிந்தது. நிசமாகச் சொல்லுகிறேன் கேளு, சுப்பாத்தேவா, உன்னிடம் சொல்வதற்கு என்ன! உங்களப்பனும் நம்முடைய ஐயாவும் இருந்த நேசத்துக்கு என்னமோ அப்பா நாம் நம்ம தலைமுறை மட்டுமாவது கொண்டு செலுத்தி விட்டோமானால் கீழ்க் கடைகள் என்னமும் பண்ணணிக்கிறது. நான் என்ன எல்லாமோ எண்ணிக் கொண்டிருந்தேன். நம்முடைய எண்ணப் படி என்னதான் நடக்கிறது!' என, சுப்பாத்தேவன் 'ஏன் நீங்கள் எண்ணினதற்கு இப்போதுதான் என்ன குந்தகம் வந்திடிச்சி, எல்லாம் நீங்களாப் பண்ணிக்கிட்ட காரியந்தானே. என்னமோ சாமி ஒங்க சருக்காரதி காரத்திலே பேயாண்டித் தேவனை வெண்ணாப்பிடிச்சு வைச்சுபிட்டீர்கள். எங்கள் குலம் கூட்டம் முழுக்க வைச்சுபிட முடியுமா? இல்லை, அந்த சிங்கக்குட்டிதான் ஒங்க கைலே என்னென்னிக்குமிருந்து கிட்டேயிருக்கும் என்று நீங்க சொப்பனத்திலும் நினைக்கிறீர்களா? இன்னைக்கு அவனை அடைச்சுபிட்டால் நாளை அவன் தப்பிச்சு ஓடியாந்திரான். பேயாண்டியை உங்க வீட்டுக் கிள்ளுக்கீரையின்னா நினைச்சுக்கிட்டீங்கள். இந்திரன் சந்திரன் குபேரனெல்லாம் அவன் கிட்ட நடுங்கணுமே. கண்ணிலே விரல்விட்டாட்டி விடமாட்டானா. இயுக்கட்டும் நாளை வந்திர்ரான், வந்தப்பரம் சுப்பிரமணியய்யர் எங்கே முத்துச்சாமியய்யரெங்கே பார்ப்பமே, நீங்களும் இருக்கணும் நானும் இருக்கணும் அவ்வளவுதான் அந்தக் கருப்பனை வேண்டிக்கிர்றது.'

சுப்பிர : 'சுப்பாத்தேவா சுப்பாத்தேவா, கோபித்துப் பேசாதே. சாதாரணமாக சுபாவத்தில் பேசு அப்பன். நமக்குள்ளே பேசுகிறது கோபிக்கப்படுமா. நாங்களாக முதலிலே வம்புக்குப் போனோமா நீயா சொல்லு. திடீரென்று நானாக வலியச் சண்டைக்கு இழுத்திருந்தேன் என்றால் நீ சொல்லுகிறதெல்லாம் சரிதான்.'

சுப்பா : 'ஆமாசாமி நான் ஒத்துக்கிட்டேன். திருடரது எங்க ஜாதித் தொழில்தானே. ஓங்க ஐயாமாருக்கு வேதமோதரது எப்படியோ அப்படி எங்களுக்குத் திருடரதுதான் ஜாதித் தொழில். அதுக்காக எங்களை சருக்காருக்குக் காட்டிக்கொடுத்து விடரதா?

சுப்பிர : 'இல்லையப்பன் முன்னைப் பின்னை ஏதாவது விரோத முண்டா? திடீரென்று அந்தக் கோமள நாய்க்கனூரான் சொன்னா னென்று வந்து கொள்ளையிடலாமா! நீதான் சொல்லேன். நாங்கள் பெரிதோ, அவன் பெரிதோ. இவ்வளவு யோசனைகூட இல்லாமல்.'

சுப்பா : 'ஆம் சாமி, மாடு போயிருச்சானா என்ன. நகை போயிருச்சானா என்ன! 'பேயாண்டி கொண்டுட்டு வாடா இன்னா கொணாந்துட்டுப் போரான். குடி மயக்கத்திலே அந்தச் சமீன்தாருக்கு சத்தியம் குடுத்தாக்க - அந்தப் பரதப்பயல் கள்ளைக் குடுத்து சத்தியம்

வாங்கிட்டான் - அதுப்படி செய்யணுமல்ல! அந்தக் கல்லாப்பட்டிக் கணக்குக் கழுதை அன்னிக்கு ராவு காணாட்டி பேயாண்டி வந்தான் இண்டு எந்தப் பயலுக்குத் தெரியும்? தெரிஞ்சாக்க என்ன, விளையாட்டுத் தானே. விசாரியாமல் சர்க்காருக்குக் காட்டி விட்டிடரதா?

சுப்பிர : 'அப்படியில்லை அப்பன்; பேயாண்டித் தேவனைப் பிடித்துக் கொடுப்பதில் எங்களுக்கேதாவது லாபமுண்டா? எல்லாம் அந்த சப் மாஜிஸ்திரேட்டு வைத்தியநாதய்யர் ஏற்பாடு.'

இப்படி நடந்த சம்பாஷணையைக் கவனித்துக் கேட்டுக் கொண்டிருந்த வைத்தியநாதன் 'நம்மய்யர் அதற்கெல்லாம் போகவில்லை. அவர்கள் அண்ணன்தான் அதில் எல்லாம் முஷ்கரம், பிடித்ததும் அவர்தான், சிறைச் சாலையிலடைத்ததும் அவர்தான். வக்கீல் வம்பு அமர்த்தினதுகூட அவர் கைப்பணந்தான் எல்லாம். இவரை ஒரு வார்த்தை மரியாதைக்குக்கூட கேட்கவில்லை' என்றான். சுப்பாத்தேவன் 'சரி அந்த ஐயருக்கு என்னமோ பிடிச்சுகிட்டு ஆட்டிரது. அவ்வளவுக் கவ்வளவு அவருக்குப் பின்னாலே இருக்குது. அவர் என்னமோ பேயாண்டி, சுப்பாத்தேவன் இண்டாகையிலாகாத முண்டங்கள் இண்டு இருக்கிராரு. எங்கப்பன் கருப்பனாணை தொலைச்சுவிட்டோம் அவரை. இன்னி தொட்டிப் பெரிய அய்யர் இண்ட மரியாதையெல்லாம் பறந்துபோச்சு. அவர் போனாரு. இப்போ ஒரு வார்த்தை சொல்றேன். கேட்டா ஒங்களுக்கும் சேமம் நமக்கும் சேமம். இல்லாட்டி நமக்காச்சு ஒங்களுக்கு ஆச்சு. பார்த்துக்கிரும் என, சுப்பிரமணிய அய்யர் நடுக்கத்துடன் 'சுப்பாத்தேவா என்ன நான் இவ்வளவு தூரம் சொல்லியும் உனக்கு என் மேலே நம்பிக்கையேற்படவில்லையே; என்ன அப்பன், நம்ம பெரியவகள் இருந்த நேசம் என்ன, நாம் இருக்கிற நேசம் என்ன; சொல்கிற சங்கதியை சொல்வேன்; உன் பேச்சை நான் தட்டியாவிடுவேன். சும்மா சொல்லப்பன்.'

சுப்பா : 'சொல்றேன் கேளுங்க சாமி. விசாரணை நாளை நாயித்துக் கெட்டா நாளுக்கடுத்த திங்கள்கிழமை வரதாம். வக்கீல் அய்யுரு சொல்றாரு. ஒங்க சாச்சிதான் அதிலே முக்கியமாம். நீங்கள் சாச்சி சொல்லாமப் போனால் கேசு ஒன்னுமில்லையாம். நீங்கள் ஒன்றும் களவு போகலையிண்டு சொல்லிப்பிடுங்கோ, உங்கள் நகை மாடு கீடு எல்லாத்தையும் அப்படியப்படியே குடுத்துடுகிறோம்.'

சுப்பா : 'அதற்கென்ன அப்படியே செய்கிறேனே. நீ சொல்லி நான் கேட்காமலிருப்பானேன். சுப்பாத்தேவா ஒன்றும் யோசிக்காதே போ. அப்படியே செய்துவிடலாம் போ.'

எதார்த்தத்தில் அப்படிச் செய்வதாக அவருக்கு அந்தச் சமயத்தில் யோசனை கிடையாது. எப்படியாவது ராத்திரி வேளையில் அவனுடன் சண்டை போடாமல் தப்புவித்தால் க்ஷேமம் என்று அவர் நினைத்து

அப்படிச் சொல்லிவிட்டார். உடனே சுப்பாத்தேவன் 'சாமி அப்படிச் செய்தேளோ அடியேன் ஒங்களுக்கு அடிமை, கள்ளப் பயல் பொய் சொல்லமாட்டான். ஒங்க சாமான் எல்லாம் ஒருமணி சிந்தாமல் ஒங்களிடம் சேர்க்க நானாச்சுது.'

சுப்பிர : 'சுப்பாத்தேவா, அது சரிதான். ஆனால் மாடு கொண்டு போனதை கல்லாப்பட்டிக் குப்பாபிள்ளை அவர்களெல்லாம் மறித்திருக்கிறார்களே அவர்கள் சாட்சி சொல்லுகிறபோது என்ன செய்கிறது?'

சுப்பா : 'அதுக்கு ஒசனை பண்ணாதங்கோ சாமி! ஏதோ ரெண்டு உருப்படி மாடு களவு போச்சுது என்னுவெண்ணாச் சொல்லி வையுங்கோ; நகை போனது எவன் கண்டுகிட்டிருந்தான். அப்படித் தான் வக்கீலய்யரும் சொன்னாரு.'

சுப்பிர : 'அதிருக்கட்டும் அத்தனை பெரிய வைக்கோற் படப்பை அப்படித்தானா கொளுத்திவிடுகிறது.'

சுப்பா : 'என்ன சாமி, படப்பைக் கொளுத்தினது பேயாண்டித் தேவனா, அந்த ஜமீன்தார் பயல் ஆட்களா? பேயாண்டித்தேவன் தீக்கொளுத்துவான் இண்டு நினைக்கிறீங்க!'

சுப்பிர: 'ஆம் அப்பன், நீ சொல்லுகிறதும் ஒரு நல்ல யோசனை தான் அப்பன். அப்படியே செய்து போடுவோம் போ. நீ ஒன்றுக்கும் யோசிக்காதே. சுவாமி ஒருவர் இருக்கிறார் - ஏன் அப்பன் நீ சாப்பிட்டையோ, கொஞ்சம் நம்ம வீட்டிலே சாப்பிடேன். அடியே யாரடீயங்கே!'

சுப்பா : 'இல்லை சாமி நான் சாப்பிட்டுக்கிட்டேன். சாப்பிட்டுத் தான் வந்தேன். இல்லாட்டி இந்நேரம் என்ன.'

சுப்பிர : 'இல்லை அப்பன் கொஞ்சம் ஒரு பிடி சாப்பிடு, குழம்பு கிழம்பு இருக்குது. கொஞ்சம் சாப்பிட்டுப் போ, யாரடீ இலையைப் போடவில்லை இன்னும்!'

வைத்தியநாதனும் சுப்பாத்தேவனை உபசரிப்பதில் கூடச் சேர்ந்து கொண்டான். இவர்கள் இவ்வளவு தூரம் அவனை உபசரித்த காரணம் அவனை எப்படியாவது சாப்பிடும்படி செய்துவிட்டால் அப்புறம் 'உண்ட வீட்டுக்கு இரண்டகம் செய்வதில்லை' என்ற அவர்களுடைய ஜாதி சத்தியத்தின்படி அவனால் பிறகு ஒரு கேடும் தங்கள் வீட்டுக்கு வராதென்ற எண்ணமே. கடைசியாய் சுப்பாத்தேவனும் சம்மதித்து அங்கேயே கொஞ்சம் சாப்பிட்டான். சுப்பிரமணியய்யர் ஆசார உபசாரம் செய்தார் ஒரு யதி பிட்சைகூட அவ்வளவு சம்பிரமமாக ஆசார உபசாரத்துடன் நடக்காது. பட்சணங்களும் பண்டங்களும் தாராளமாக சுப்பாத்தேவன் கூட 'போதும் போதும்' என்னும்படி

பரிமாறி விருந்திட்டார்கள். சட்டி பானைகளிலுள்ள ஊறுகாய் பதார்த்தங்களெல்லாம் சுப்பாத்தேவருடைய வயிற்றுக்கு வந்து விட்டது. சூத்திரனுக்குப் போட்டால் சேஷம் என்ற விதியெல்லாம் அந்த அவசரத்தில் விலக்கி வைக்கப்பட்டது. கடைசியாய்ப் பால் சாதம் சாப்பிடும்போது சுப்பிரமணியய்யரும் பொன்னம்மாளும் கண் கொட்டாமல் பார்த்துக்கொண்டிருந் தார்கள். ஏனெனில் அவன் அந்தச் சாதத்தில் கொஞ்சம் மண்ணைக் கிள்ளிப் போட்டுக்கொண்டு விட்டானானால் உண்ட வீட்டுக்கு இரண்டகம் செய்யக்கூடாது என்ற சத்தியம் அவனைக் கட்டுப்படுத்தாது. அவன் அந்த வீட்டுக்குத் தாராளமாய்க் கெடுதல் செய்யலாம். இது கள்ளர் சாதிக்கு ஏற்பட்ட மனுஸ்மிருதிகளில் ஒன்று. சுப்பாத்தேவனார் பிட்சை செய்து போன பிற்பாடு விளக்கணைத்துவிட்டுப் பொன்னம்மாள் முதலிய எல்லாரும் படுத்து உறங்கினார்கள்.

மறுநாள் காலையில் வைத்தியநாதன், பொன்னம்மாள், சுப்பிர மணியய்யர் இம்மூவருக்குமிடையே சம்பாஷணை நடந்தது. அந்த மந்திராலோசனை சபையில் கடைசியாத் தீர்மானிக்கப்பட்டது என்னவென்றால், சுப்பிரமணியய்யர் சுப்பாத்தேவன் சொன்னபடியே நகைகள் ஒன்றும் திருட்டுப் போகவில்லையென்றும், மாட்டில் இரண்டு உருப்படிதான் களவு போயிற்று என்றும், வைக்கோற் படப்பைக் கொளுத்தியது பேயாண்டித் தேவனல்லவென்றும் சாட்சி சொல்லிவிட வேண்டியது என்பதே. சுப்பிரமணியய்யர் அப்படிச் செய்வது தன் தமையனைக் காட்டிக் கொடுப்பது போலாகுமே என்று நெடுநேரம் அந்தத் தீர்மானத்துக்கிணங்க மனமற்றவராயிருந்தார். ஆனால் 'மத்தளத்துக்கிருபக்கமும் இடி' என்றபடி வைத்தியநாதனும் பொன்னம்மாளும் தங்களுடைய பிடிவாதத்தினாலும் முரட்டுத்தனத் தினாலும் அவரை இரண்டு பக்கமும் மோத அய்யர் அவர்கள் சொன்ன படி கேட்பதாக ஒத்துக்கொள்ள வேண்டியதாயிற்று. வைத்திய நாதனுக்கு இந்த விதத்தில் முத்துஸ்வாமி அய்யருக்குப் பெரிய தீங்கு பண்ணிவிடலாமென்று வெகு சந்தோஷம்.

பேயாண்டித் தேவனுடைய விசாரணை நடந்தது. சுப்பிர மணியய்யர் சுப்பாத் தேவனுக்குத் தந்த உறுதியைக் கொஞ்சமும் வழுவாது நிறைவேற்றிவிட்டார். நகை போனதற்கு யாதொரு ருசுவும் ஏற்படவில்லை, மாடுகளில் இரண்டு உருப்படிதான் திருடப்பட்ட தென்று ருசுவாயிற்று. வைக்கோற் போரைப் பேயாண்டித் தேவன்தான் கொளுத்தினான் என்பதற்கு யாதொரு முகாந்தரமும் கற்பிக்கப்பட வில்லை. கோர்ட்டார் அவனைக் கொடுமையாய்த் தண்டிக்க வேண்டு மென்று நிரம்ப ஆவலுள்ளவர்களாயிருந்தும் ருசுக் குறைவினால் அப்படிச் செய்யக்கூடவில்லை. சுப்பிரமணியய்யருடைய வாக்குமூலம் முத்துஸ்வாமி அய்யருக்கு இடி விழுந்தாற்போல இருந்தது. இவர் இப்படிச் சாட்சி சொல்லுவார் என்று அவர் கனவிலும் நினைக்க

வில்லை. மண் குதிரையை நம்பி ஆற்றில் இறங்கின கதையாக முடிந்ததே என்று விசனப்பட்டுக்கொண்டு தன் தம்பிமீது அடங்காக் கோபத்துடன் கோர்ட்டை விட்டு அவர் வெளியே வரும்போது பேயாண்டித்தேவனை அவனுக்கு விதிக்கப்பட்ட இரண்டு வருஷம் தண்டனைக்கு உட்படுத்தும் பொருட்டு காவற்காரர்கள் சிறைச் சாலைக்கு அழைத்துச் சென்றார்கள். அப்பொழுது அந்தத் தேவன் முத்துஸ்வாமி அய்யரைக் கண்டு பயங்கரமான பார்வையுடன் மீசையை முறுக்கிக்கொண்டு தோள் தட்டிக் கர்ச்சித்துக் கம்பீரமாய் 'ஏ! பாப்பான் இரண்டு வருஷம் எனக்கு இரண்டு நாள்; இனி யுன்னை விடேன் வா' என்று சொல்லி அலட்சியமாய்ச் சிறைச்சாலைக்குச் சென்றான். முத்துஸ்வாமி அய்யர் அவனைக் கப்பலேற்றிக் கடலுக்கு அப்பால் அனுப்பிவிடலாமென்று ஆசை வைத்திருந்தார். அப்படி அவனைப் பூராவாக ஒழித்துவிடலாமென்ற தைரியமில்லாவிடில் அவனுக்கு விரோதமான ஒரு பிரயத்தனமும் அவர் செய்யத் துணிந்திருக்க மாட்டார்.

இப்பொழுது வியாபாரம் பாதிக்கிணறு தாண்டினாற்போல ஆய்விட்டது என்று விசனப்பட்டுக்கொண்டு பேயாண்டித் தேவனால் தனக்கு சீக்கிரம் ஏதாவது தீங்கு வளருவது நிச்சயம் என்ற பயம் மனதைக் கலக்க, தன் தம்பியின் நடத்தை அருவருப்பையுண்டாக்க, கொஞ்சமும் தன் சித்தம் தன்னிட மில்லாமல் திரும்பி ஊருக்கு வந்து சேர்ந்தார். வீட்டுக்கு வந்தவுடன் கமலாம்பாள் மலர்ந்த முகத்துடன் அவரை உபசரித்தும், அவர் அவளுடன் முகங்கொடுத்துப் பேசாமல் இதென்ன உலகம், சீ! இதில் உயிர் வாழ்வதைக் காட்டிலும் நாக்கைப் பிடுங்கிக்கொண்டு பிராணனை விட்டுவிடலாம்' என்று இவ்விதம் சலித்துக்கொண்டிருந்தார். இப்படியிருக்கும்போதே கமலாம்பாள் இடுப்பில் இருந்த குழந்தை இவருடைய விசனத்தையும் கோபத்தையும் கொஞ்சமும் லட்சியம் செய்யாமல் இவரைப் பார்த்துச் சிரிக்க ஆரம்பித்ததுமன்றி இவரிடம் வர அதிக ஆவல்கொண்டு தன் தாயார் இடுப்பில் தரிக்காமல் கையை காலைக் காட்டிக் கூத்தெல்லாம் பண்ணியது. அதைக் கண்ட முத்துஸ்வாமியய்யர் தன்னையறியாமலே சிரித்துக்கொண்டு 'உலகத்தில் குழந்தைகள்தான் கொஞ்சம் யோக்கியர்கள். இன்னும் வயது வந்தால் நீ என்ன என்ன அக்கிரமங்கள் பண்ணப் போகிறாயோ' என்று தன் மனதுக்குள்ளேயே சொல்லிக்கொண்டு அதை வாங்குவதற்காகத் தன் கைகளை நீட்டினார். நீட்டினதுதான் தாமதம் அந்தக் குழந்தை ஒரே குதியாய்க் குதித்து அவர் தோள்மேலே தவழத் தொடங்கியது. அவர் 'மற்றவர்கள் என்னை வெறுத்துத் தள்ளினாலும் நீயாவது என்னை லட்சியம் செய்கிறாயே. உனக்கு இந்த ஜனனம் என்னத்துக்கு, என்ன பாவம் பண்ணியிருக்கிறாயோ' என்று சொல்லிக்கொண்டே அதை மார்போடணைத்து முத்தமிட்டுக் கொஞ்சிக் குலாவி அதன் சந்தோஷத்தில் தன் விசனத்தை மறந்து

அதனுடன் விளையாட, அந்தச் சிறு குழந்தை அவருடைய முகத்தைத் தடவி மூக்கைப் பரிசோதனை செய்து கண்களைத் துடைத்துக் காதில் ஜொலிக்கும் வைரக் கடுக்கனை ஆட்டியாட்டிப் பார்த்து கைகளை ரா ரா ராமைய்யா என்று தாமரைப் பூப்போல் மலர்த்திக்காட்டி பாலகோபால லீலைகள் எல்லாம் செய்ய, முத்துஸ்வாமி அய்யரும் கமலாம்பாளும் வினோத காலட்சேபம் செய்தார்கள். இந்தக் குழந்தைக்கு நடராஜன் எனப் பெயர். அதை அவர்கள் ராஜா, நடராஜா எனச் செல்வப் பெயரிட்டழைப்பார்கள். அது அவர்களுக்கு ஒரு விசேஷ பாக்கியமாயிருந்து சாக்ஷாத் கோபால கிருஷ்ணனே ஆயர்பாடியில் விளையாடினதுபோல அவர்களுடன் விளையாட வந்ததுபோலிருந்தது. இவ்விதம் வளர்பிறைச் சந்திரனைப்போல் சந்தோஷத்தைக் கொடுத்துக் கொண்டிருந்த அக்குழந்தை நாளுக்கு நாள் அழகிலும் புத்தியிலும் வளர்ந்தது. நடராஜன் கொஞ்சம்கூட வேற்றுமுகம் என்பதில்லாமல் யாரிடத்திலும் பிரியமாய் விளையாடியதால் ஊருக்கெல்லாம் செல்லக் குழந்தையாய் விளங்கினான். அவன் விளையாடிக்கொண்டிருக்கும் போது தெருவில் அவசரமாய்ப் போகிறவர்கள்கூட நின்று பார்த்து விட்டுப் போவார்கள். நான் நீ என்று பொன்னம்மாளைத் தவிர மற்றப் பெண்டுகளெல்லாம் போட்டி போட்டுக்கொண்டு அந்தக் குழந்தையை அவர்களுடைய கிரஹத்துக்கு எடுத்துப்போய்ச் சிற்றுண்டி கொடுத்துச் செல்லம் பாராட்டினார்கள். இப்படி ஊரார் பெருமை பாராட்ட, கமலாம்பாளுக்கு எங்கே திருஷ்டி தோஷம் வந்துவிடுமோ என்று குழந்தையை வெளியில்விட பயம் அதிகரித்தது. முத்துஸ்வாமி அய்யருக்கு நிரம்ப சந்தோஷமாயிருக்கும் சமயங்களில் இவ்வளவு அருமையான பாக்கியம் நமக்கு நிலைக்க வேண்டுமே என்ற பயம் வந்து விசனத்தையுண்டு பண்ணும். இவ்விதம் காலம் கழிவது தெரியாமல் இரண்டு வருஷம் சென்றது.

இப்படியிருக்க ஒருநாள் திடீரென்று செல்லக் குழந்தை நடராஜனைக் காணவில்லை. அன்று ஆருத்திரா தரிசனம். முத்துஸ்வாமி அய்யர் காலமே ஸ்நானம் செய்து பட்டு வஸ்திரம் தரித்து சுவாமி தரிசனம் செய்யக் கோயிலுக்குச் சென்றார். கமலாம்பாள் லட்சுமிக்கும் நடராஜனுக்கும் ஸ்நானம் செய்து வைத்து, சர்வா பரணங்களையு மணிந்து சிங்காரித்திருந்தாள். முத்துஸ்வாமியய்யர் கோயிலிலிருந்து புஷ்பமும், பிரசாதமும் கையுமாய் வந்தவுடன் ‘குழந்தை எங்கேயென்று கேட்டார். கமலாம்பாள் ‘குழந்தை வாசலில் குட்டிகளோடு விளையாடிக் கொண்டிருக்கும்’ என்று சொல்லி வீட்டுக்காரியத்தின் மேல் கவனமாயிருந்தாள். முத்துஸ்வாமியய்யர் வாசலில் வந்து பார்த்தார். குழந்தையைக் காணோம். ‘ராஜா, ராஜா’ என்று அழைத்துப் பார்த்தார். லட்சுமியை விட்டுத் தேடச் சொன்னார். தானும் அண்டை அசல்களில் போய்ப் பார்த்தார். நடராஜன் எங்கும் தென்படவில்லை.

முதல் பாகம் முற்றிற்று.

இரண்டாம் பாகம்

18

நரபலி

அதற்குள்ளாக சுவாமி எழுந்தருளுவதற்குக் காலம் சமீபித்துவிட்ட படியால் 'சரி இங்கேதான் யாராவது எடுத்துக்கொண்டு போயிருப் பார்கள், வேறு எங்கே போகப்போகிறான். நான் கோயிலுக்குப் போகிறேன். தேங்காய், பழம், வெற்றிலை, பாக்கு எடுத்துவை' என்று கமலாம்பாளுக்கு உத்தரவு கொடுத்துவிட்டு முத்துஸ்வாமியய்யர் போய்விட்டார். அன்று ஆருத்திரா தரிசனமான படியால் தெரு வெல்லாம் சித்திரக் கோலங்களால் நிரம்பியிருந்தது. வீடுகளெல்லாம் மாவிலைத் தோரணங்களால் அலங்கரிக்கப்பட்டிருந்தன. ஒவ்வொரு ஸ்திரீயும் தான்தான் ரதி என்று பாவனை பண்ணிக்கொண்டு உல்லாச நடை நடந்தாள். புருஷர்களெல்லாம் ஸ்நானஞ் செய்து பட்டுடுத்தி விபூதியணிந்து மன்மதாகாரமாயிருந்தார்கள். ஆய்விட்டது, சுவாமி எழுந்தருளுகிற சமயம். மேளக்கார முத்துக்கருப்பன் பம் பம் என்று கோஷம் செய்து தன் இரு கன்னங்களும் வீங்கத் தனது அபசுரக் களஞ்சியத்தை வெகு தாராளமாய்த் தெரு நிறைய வீசத் துவக்கினான். தவுல்காரச் சின்னண்ணன் அங்கு இருப்பவர்களுடைய காதையும், மத்தளத்தின் தோலையும் ஒரேயடியாக சல்லடைக்கண் மயமாய்த் தொளைக்க ஆரம்பித்தான். தாளக்காரச் செம்பகன் இவர்களிரண்டு பேரையும் லட்சியம் செய்யாது, இருக்கிறவர்கள் தேவையானால் ஈவு வைத்துக்கொள்ளட்டும் என்று உத்தேசம் செய்து பத்து நிமிஷம் இடைவிடாமல் கதறக் கதற அடிக்கிறதும், மறுபடி பத்து நிமிஷம் கையைக் கட்டிக்கொண்டு சும்மா இருக்கிறதுமாய்க் காலம் கடத்தினான். இவர்கள் போதாதென்று தாசி பூரணச்சந்திரோதயமும் கூடப் புறப் பட்டுவிட்டாள். அவள் அழகு வெகு அற்புதம்; கறுப்பாயிருந்தாலும் சந்திரன் சந்திரன் தானே. மேலும் அவள் நடக்கிறதே நாட்டியமாக இருக்கும். பட்டிக்காட்டு சுவாமிக்குரிய இவ்விதப் பரிவாரங்களுடன் ஏகாம்பரநாதர் உலாவுக்கு எழுந்தருளினார். செவ்வந்திப்பூ மாலை களால் சிங்காரிக்கப்பட்ட விமானத்தின்மீது இரண்டு பக்கமும் இரண்டுபேர் சாமரை வீச, நாதசுரக் கோஷ்டி முன்னே செல்ல, பாகவதகோஷ்டி பின்னே வர மான்மழுவேந்திய கையும், கங்கை தங்கிய சடையும், மதிவதிந்த மௌலியும், கடுவமர் கண்டமும் உமையவர் உருவமும், நெற்றியிற்றிகழ்ந்தவொற்றை நாட்டமும், எடுத்த பாதமும்,

தடுத்த செங்கையும் புள்ளியாடையும் ஒள்ளிதின் விளங்க' எளியார்க் கெளியனாயுள்ள சாக்ஷாத் கைலாச பதியே பிரத்தியக்ஷமாய் வந்து, பாவத்தை வென்று மோஹத்தைப் பெற்ற ஆத்மாவின் உண்மை நிலையையுணர்த்தும் உருவக நர்த்தனத்தைப் புரிந்தாற்போற்றோன்ற, அக்காட்சியைக் கண்ட அவ்வூரார் அனைவரும் ஆனந்த வாரியில் மூழ்கி, மெய்மறந்து, புளகாங்கித்து, ஆடிப் பாடி ஓடியுலாவி 'சம்போ, சங்கரா, தயாநிதே' என்று போற்றித் துதித்து, ஆனந்தத் தாண்டவம் செய்தார்கள். பாண்டவர் வனவாச காலத்து பகவான் கிருஷ்ணன் உண்ண, தூர்வாசாதி முனிவர்களெல்லாம் பசியாறியதுபோல், சிவ பெருமானது ஆனந்தத்தையே தங்களது சொந்தமாய்ப் பாராட்டிக் களித்த பக்தர் கணத்தின் நிர்மலமான குதூகலத்தை முத்துஸ்வாமியய்யரும், கமலாம்பாளும் மெய்மறந்து அனுபவித்தார்கள். ஆயினும் தங்களருகில் அந்தச் சமயத்தில் குழந்தையைக் காணாததில் அவர்களுக்கு உண்டான வருத்தத்துக்களவில்லை. தங்களகத்து நடராஜனுக்கு கோயில் நடராஜனைக் காட்டி அவனது சிறிய அழகிய நிஷ்களங்கமான கண்களின் மூலமாக அந்தத் திவ்விய காட்சியைக் கண்டு களிக்க பாக்கியம் இல்லாமற் போனதைப்பற்றி அவர்களுக்கு நிரம்ப வருத்தம். முத்துஸ்வாமியய்யர் சுவாமியைப் பார்க்கிறார். கமலாம்பாள் இடுப்பைப் பார்க்கிறார். லட்சுமியைப் பார்க்கிறார். கமலாம்பாள் கண்களில் நீர் ததும்புகிறது முத்துஸ்வாமியய்யர் ஏறிட்டுப் பார்த்தார். அவருக்கும் துக்கம் வர, வெளியில் ததும்பி வந்த கண்ணீரை உள்ளே இழுத்துக் கொண்டார். லட்சுமி சுவாமியைப் பார்க்க நிமிர்ந்தவுடன் அவளை ஆவலுடன் கவனித்துக்கொண்டிருந்த ஸ்ரீநிவாசனுடைய கண்கள் அவளுடைய கண்களைச் சந்திக்க, இருவரும் பின்வாங்கி விட்டார்கள். உடனே லட்சுமி அம்மாளைப் பார்த்து 'அம்பியைக் காணோமே அம்மா' என்று சொல்லி நிமிரவே கமலாம்பாளுக்கு அடக்க முடியாமல் கண்ணீர் பெருகிற்று. லட்சுமியும் தாரை தாரையாய் நீர் பெருக்கினாள்.

சுவாமி கோயிலுக்குப் போனவுடனே குழந்தையைப் பற்றி எங்கும் விசாரிக்கத் தலைப்பட்டார்கள். வீட்டுக்கு வீடு ஆள்விட்டுத் தேடினார்கள். சிறுகுளத்தில் மந்தைக்கு சமீபத்தில் ஓரமாக வீடுகள் உண்டு. அந்த வீடுகளுக்கெல்லாம் கடைசியாயுள்ள வீடு முத்து ஸ்வாமியய்யருடைய தங்கை சீதாலட்சுமி அம்மாள் வீடு. அந்த வீட்டுக்கு குழந்தை நடராஜனை யாரோ எடுத்துச் சென்றதாக சமாசாரம் வெளியாயிற்று. அதைப் பற்றிப் பின்னும் விசாரணை செய்ததில், நடராஜனை காலை ஏழு மணிக்கு முன் அநேகர் நான் பார்த்தேன், நான் பார்த்தேன், என்று வந்தார்கள். அதுவுமன்றி

மேற்சொல்லிய வீட்டுத் திண்ணையில் சில குட்டிகள் சேர்ந்து புளியம் விளையாடிக்கொண்டிருந்ததாகவும் அவ்விடத்தில் ஒரு குட்டி நடராஜனை எடுத்துப் போயிருந்ததாகவும் தெரியவந்தது. முத்து ஸ்வாமியய்யர் முதலானவர்கள். இவ்விதம் விசாரித்துக்கொண் டிருக்கும் போதே சுப்பராய அய்யர் என்ற ஒருவர் 'ஐயோ என் பெண் மீனாட்சியையும் காணோமே' என்று அலறிக்கொண்டு வந்தார். சீதாலட்சுமி அம்மாள் வீட்டுத் திண்ணையில் விளையாடிக்கொண் டிருந்த பெண்களுடன் மீனாட்சியும் இருந்ததாகத் தெரிந்தது. நடராஜனையும் அவளையும் காணாததால், அவனை அவள்தான் எடுத்துக்கொண்டு போயிருக்க வேண்டுமென்று அங்குள்ளவர்கள் ஊகித்தார்கள். ஆனால் அவள் எங்கே எடுத்துக்கொண்டு போயிருக்கக் கூடுமென்று தெரியவில்லை. அவ்வூர் முழுவதும் குடித்தெருவு, கடைத்தெருவு. அக்கிரஹாரம் ஒன்று பாக்கிவிடாமல் எங்கும் தேடிப் பார்த்தார்கள். எங்கும் காணாமையால் நாலா பக்கமும் ஆள்விட்டு ஊருக்கு வெளியே பார்த்து வரும்படி அனுப்பினார்கள்.

ஊருக்கும் மேற்கே போனவர்கள் இரண்டு மைல் போனவுடன் ஒரு சிறு பெண் அழுத ஓசை கேட்டது. உடனே அவர்கள் அந்தச் சப்தம் வந்த இடத்தை நோக்கிச் செல்லுகையில் ஒரு புதரின் மத்தியில் கால் கைகளில் எல்லாம் முட்காயம் பட்டு 'ஐயையோ அம்மா, அப்பா' என்றழுதுகொண்டிருந்த ஒரு பெண் குழந்தையைக் கண்டார்கள். அவள்தான் மீனாட்சி. அவர்களைக் கண்டவுடன் அவள் ஓடிவந்து அவர்களைக் கட்டிக்கொண்டு அழுதாள். கேட்ட கேள்விக்கொன்றும் பதில்சொல்லக் கூடாமல் விம்மி, விம்மி யழுத அவளை அவர்கள் எடுத்துக்கொண்டு சமாதானம் பண்ணி தெளியச்செய்து ஊருக்குக் கொண்டு வந்தார்கள். அவள் சோர்ந்து அவர்கள் கையிலேயே நித்திரை போய்விட்டாள். வீட்டுக்கு வந்தவுடன் குளூமோர் காய்ச்சிக் கொடுக்க அதை வாங்கிச் சாப்பிட்டுவிட்டு அவள் அப்படியே நித்திரை போய் விட்டாள். அவள் எப்பொழுது எழுந்திருக்கப் போகிறாள் என்று முத்து ஸ்வாமியய்யர் முதலிய எல்லோரும் ஆவலுடன் காத்திருந்தார்கள். பகல் இரண்டு மணிக்கு அவள் சோர்வு தெளிந்து எழுந்திருந்தவுடன் 'குழந்தை நடராஜனை நீ கண்டாயா அம்மா' என்று அவளைக் கேட்க, அவள் சீதாலட்சுமி அம்மாளுடைய கிரஹத்தில் நடராஜனை எடுத்து விளையாடிக் கொண்டிருந்ததாகவும், யாரோ ஒரு சூத்திரச்சி அவளை இங்கே வாவென்று ஆசை காட்டியழைத்ததாகவும் நெடுநேரம் மதிமயங்கி அவள் கூடவே போக ஒரு காட்டுக்குப் பின்னால் யாரோ பயங்கரமான கோர ரூபத்துடன் சில சூத்திரச்சிகள் அவளிடம் வந்து

நடராஜனைப் பிடுங்கிக் குதிரையின்மேல் வைத்துக்கொண்டு ஓடியே போய்விட்டதாகவும், தன்னைக் கூட்டிப்போன சூத்திரச்சியும் அவர்களுடனே ஓடிவிட்டதாகவும் தேம்பித் தேம்பியழுதுகொண்டு சொன்னாள். பிறகு அவள் வழி தெரியாமல் தவித்து நெஞ்சும் மாரும் படபட என்று அடிக்க, பயந்து அலறிக்கொண்டு கொஞ்ச தூரம் ஓடுவதும், பிறகு பயம் மிஞ்சி கண்ணை மூடிக்கொண்டு அழுது கொண்டு நிற்பதுமாகக் கடைசியில் வீட்டுக்குக் கொண்டுவரப்பட்ட சமாசாரம் வரை சொல்லி முடிக்க அதை கேட்டவர்கள் எல்லோரும் அவளை ‘இந்தமட்டிலேயாவது வந்து சேர்ந்தாயே அம்மா’ என்று தட்டிக் கொடுத்துத் தேற்றினார்கள்.

பிறகு திருடர்கள் குழந்தையைத் தூக்கிக்கொண்டு எந்தத் திசை நோக்கிப் போனார்கள் என்று விசாரித்துக்கொண்டு எல்லாருமாக குழந்தைப்பறி நடந்த இடத்தை நோக்கிப் புறப்பட்டார்கள். சப்-மாஜிஸ்திரேட்டு வைத்தியநாதய்யரும் அவர்களுடன் கூடச் சென்றார். எல்லோருமாக அந்த இடத்திற்குப் போய்ப் பார்க்கும்பொழுது அங்கே இரண்டு மூன்று குதிரைகள் காலடியும், நாலு வித்தியாசமான மனிதர்களுடைய காலடியும் தென்பட்டன. வைத்தியநாதய்யர் அந்த மனிதர்களுடைய காலடிகளைக் செவ்வையாய் அளக்கச் செய்து குறித்துக் கொண்டார். பிறகு அந்த அடிகளைத் தொடர்ந்து செல்ல அவை ஒரு காட்டுக் காளி கோயிலில் கொண்டுவிட்டன. அந்த பத்ரகாளியம்மன் கோயில் இரண்டு மலைகளுக்கு மத்தியில் இருந்தது. அந்த அம்மன் சந்நிதியில் பத்துப் பதினைந்து மரங்கள் நெருங்கி வளர்ந் திருந்தன. அவற்றின் மத்தியில் குதிரைக் குளம்பு அடையாளங்கள் போயிருந்தமையால் எல்லாரும் அங்கே போனார்கள். போகவே ஒரு கோரமான தோற்றம் அவர்கள் கண்ணுக்குத் தென்பட்டது. அதென்ன வெனில், மூன்று கற்கள் வைத்து ஒரு அடுப்பும், அதனருகில் ஒரு குழந்தையின் எலும்புகளும் காணப்பட்டன. தரையில் ரத்தம் சிந்தி யிருந்தது. அதைக் கண்டவுடன் முத்துஸ்வாமியய்யர் ‘ஐயையோ, நடராஜன் கொலை, பாவி’யென்று கூக்குரலிட்டார். அங்கே கிடந்த எலும்புகள் குழந்தை ‘நடராஜனுடைய எலும்புகளாயிருக்கலா மென்று அவர்களுக்குப் பட்டது. அந்த அடுப்பின் சமீபத்தில் நெருப்பு மூட்டப்பட்டிருப்பதாகவும் நினைக்க இடமிருந்தது. உடனே அந்தக் குரூரமான துர்க்காதேவிக்கு நரபலி கொடுக்கக் குழந்தையைக் கொன்றிருப்பதாக எல்லாரும் ஊகித்தார்கள். குழந்தையை எடுத்துப் போனவர்கள் கள்ளர்களாயிருந்திருக்கும் பட்சத்தில் மீனாட்சி கழுத்தி லிருந்த நகைகளை அவர்கள் அபகரித்திருப்பார்கள். ஒரு வேளை பேயாண்டித்தேவன் சிறைச் சாலையிலிருந்து வெளிப்பட்டு குழந்தையை

திருடிக்கொண்டு போயிருக்கலாமென்றாலோ அவன் குழந்தையைக் கொன்று பலியிட்டிருக்க மாட்டான். நரபலி கொடுப்பது அவர்களுக்குள் வழக்கமில்லை. வேறு யார் இந்தக் கொடூரமான அக்கிரமத்தைச் செய்திருப்பார்கள் என்று தெரியவில்லை, முத்துஸ்வாமியய்யர் மூர்ச்சை போட்டு விழுந்துவிட்டார். அவரைத் தூக்கி வண்டியில் போட்டுக்கொண்டு எல்லாருமாய் சொல்லக்கூடாத வருத்தத்துடன் ஊருக்குத் திரும்பினார்கள். கமலாம்பாள் முதலானவர்கள் சமைத்ததை மூடி வைத்துவிட்டு குழந்தையைத் தேடிப் போனவர்களுடைய வரவை எதிர்பார்த்துக்கொண்டு வெகு துக்ககரமாய் உட்கார்ந்திருந்தார்கள். பத்திரகாளி கோயிலில் நடந்த விபரீத விர்த்தாந்தத்தைக் கேட்ட காலத்தில் அவர்கள் அடைந்த துயரத்தை என்னென்று சொல்லுவது. கமலாம்பாள் அலறியடித்துக்கொண்டு மூர்சித்து விழுந்தாள். லட்சுமி கோவென்று கதறியழுதாள். முத்துஸ்வாமியய்யர் புலம்புவதும், அழுவதுமாய் இருந்தார். வைத்தியநாதய்யரும் அவர்களுடன் சிறிது நேரம் துக்கித்துப் பிறகு 'அங்கே கிடக்கும் எலும்புகள் உங்களுடைய குழந்தையினுடையதாயிருக்க வேண்டுமென்பது என்ன! உங்களுக்கு அவ்வளவு கொடிய விரோதி-யாரிருக்கிறார்கள்? அப்படியே விரோதிகள் இருந்தாலும் நர பலியிடத்தக்கவர்கள் இங்கு யாரிருக்கிறார்கள்?' என்று பலவிதமாக ஆட்சேபணைகள் செய்து அவர்களைத் தேற்றினார். பலியிடப்பட்ட குழந்தை வேறாயிருந்தால் நடராஜனைத் திருடிப் போனவர்களுடைய குதிரைகள் அந்தக் காளியம்மன் கோயிலுக்குப் போயிருக்கக் காரணமென்ன' என்று முத்துஸ்வாமியய்யர் கேட்க, வைத்தியநாதய்யர் ஒருவேளை அந்தத் திருடர்கள் நம்முடைய குழந்தை கொல்லப்பட்டதாக நாம் எண்ணும்படி வேறு எந்தக் குழந்தை யினுடைய எலும்புகளையாவது அங்கே கொண்டுவந்து போட்டுப் போயிருக்கலாம் என்றார். முத்துஸ்வாமியய்யர், 'ஏது எனக்குத் தோன்றவில்லை' என்று சொல்லவே, வைத்தியநாதய்யர் 'ஆரூடக் காரனை வரவழைத்துக் கேட்போம்' என்று சொல்லி அவ்வூர் வள்ளுவனுக்குச் சொல்லி அனுப்பினார். அவன் உடுக்கையெடுத்துக் கொண்டு விரைவில் ஓடிவந்து தூப தீபநைவேத்தியங்கள் எல்லாம் செய்து உடுக்கையடித்து அவ்வூரிலிருக்கும் ஒரு மந்திரவாதிதான் நரபலி செய்தது என்று முடித்தான். உடனே அந்த மந்திரவாதிக்கு ஆள் விட்டார்கள். அவ்வூரைவிட்டு அன்று காலமேதான் அவன் போய் விட்டான் என்று சங்கதி தெரியவந்தது. உடனே அவன் தான் அந்தக் கொலைக்கு கர்த்தாவென்று அங்குள்ளவர்கள் அனுமானித்தார்கள். உண்மையில் அங்கிருந்த அந்த மந்திரவாதியினுடைய தொழிலைக் கெடுப்பதற்கு இதுதான் நல்ல சமயமென்று அந்த வள்ளுவன் அவன் மேலே குற்றத்தைப் போட்டான்.

19

புத்திர சோகம்

அந்த மந்திவாதி ஊரைவிட்டுத் திடீரென்று போய்விட்ட படியால் அவ்வூரிலுள்ளவர்களெல்லோருக்கும் அவன் மேல் சந்தேகம் பலமாக ஏற்பட்டது. அவனைக் கண்டுபிடிப்பதற்காக சர்க்காரில் பலவிதமான பிரயத்தனம் செய்தும் ஒன்றும் பலிக்கவில்லை. முத்துஸ்வாமியய்யருடைய நிலைமையோ மிகவும் பரிதபிக்கத்தக்கதாயிருந்தது. 'கண்ணிலான் பெற்றிழந்தானென,' அதாவது பிறவிக் குருடனொருவன் கண்கள் பெற்று, நூதனமாகக் கிடைத்த அந்தப் பாக்கியத்தின் மூலமாக உலகத்தின் காட்சிகளை ஆவலுடன் கண்டு களித்துக்கொண்டிருக்கும் தருணத்தில் திடீரென்று அந்தக் கண்கள் பார்வை இழந்து விடுமானால் அவனுக்கு என்ன வருத்தம் உண்டாகுமோ அந்த வருத்தத்தை முத்து ஸ்வாமியய்யர் முற்றும் அடைந்தார். குழந்தையே பிறவாமலிருந்தால் ஒரே துன்பமாகப் போய்விடும். குழந்தையைப் பெற்றும் பிரியம் வைத்து வளர்க்கும் சந்தோஷத்தை அவர் அதிகமாயறிந்து இருக்க மாட்டார். நீடித்து நிற்கும் துக்கம் மனிதனுக்கு சகஜமாய்விடும் கையில்லாமல் பிறந்தவனுடைய துன்பத்தைக் காட்டிலும் கை பெற்று இழந்தவனுடைய துன்பம் அதிகமல்லவா? கடவுள் புத்திரபாக்கியத்தைக் காட்டி ஒளித்ததினாலல்லவோ பட்டணத்துப் பிள்ளையும் உலகத்தை வெறுத்து ஞானியானார். முத்துஸ்வாமியய்யர் முன்னமேயே உலக இன்பத்தில் அதிருப்தியும், மனிதர் நடத்தையில் அருவருப்புமுள்ளவர் என்பது நமக்குத் தெரியும். இப்பொழுது குழந்தை போன பிறகு எல்லா விஷயத்திலும் அவருக்கு அருவருப்பு பலமாக ஏற்பட்டது. 'என்ன பாழுலகம்! என்ன பாவம் பண்ணினேனோ இந்த ஜன்மம் நமக்குக் கிடைத்தது' என்று அவர் அடிக்கடி சொல்லிக்கொள்ளுவார். சிற்சில சமயங்களில் 'சுவாமியேது, பூதமேது, உலகமே ஒருவரையொருவர் அடித்துத் தின்கிற வியாபாரந்தான்' என்பார். 'வேண்டேன் இம்மாயப் புன்பிறவி வேண்டேனே' என்ற வாக்கியத்தைப் பலமுறை தன் மனதுக்குள் திருப்பித் திருப்பிச் சொல்லிக் கொள்வார். யாராவது சிரித்து விளையாடிக்கொண்டிருப்பது அவர் கண்ணுக்கு எதிர்ப் பட்டால் தன் பார்வையை விலகிக்கொண்டு 'இதென்ன வேண்டி யிருக்கிறது! ஐயோ, மூடன், மூடன்' என்று தன்னுள் சொல்லிக் கொள்வார். குழந்தையை நினைத்து விசனப்பட்டுக்கொண்டே நாலைந்து நாள் அன்னபானாதிகள்கூடச் செவ்வையாகச் செய்து கொள்ளாமல் வீட்டுக்குள்ளேயே முக்காடிட்டு துக்கித்துக்கொண் டிருப்பார். ஊரெல்லாம் வந்து அவருக்கு தைரியம் சொல்லுவார்கள். சொல்லியும் அவர் துக்கம் ஆறாது.

கமலாம்பாள் தன்னைத் தேற்றிக்கொண்டு அவரைத் தேற்ற உத்தேசித்து சில சமயங்களில் வேதாந்தம் பேசுவாள். சில சமயங்களில் பாடுவாள். சில சமயங்களில் சரஸஸல்லாபங்கள் செய்வாள். சில சமயங்களில் 'குழந்தை அகப்பட்டாலும் அகப்படலாம்' என்பாள். இப்படி அவரைத் தேற்றி அவர் விசனமாறித் தெளிந்திருக்கும் சமயத்தில் அவளுக்கு அடக்க முடியாதபடி துக்கம் மேலிட்டுக் கண்ணீர் கரகர வென்று பெருகும். அப்பொழுது அவரும் கூட அழுதுகொண்டு 'அழாதேடி' என்று அவளைத் தேற்றுவார். எதைப் பார்த்தாலும் அவர்களுக்கு நடராஜன் ஞாபகம் வந்துவிடும். கொட்டாங்கச்சிகள், கயிறுகள், கொம்புகள் எல்லாம் அவர்களுக்கு அவன் ஞாபகத்தைக் கொடுத்து வருத்தும். அந்த விதமான துன்பத்தை ஒழிக்க நினைத்து அவர்கள் அவனுடைய பட்டு வஸ்திரங்கள், நகைகள், தொட்டில், பொம்மைகள் எல்லாவற்றையும் பிறருக்குத் தானம் செய்து விட்டார்கள். அப்படியெல்லாம் செய்தும் திடீரென்று எவ்விதமாகவோ குழந்தை ஞாபகம் அவர்களுக்கு வந்துவிடும். முத்துஸ்வாமியய்யர் பூஜை பண்ணிக் கொண்டே யிருப்பார். உலக வாழ்க்கை எப்படியாவது ஒழிந்துபோக வேண்டுமென்ற வைராக்கிய சித்தத்துடன் அவர் சுவாமியைத் தியானம் பண்ணி பரமபக்தியுடன் மணியோசை செய்து தீபாராதனை நடத்திக் கொண்டிருப்பார். திடீரென்று குழந்தை ஞாபகம் வந்துவிடும். உடனே அவர் 'ஐயோ நடராஜா!' என்று கதறிக்கொண்டு தீபத்தைக் கை நழுவ விட்டுவிட்டு 'ஹோ! என்று வாய்விட்டழுவார். வீதியில் போய்க் கொண்டிருக்கும்போதே யார் குழந்தையாவது எதிரில் தென்பட்டால் துக்கம் பெருக சரசரவென்று வீட்டுக்குள் வந்து ஒருமுறை கண்களைத் துடைத்துக்கொண்டு பிறகு வெளியே போவார். சில சமயங்களில் தெருவிலேயே நின்று அழுவார். எண்ணெய் தேய்த்து ஸ்நானம் செய்துகொண்டிருப்பார். பாதி ஸ்நானம் ஆய்க்கொண்டிருக்கும் போதே அப்படியே 'ஐயோ' என்று கதறியழுவார். கமலாம்பாளும் அப்படியே சமையல் செய்துகொண்டிருக்கும் போதும், ஸ்நானம் செய்துகொண்டிருக்கும்போதும் அழத் துவக்கிவிடுவாள். துக்கம் என்பது அவள் விஷயத்தில் ஆராதித்து அழைக்கப்படவேண்டிய அன்னியனாக இல்லை. அவர்களுடைய குடும்பத்தில் ஐக்கியப்பட்டு, இராப்பகல் பேதமில்லாமல் நினைத்தபோது வரப்போக அதிகார முடையதாய், காலியாயிருந்த குழந்தை நடராஜனுடைய இடத்தை நிரப்பிக்கொண்டிருந்தது. கமலாம்பாள் தன் கணவரைத் தேற்றித் தூங்கச்செய்து, அவர் நன்றாய் நித்திரை செய்யும் நடு நிசியில் எழுந்து உட்கார்ந்து கொண்டு நடராஜனைக் குறித்துக் கண்ணீர் பெருக்குவாள். சில சமயங்களில் முத்துஸ்வாமி அய்யரும் விழித்துக்கொண்டுவிடுவார். விழித்துக்கொண்டுவிட்டால் விடிய விடிய அழுகைதான். ஆனால்

அவளும் அவள் கணவரும் தங்களுடைய துக்கத்தை மறந்துவிட அநேக விதமான பிரயத்தனம் செய்தார்கள். உல்லாசமாகப் பேசுவது, சிரித்து 'விளையாடுவது என்னமோ இருக்கிறவரைக்கும் சுகமாக இருந்துவிட்டுப் போகவேணும்; ஆய்விட்டது பாதி ஆயுசு, இனிமேல் ஒரு வருஷமோ இரண்டு வருஷமோ, இன்றைக்கோ நாளைக்கோ' என்று சொல்லிக் கொள்வது, பாடுவது முதலிய உபாயங்கள் எல்லா வற்றையும் அவர்கள் பிரயோகித்தார்கள். ஒரு நாள் ராத்திரி நிலவு சுகமாயிருந்தது. அன்றைக்குக் கமலாம்பாளும் அவள் கணவரும் மாடியின் மீது உட்கார்ந்துகொண்டு வேடிக்கையாகப் பேசிக் கொண்டிருந்தார்கள். பேசிக்கெண்டிருக்கும்போதே கமலாம்பாள், 'இந்தச் சந்திரனைப் பாருங்கள். இவனுக்குத்தான் என்ன கொழுப்பு! ரிஷபம்போல் ஆகாயம் முழுவதும் நம்முடைய ராஜ்யந்தான் என்று உல்லாசமாக நமக்கு நிகரில்லை என்று திரிகிறான்' என்றாள்.

முத்துஸ்வாமியய்யர் : 'ஆமாம், அவனுக்கு என்ன? அவனெல்லாம் தேவலோகவாசி. பூமியில் ஊரும் புழுவாகிய நம்மைப்போலவா? ஒருவனையொருவன் அடித்துத் தின்றுகொண்டு நாம் இருக்கிறோமே அதுபோல அவனும் இருக்க வேணுமா?

கமலாம்பாள் : 'அப்படியில்லை, அதற்குக் காரணம் உங்களுக்குத் தெரியாமற் போனால் நான் சொல்லித் தருகிறேன். கேளுங்கள். சொல்லிவிடுவேன், பார்த்துக்கொள்ளுங்கள். சொல்லியே விடட்டுமா?

முத் : அ-'சே! அப்படிச் செய்யாதே அம்மா, பயமாயிருக்கிறது அப்படி எல்லாம் பண்ணிவிடாதே.

கம : 'இதோ சொல்லப்போகிறேன். பத்திரம்! இதோ சொல்லியே விடப் போகிறேன். என்ன தெரியுமா! ரோஹிணி. அவன் சம்ஸாரம் அவன் கிட்டவே எப்பொழுதும் இருக்கிறாளல்லவோ, அவன் கொழுப்புக்குக் கேட்க வேண்டுமோ? தெரிந்ததா? இப்பொழுதாவது தெரிந்ததா? அவர்கள் இரண்டுபேரும் யாரைப்போல் இருக்கிறார்கள் சொல்லுங்கள். அதாவது தெரிகிறதோ பார்ப்போம்.'

முத் : 'ஆமடி ஆமாம்! உன்னையும் என்னையும் போல மத்தியான மெல்லாம் அழுதது மறந்து போய்விட்டது! கிடக்கிறது ஏதாவது பாடு பார்ப்போம்.'

கம : 'பாடட்டுமா. என் பாட்டைக் கேட்டு காற்று, சந்திரன் எல்லாம் மயங்கிப் பிரமித்துப் போகும்படி பண்ணிவிடுகிறேன் பாருங்கள். 'பனியால் நனைந்து வெயிலாலுலர்ந்து' - சீ! என்ன பாட்டு வருகிறது இந்த சமயத்திலே.'

கமலாம்பாள் பாட ஆரம்பித்தவுடன் அவள் மனதில் பதிந்து கிடந்த 'பனியால் நனைந்து என்ற அரிச்சந்திர புராணப் பாட்டு அவள் ஞாபகத்திற்கு வந்தது. இது பாம்பு கடித்து இறந்த குழந்தை லோகிதாசனைக் குறித்து சந்திரமதி புலம்பியழுவதைச் சொல்லும் பாடல், தன்னையறியாமல் அந்தப் பாடல் அவள் நாவில் எழ அவள் அதைவிட்டு 'போ போவே செலியா' என்று வேறு பாட்டைத் துவக்கினாள். முத்துஸ்வாமியய்யர் 'இது வேண்டாம் 'பனியால் நனைந்து' என்ற பாட்டைத்தான் பாடவேண்டும்' என்று கட்டாயம் பண்ண, கமலாம்பாள் அதைப் பாடினாள். 'தனியே கிடந்துவிட நோய் செறிந்து தரை மீதுருண்ட துரையே, இனி யாரை நம்பி உயிர் வாழ்வம் இறையோனும் யானும் அவனே' என்று பாடும்போது அவளுக்குத் துக்கம் நெஞ்சடைத்தது. அவள் ஐயோ என் குழந்தை?' என்று அலறி விட்டாள். நடராஜா, நடராஜா, ராஜா என்று உன்னை செல்வப் பெயரிட்டழைத்தேனே! ஐயோ! இனிமேல் ராஜாவென்று யாரைக் கூப்பிடப் போகிறேன். அம்மா என்று என்னை ஆறு மாசம் நன்றாக கூப்பிடவில்லையே! உன்னைப் பெற்ற வயிறு நெருப்பா யெரிகிறதே. ஐயையோ இந்த நெருப்பு என்றைக்கு அணையப் போகிறது. ராஜா, நடராஜா! அப்பா கூப்பிடுறாரடா, ஏனென்று கேட்கமாட்டாயோ? நடராஜா, நடராஜா இதற்குத்தானா உன்னைப் பெற்றெடுத்துப் பெயரிட்டது. உனக்குப் பால் கொடுக்கிறேனடா, வாடா என்னப்பனே! அப்பா தங்கமே, முத்தே, மணியே உன்னைப் புத்திக்கெட்டுத் தெருவில் விட்டேனே. இப்படியெல்லாம் வருமென்று நான் அறியேனே. உன்னைச் சிங்காரித்து உன்னழகைப் பார்த்து மகிழ்ந்தேனே. என் பாக்கியத்துக்கு எசோதையதுகூடக் காணாதென்று இறுமாந்தேனே' சந்திரமதி செத்துப்போன குழந்தையையாவது மார்போடணைத்துக் கொண்டு அழுதாளே. எனக்கு அதுகூடக் கிடைக்கவில்லையே! கை வேறு கால் வேறு எங்கே புதைந்து கிடக்கிறாயோ? சிந்திப்போன உன் எலும்பையாவது உன்னைப் பெற்ற வயிறோடு வைத்து அணைத்துக் கொள்வேனே. நீ போன இடத்துக்கு என்னையும் கூட்டிப் போயிருக்கப் படாதா! ஐயையோ?-' என்று இத்தனை நாழிகை அடக்கி வைத்த துக்கமெல்லாம் கலகம் செய்து கிளம்ப வாய்விட்டுப் பிரலாபித்து அழுதுவிட்டாள். அழுதுவிட்டு, முகத்தில் துணிபோட்டு விம்மி விம்மி அழுதுகொண்டிருந்த முத்துஸ்வாமியய்யரை பார்த்து 'என் புத்திமோசம், அத்தனை சிங்காரம் சிங்காரித்துத் தெருவில் விட்டுவிட்டு அடுப்புக் காரியம் பெரிதென்று இருந்தேனே. என் பெற்ற வயிறு கொதிக்கிறதே' என்று சொல்ல, அவர், 'வெளியே போய் வந்தேனே. நானாவது தேடிப் பிடித்தேனோ! எந்தக் காளிக்குப் பலியோ, எந்தக் குழியிலே கிடந்து அவன் எலும்பு அழுகுகிறதோ ஆண் சிங்கமென்று

இருமாந்தேனே; அத்தனை அழகும் குழியிலேயா போய்விட்டது” என்று அவர் அழுதார். இப்படி இருவரும் ஒருவரை யொருவர் கட்டிக் கொண்டு ‘ஓ’வென்று இரவு முழுவதும் அழுது தீர்த்தார்கள். இவ்வாறு அன்று இரவு சந்தோஷமாகத் தொடங்கி விசனகரமாக முடிந்தது.

20

அதி ரகசியமான சில சங்கதிகள்

இவ்விதம் மூன்று வருஷகாலம் சென்றது. சூரிய சந்திர நட்சத்திரங்கள் எல்லாம் தங்கள் தங்களுடைய நித்திய கர்மானுஷ்டங்களை வழுவாமல் நடத்தி வந்தன. கமலாம்பாளும் முத்துஸ்வாமியய்யரும் விசனப்படுகிறார்களென்று அவைகளுக்கு யாதொரு கவலையும் இருப்பதாகக் காணவில்லை. நம்மை வென்ற கமலாம்பாள் மனங் கலங்கி உடல் வாடுகிறாளேயென்று மான், மயில் குயிலினங்கள் விசனப்படவுமில்லை. முத்துஸ்வாமியய்யர் புத்திரசோகத்தால் வருந்துகிறாரேயென்று சற்றும் கவலையில்லாமல் தூர்த்தத் தன்மையையுடைய காற்று மரங்களுடன் தாராளமாய் ஸல்லாபம் செய்வதும், அவைகளுடன் மிருதுவாய் முத்தமிட்டுக் கொஞ்சிக் குலாவி அவற்றின் நலங்களைக் கொள்ளைகொள்ளுவதும், ஒரு சமயம் ஊடிய கணவரைப் போல ஒரு வார்த்தையும் பேசாது ஒதுங்கி மௌனமாய் நிற்பதும், மற்றொரு சமயம் அவைகளுடன் சேர்த்து ‘ஹோ’வென்று வெறிக் கூப்பாடிட்டு ஊர்ப்புறங்களையெல்லாம் சீரழித்துச் சிந்தை குலையச் செய்வதுமாகிய ஊடலாடலின் பங்களைக் கூசாமல் எப்பொழுதும் போல அனுபவித்துக் கொண்டிருந்தது. முத்துஸ்வாமியய்யருடைய இஷ்டமித்திர பந்துக்கள் மாத்திரம் அவருடைய துக்கத்தைத் தங்களுடைய துக்கம் என்று பாராட்டி அவகாசமான வேளையில் வேறு யாதொரு காரியமும் செய்வதற்கு இல்லாவிட்டால் அவருடைய குழந்தை காணாமற்போன கதையைச் சொல்லிக் கொண்டிருந் தார்கள். மற்றப்படி உருண்டுகொண்டேயிருக்கிற இவ்வுலகம் ஒருக்கணமும் இடைவிடாது உருண்டு கொண்டேயிருந்தது. அம்பட்டன் மாரியப்பன் க்ஷவரம் செய்வதும், வண்ணான் நாகன் வேட்டி துவைப்பதும், குசவன் குட்டையன் பானைசட்டி பண்ணுவதும், வேம்பப்பத்தன் வெள்ளி பொன்களைத் (பிறரிடத்திலிருந்து) தட்டுவதும், சூத்திரன் மூக்கன் மாடு மேய்ப்பதும், கணக்கு முத்துப்பிள்ளை கள்ளக் கும்பிடு போடுவதும், சேஷன் செட்டி கற்கண்டு விற்பதும், வைதீக ராமண்ணா பிராமணார்த்தம் சாப்பிடுவதும், வக்கீல் சேஷய்யன் கோர்ட்டுக்கு முன்னேயே கொள்ளை யடிப்பதும், பிறப்போர் இறப்பதும், இறப்போர் பிறப்பதுமாக நாட்கள்

வாரமாய், வாரங்கள் மாதமாய், மாதங்கள் வருஷமாய் கொஞ்சமும் கவலையற்று ஸ்தூலித்துக் கொண்டுவந்தன.

இப்படிப் புனர்ஜன்மங்கூட இல்லாமல் இறந்துபோய்க் கொண்டிருந்த நாட்களுள் ஒருநாள் சந்தையிற் கூட்டமாகிய சென்னைமாபுரியில் (சென்னைப்பட்டணத்தில்) தம்புசெட்டி தெருவில் 321 நெ. வீட்டில் மாடி மீது இரண்டு வாலிபர்கள் பேசிக்கொண்டிருந்தார்கள். அவர்களில் பெரியவன் மற்றவனைப் பார்த்து 'தபால்காரன் வருகிற சமயமாய்விட்டது. இன்றைக்கு வருமா காகிதம்' என்றான். 'அவன் என்ன இழவு இன்னும் வரவில்லை. நேற்று இத்தருவாய்க்கு முன்னமேயே வந்துவிட்டானே. நானும், அரை மணியாகப் பார்த்துக் கொண்டிருக்கிறேன்.' என்று சொல்லிக்கொண்டு மற்றவன் அறையைவிட்டு தெருவுக்கு நேராக மாடியில் வந்து நின்று தபால்காரன் வருகிற வழியைப் பார்த்தான். தபால்காரனைக் காணோம். பிறகு உள்ளே வந்து கடிகாரத்தைப் பார்த்தான். 'இதென்ன சரியான மணியா, நேற்று நீ சாவி கொடுத்தாயா? மணி 9 ஆய்விட்டது. இன்னும் வரவில்லை' என்று சொல்லிக்கொண்டு மறுபடி வெளியே போனான். மறுபடி உள்ளே வந்து 'இன்றைக்கு காகிதம் இல்லைதான் போலிருக்கிறது. அதென்ன அப்படி எழுதாமலிருக்கமாட்டாளே. நடுவிலே எங்கேயாவது தாமதப்பட்டுப் போய்விட்டதோ?' என்றான். அதற்குள் உள்ளேயிருந்த அவனுடைய சினேகிதன் 'ஏதோ தெரியவில்லை போகலாம் வா. சாப்பிட்டுவிட்டு வந்து பார்த்துக்கொள்வோம். இல்லாவிட்டால் சாப்பிட்டுவிட்டுத் தபாலாபீசில் போயாவது விசாரிப்போம். காகிதம் இருந்திருந்தால் வந்திருக்கும். இத்தனை நாழிகையாயிற்று, இன்றைக்கு இல்லை போலிருக்கிறது' என்றான். அதற்கவன் 'என்னவோ ஸ்திரீகளை மாத்திரம் நம்பப்படாது. ஏதாவது உடம்பு கிடம்பு சௌக்கிய மில்லையோ என்ன இழவோ; இருக்கிறாளோ போய்விட்டாளோ அதைத்தான் யார் கண்டார்கள்' என்று சொல்லிவிட்டு ஒரு பக்கமாகத் திரும்பிக்கொண்டு தன் கண்ணினின்று ததும்பிய நீரைத் துடைத்து, தன் மனதுக்குள் 'அடா போடா பைத்தியக்காரா, அவளே உன்னை லட்சியம் செய்யவில்லையாம், உனக்கு என்னடா இப்பொழுது, ஆனாலும் பிறந்தகத்துக்குப் போன பெண்டுகளை நம்பக்கூடாது. கிடக்கறாளடா, விட்டுத்தள்ளு கழுதையை' என்று சொல்லிக் கொண்டு, தன் சிநேகிதனைப் பார்த்து 'ஏன் சாப்பிடப் போகலாம் வா,' என்று உரக்கச் சொன்னான். பிறகு அவனும் அவனுடைய சிநேகிதனுமாக சாப்பாட்டுக்குப் போனார்கள். அன்றைக்கு அவனுக்குச் சாப்பாடு சாப்பாடாகவே இல்லை. காகிதம் வராததற்குக் காரணங்களைப் பற்றித் தன் மனதுக்குள்ளேயே ஆலோசனை பண்ணிக் கொண்டிருந்த அவனுக்கு மற்றவர்கள் பேசிக்கொண்டிருந்தது ஒன்றும் கேட்க

வில்லை. இன்ன சாதம் சாப்பிடுகிறோம் என்ற நினைவுமில்லை. ஒரு க்ஷணம் புன்சிரிப்பும் மறுக்ஷணம் கண்ணீர்த்துளியும் ஒரே க்ஷணத்தில் இரண்டும் உண்டாக அவன் முகம் ஐப்பசி மாதத்திய ஆகாயத்தின் முகம்போல மாறுபட்டுக் கொண்டிருந்தது. இவ்விதமாகச் சாப்பிட்டு அவனும் சிநேகிதனுமாகத் திரும்பி வருகையில் தபால்காரன் எதிரே வந்து அவன் கையில் ஒரு கடிதத்தைக் கொடுத்தான். ஏன் இத்தனை நாழிகையென்று தபால்காரனைக் கேட்டான். அவன் 'இன்றைக்கு மெயிலே இப்போதுதான் வந்தது' என்று சொன்ன மறுமொழிகூட காதில்படாமல் கடிதத்தை அவன் ஆவலுடன் உடைத்துப் பார்த்தான். அதில் அடியில் வருகிறபடி எழுதியிருந்தது:-

"என் அன்பை அதிகரிக்கின்ற என் பிராண நாயகராகிய சீமா அய்யரவர்களுக்கு அநேக நமஸ்காரம். க்ஷேமம். க்ஷேமத்துக்கு எழுதவும்."

'என் கடிதத்தை கண்டவுடனேயே பதில் எழுதுவதற்கு ஐயரவர் களுக்கு சாவகாசப்படவில்லை. நீங்கள் என்ன செய்வீர்கள்! பல ஜோலிக்காரர். என் ஞாபகம் எங்கேயிருக்கப் போகிறது! மேலும் உத்தரவு கொடுக்கவேண்டியவர்கள் உத்தரவு கொடுத்துத்தானே நீங்கள் பதில் எழுதலாம். இருக்கட்டும், இருக்கட்டும்; நான் நேரில்வந்து உங்களுக்குத் தக்க வழி சொல்லுகிறேன். ராத்திரிக்கு ராத்திரியே வந்து ஓசைப்படாமல் என் மனதைத் திருடிக்கொண்டு போகிறது, அப்புறம் 'கூகூ' என்றாலும் போட்ட காகிதத்துக்குக்கூட பதில் கிடையாது. தைரியமிருந்தால் நேரே வரவேணும், இல்லாவிடில் சும்மாயிருக்க வேணும்.

"என் துரையே! நான் என்ன வேடிக்கையாக எழுத வேண்டு மென்றாலும் எழுத முடியவில்லையே. தங்களைவிட்டுப் பிரிந்து அனலிலிட்ட மெழுகுபோல உருகி, சோனை மழைபெய்யுமே - ஒருதரம் காற்று வீசுகிறது. உடனே பலபலவென்று மழை பெய்கிறது. அது போல பெருமூச்சும் கண்ணீருமாய் வழியில் படுத்துக்கொண்டிருக்கும் மலைப் பாம்பைப் போல் ஓடாத இந்தப் பொழுதை ஓட்டித் தவித்துக் கொண்டிருக்கிற எனக்கு என்ன வேடிக்கை வேண்டியிருக்கிறது. போன ஜன்மத்தில் எந்த நேசமான தம்பதிகளைப் பிரித்தோமோ அந்தப் பாவம்தான் நான் பிரியும்படி நேர்ந்தது. கடிதமாகிலும் என் விசனத்தை மாற்றிவிடுமென்றால் அதுவும் சரியானபடி வருகிறதில்லை. போகட்டும், இப்பொழுதாவது தயவு பண்ணி எழுதினீர்களே. கொஞ்சம் தாமதப் பட்டால் உடம்பு என்னமோ என்று சந்தேகமாயிருக்கிறது. எண்ணாத எண்ணமெல்லாம் எண்ணச்சொல்கிறது. அப்படி விசனப்பட்டுக்கொண் டிருக்கும் போது தங்கள் கடிதம் வந்தது. தங்கள் தங்கக் கையினால்

எழுதின அந்தக் கடிதத்தைக் கட்டிக்கொண்டு முத்தம் கொடுத்தேன். அதைத் திருப்பித் திருப்பி வாசிக்கும்போது தங்களுடன் நேரிலே பேசினாப்போல நினைத்துக்கொண்டேன். அதைக்கட்டி முத்த மிட்டது தங்களைக் கட்டியணைத்து முத்தமிட்டதுபோல இருந்தது. கணையாழியைக் கண்ட சீதையைப்போல எனக்கு சந்தோஷத்திலே கண்கள்கூடத் தெரியவில்லை. தங்கள் கடிதமென்றால் அவ்வளவு சந்தோஷமுண்டாகும் போது நேரிலே காணப் போகிறோமென்றால் எவ்வளவு சந்தோஷமாய் இராது.

நான் அவ்விடத்திற்கு அடுத்த வெள்ளிக்கிழமை அப்பா அம்மாளுடன் தங்களையே நேரில் காண கட்டாயமாய் வரப் போகிறேன். குழந்தை நடராஜனைக் குறித்து ராப்பகலாய்க் கதறுவதே எங்களுக்கு மணியமாயிருக்கிறது. அதுவும் அப்பாவும் அம்மாளும் அழுதழுது துரும்பாய் மெலிந்துவிட்டார்கள். அவர்கள் வீணான இந்த ஞாபகத்தை ஒழிக்க எண்ணியே பட்டணம் வருகிறார்கள். என்னையும் விட்டுப் பிரிந்து அவர்கள் எவ்விதம் உயிர் வாழ்வார்கள். அடுத்த வாரம் கட்டாயம் வந்துவிடுவேன். சகுந்தலையை துஷ்யந்தன் பார்த்து 'நீ யார்' என்று கேட்டானே, அந்த மாதிரி என்னையும் கேட்பீர்களோ, கேட்டால் என்ன பதில் சொல்லுகிறேன் என்று வேணுமானால் பாருங்களேன். பார்ப்போமே; பயணம் நிச்சயம். என்னால் தாங்கள் எவ்வளவு துன்பம் அடைந்தீர்கள். நான் பட்ட பாடெல்லாம் நீங்களும் பட்டிருப்பீர்களே. என் துரையே, தாங்கள் என்பேரில் வைத்திருக்கிற அன்பை நினைத்தால் எனக்கு வருகிற சந்தோஷம் இவ்வளவு அவ்வளவு இல்லை. இப்பொழுது தங்களை அவ்விடம் காண சமீபத்துவிட்ட படியால் இன்னும் மேலும் மேலும் பொங்குகிறது. நந்தன் சிதம்பரம் போகவேணும் என்று எவ்வளவு விசாரத்துடன் இருந்து அதைக் காணவும் எவ்வளவு சந்தோஷமடைந்தான். அதுபோல நான் தங்களைக் காணவருகிற சந்தோஷத்தை அவ்விடம் வந்து தங்களிடம் ஒரு வார்த்தைக்கு ஒரு முத்தமாகத் தேனும் சர்க்கரையும் கலந்தாற்போல் கலந்து சொல்லி மகிழ்வேன். ஒருநாளும் நம்முடைய அன்பு தவறக் கூடாது. தங்களைக் காண தங்கள் அன்பை ஒரு பூஷணமாகப் போட்டுக் கொண்டு தங்கள் கவலையை நீக்கி இருவரும் களிப்படைய அவ்விடம் வருகிறேன். நான் நளவெண்பா முழுவதும் பாடம் பண்ணிவிட்டேன். நான் எழுதிய கடிதத்தில் பிசகு அதிகமாயிருக்கும். தாங்கள் அதைக் கிழியாமல் வைத்திருந்தால், அவ்விடம் வந்து தங்களிடம் பிழையைத் திருத்திக்கொள்வேன். என் உடம்பு சௌக்கியமா யிருக்கிறது. தங்கள் அன்பே எனக்கு பூரிப்பைக் கொடுத்திருக்கிறது. நான் அவ்விடம் வருகிறபடியால் கடிதத்தை நிறுத்தி நேரில் காண்போம். அதுவரையில் ஒவ்வொரு நிமிஷமும் ஒவ்வொரு யுகமாயிருக்கிறது. தங்களிடம் பறந்து உடனே வந்துவிட வேண்டுமென்று ஆசையாயிருக்கிறது.

"பிரியநாயகர் பாதத்தில்
தங்கள் இன்னுயிர்த் தோழியாகிய
லட்சுமி நமஸ்காரம்."

இந்தக் கடிதம் இன்னாரால் எழுதப்பட்டதென்றும் இன்னாருக்கு எழுதப்பட்டிருக்கிறதென்றும் நாம் சொல்லாமலே இதைப் படிப்போர் அறிந்திருப்பார்கள். ஸ்ரீநிவாசன் இந்தக் கடிதத்தை ஆவலுடன் உடைத்து வாசித்தான். பிறகு மூடினான். மறுபடி வாசித்தான். தன் சிநேகிதன் சுப்பராயனுக்கு வாசித்துக் காட்டினான். மறுபடியும் தானாக வாசித்துக்கொண்டான். கண்களில் ஒற்றிக்கொண்டு முத்த மிட்டான். சந்தோஷத்தில் அவனுக்கு வாய் குழறிற்று. அவன் சினேகிதன் சுப்பராயனும் அதிக சந்தோஷமடைந்து 'உன் பெண்டாட்டி லட்சுமி யில்லை, சரஸ்வதியப்பா' என்றான். ஸ்ரீநிவாசனுக்கு சாந்தி முகூர்த்தமான சமாசாரத்தை நாம் முன்னமே சொல்ல அவகாசப்படவில்லை. அவனும் லட்சுமியும் நளனும் தமயந்தியும் போல வெகு அந்நியோந்நியமாய் இருந்தார்கள். 'காதலிருவர் கருத்தொத்து ஆதரவுபட்டதே இன்பம்' என்று சொல்லப்பட்ட இன்பத்தை அவர்களைப்போல் இவ்வுலகத்தில் அடைந்தவர்கள் கிடையாது. 'இகத்துள சுகத்திற்கு அளவு கோலாய் பரத்துள சுகத்தை வரித்த சித்திரமாய்' என்று வர்ணிக்கப்பட்டிருக்கிற உண்மையான அன்பின் மதுரமான அதிரகசியங்களை அவர்களைப் போல் அறிந்து அனுபவித்தவர்கள் இல்லை.

சாந்தி முகூர்த்தமாகு முன்னேயே அவர்களிருவரும் ஒருவரு மறியாமல் பேசிக்கொள்ள ஆரம்பித்துவிட்டார்கள். ஸ்ரீநிவாசன் சிறுகுளத்துக்கு வந்திருந்த நாட்களுள் ஒருநாள் கோயிலுக்குப் போய் சுவாமி தரிசனம் பண்ணிவிட்டுத் தன் மாமனாரகத்து வாசற்றிண்ணையில் உட்கார்ந்து கொண்டிருந்தான். அவனுக்குச் சில நாளாகத் தன் பெண்டாட்டியுடன் பேசவேண்டுமென்று ஆசை. ஆனால் சமயம் கிடைக்கவில்லை. சமயம் கிடைத்தால் தைரியம் உண்டாகிறதில்லை. அன்றைக்கு லட்சுமியைப் பற்றியே தியானம் செய்துகொண்டு மேலே சொல்லியபடி அவன் உட்கார்ந்து கொண்டிருந்தான். அப்பொழுது ஒரு பிச்சைக்காரன் பிச்சைக்கு வந்தான். ஸ்ரீநிவாசன் 'அவள் வந்தாலும் வருவாள் பிச்சைபோட' என்று ஆவலுடன் பார்த்தான். லட்சுமியும் அப்படியே சாதம் எடுத்துக்கொண்டு வந்தாள். இதுதான் சமயம் பேசுவதற்கு என்று ஸ்ரீநிவாசன் யோசனை செய்துகொண்டிருக்கும் போதே நெடுநாளாய்த் தன் அகமுடையானோடு பேசவேண்டுமென்று ஆவல்கொண்டிருந்த லட்சுமி 'அவராகப் பேசுகிற வழியாயில்லை, இனி

வெட்கப்பட்டு முடியாது, இதுதான் சமயம் என்று எண்ணி ஆசை தூண்ட, வெட்கம் கண்டிக்க, மிகுந்த பயத்துடன் அரைவார்த்தையாக 'சாப்பிட வாருங்களேன்' என்று வெகு இனிமையாய்ச் சொல்லி மெதுவாய்ச் சென்றாள். அதைக் கேட்டவுடன் ஸ்ரீநிவாசன் ஆனந்தத்தால் பரவசனாய்விட்டான். பதில் சொல்லக்கூட அவனுக்கு சுயஞாபக மில்லை. அவன் உள்ளம் வசந்த ருதுவைப் போலக் குளிர்ந்து பூரித்தது. மெதுவாய்ச் சொல்லப்பட்ட தன் பெண்டாட்டியின் வார்த்தைகள் அவன் காதில் வீணாகானம் செய்துகொண்டு அதிருசியான ஒரு பதார்த்தத்தை உண்டவன் போல் அந்த வார்த்தை ஒவ்வொன்றாய் மெதுவாய் மென்று அனுபவித்து, கோயிலுக்குப் போய்விட்டுவந்த பலன் உடனே பலித்தது என்று மகிழ்ந்தான். இதுதான் அவர்கள் முதல் முதல் பேசின சமயம். பிறகு அவர்கள் அடிக்கடி ஒளிந்து ஒளிந்து பேசிக் கொண்ட ரகசியங்களையெல்லாம் பலரறிய இங்கே சொல்வானேன்?

நமக்குள் தற்காலத்தில் சிலர், ஸ்திரீகள் இருபது வயதுக்கு மேற்பட்டு மணம் செய்தால்தான் புருஷனுடன் சுகித்து வாழக்கூடும் என்று நினைக்கிறார்கள். ஸ்ரீநிவாசன் லட்சுமி இவர்களுடைய நேசத்தை நன்றாய் அறிந்த எனக்கு அப்படித் தோன்றவில்லை.

ஸ்ரீநிவாசன் பி.ஏ. பரீட்சையில் எல்லாருக்கும் முதலாகத் தேறினான். அதன் பிறகு சட்டப் பரீட்சைக்குப் படிக்கும்போது அவனுக்கு சாந்தி முகூர்த்தம் நடந்தது. குழந்தை நடராஜனையிழந்த முத்துஸ்வாமி அய்யர் லெட்சுமி ஸ்ரீநிவாசன் இவர்களுடைய சந்தோஷத்தில் தன் துக்கத்தை ஒருவாறாக மறந்திருந்தார். ஆனால் லட்சுமியைப் புக்காத்துக்கு அனுப்பும்போது அவர் அழுத அழுகைக்கு அளவில்லை. 'என் வீடு இனிமேல் பாழ் அடுப்பங்கரையில் எருக்கு முளைக்கட்டும், இனிமேல் எனக்கு என்ன' என்றும் 'ஐயோ இதற்காகத்தானே பெண்ணைப் பெற்றுக் கெட்டுப்போகாதே என்று சொல்லுகிறார்க'ளென்றும் அவர் விசனப்படும்போது, ஸ்ரீநிவாசன் தகப்பனார் லட்சுமியைக் கொஞ்ச நாள் வைத்திருந்து பிறகு அனுப்பிவிடுவதாகச் சொல்லி ஆற்றினார். ஸ்ரீநிவாசன் பட்டணத்துக்குப் போன பிறகு கமலாம்பாளும் முத்து ஸ்வாமியய்யரும் ஒரு தக்க ஜாகையமர்த்திக் கொண்டு தங்கள் பெண் மாப்பிள்ளையோடு இருக்க உத்தேசித்தார்கள். லட்சுமியினுடைய கடிதம் வந்து சில நாளைக்கெல்லாம் அப்படியே எல்லாருமாகப் பட்டணம் வந்து சேர்ந்தார்கள். அவர்களைக் கண்ட ஸ்ரீநிவாசன் தாயைக் கண்ட கன்று போலவும், துணையைக் கண்ட சக்ரவாகப் பக்ஷிபோலவும் ஆனந்தித்தான். வசதியான ஒரு கிரஹத்தில் அவர்கள் எல்லோரும் வெகு சந்தோஷமாய் வாழ்ந்தார்கள்.

21

கடற்கரை விளையாட்டு

ஸ்ரீநிவாசனும் லட்சுமியும் அடிக்கடி சமுத்திரக்கரைக்குப் போவதுண்டு. குழந்தைகள் தாய் மடி மீதேறி 'மண்டி' போட்டு நின்று பாய்ந்து விளையாடுவதுபோல், அலைகளாகிய குச-லவன் இவர்களைப் போன்ற குழந்தைக் கூட்டங்கள், தாயாகிய கடலின் மடிமீது ஏறி நின்று ஓடியாடிப் பாய்ந்து கரையின் மீது தவழ்ந்து மணலை வாரி ஜலத்திலும், ஜலத்தை வாரி மணலிலும் போட்டு கருமணல் மத்தியில் ஆகாயத்தில் நட்சத்திரங்கள் எப்படியோ அப்படிச் சிறிய அளவற்ற பொன் மணல்கள் பிரகாசிக்க பற்பல விசித்திரக் கோலங்களை இயற்றி அழித்து பின்னும் இயற்றி நுரைத் தொகையையும் முத்தையும் சிந்தி நத்தைகளையும், சங்கு களையும், கட்டைகளையும், உருட்டிப் புரட்டிப் பரப்பிப் புதைத்து ஒரு கணமும் ஒய்வொழிவில்லாத இவ்வித பால்ய லீலைகளைச் செய்து கொண்டிருக்கின்ற கடற்கரைக்கு ஒரு நாள் அந்திப்பொழுதில் ஸ்ரீநிவாசனும் லட்சுமியுமாக வந்தார்கள். அன்று அஸ்தமன அழகை என்னவென்று சொல்வது! பகல் முழுவதும் காணக் கண்கூசும் காந்தியுடன் ஆகாயம் பூமியாகிய இவ்விரு உலகங்களையும் தனது ஆக்ஞைக்குள்ளடக்கித் தனியரசு புரிந்த காம்பீரச் செல்வனாகிய சூரியன் விருந்தாப்பிய தசையடைந்தது. அஜ, ரகு, திலீபாதியரசர் களைப் பார்த்துத் தானும் ராஜ்யத்தைவிட்டுத் தவஞ் செய்யக் கருதினான்போல், சாந்த ஸ்வரூபமாய் மாறிச் செந்தாமரை போல் மலர்ந்த தனது இனிய முகத்தை யாவரும் காணக்காட்டி அர்க்கியாதி களால் தன்னை வாழ்த்தும் தனது பிரஜைகளிடமிருந்து விடைபெற்று (செவ்வானமாகிய) செஞ்சடை புனைந்து தனியே செல்ல, 'இதுவும் உனது திருவிளையாடலே' என்று பிரமிப்படைந்த பக்த கணங்கள் ஆறு, குளம், வீடுகள்தோறும் கைகூப்பி நின்று 'ஆரே உன் அதிரேக மாயையறிவார்' என்று கடவுளைப் போற்ற, கடற்கரையிலோ, இன்று நம்முத்தியோகம் இத்துடன் ஒழிந்தது என்று தங்களுடைய மீன் நிறைந்த வலைகளுடன் கட்டை மரங்களையும், படகுகளையும் கரையில் சேர்த்துச் செம்படவர்கள் திரை கடலோடித் தாங்கள் தேடிய திரவியத்தை, கூடையும் கையுமாய்த் தங்களை வழிபார்த்து, வந்தவுடன் கைகொட்டி நின்ற தம் பெண்டுகள் பிள்ளைகளுடன் பங்கு பகிர்ந்து நின்றனர் ஒருசார்.

மானினம் வருவபோன்று மயிலினந் திரிவபோன்றும்
மீனின மிளிர்வபோன்று மின்னின மிடைவபோன்றும்

பொம்மெனப் புகுந்த ஆங்கிலேயே மாதர்கள் தோகை போன்ற உடையும், அன்னம் போன்ற நடையும், கிள்ளை போன்ற மொழியுங் கொண்டு தங்களுடைய (அல்லது பிறருடைய) நாயகர்களோடு கை கோர்த்து, உரையாடி நகையாடினர் ஒருசார். பள்ளிக்கூடத்துப் படிக்கும் பாலர் சிலர் தம் சிறுமனைவிமாரோடு கடல் காணத் துணிந்து கரையை அணுக அங்கு யாரேனும் எதிர்பட்டால் தம்நோக்கு அகற்றித் தலை நாணி ஏதோ குற்றம் செய்தவர்போல நெஞ்சும் மார்பும் பதை பதைக்க மணற்புறத்துப் பதுங்கினார் ஒருசார். நாடுகள்தோறும் ஓடியலையும் லாட ஜனங்கள் கடலைத் தொழுது கைகூப்பினர் ஒரு சார். அடக்குவாரற்று ஆடியோடும் அலைகளையும் களிமயக்குற்றுக் கன்றுபோல் துள்ளிக் கடற்கரையில் நித்தியவசந்தம் செய்து வீசாநின்ற வாலிபக் காற்றையும் கண்டு தாமும் உற்சாகச் செறிவுற்றுத் தனியிட மடைந்து தம்மோசையைக் கடலோசை விழுங்குமென்று துணிவேறிப் பாடத் தெரியாதாரும் பாடினர் ஒருசார். ஏராளமாய் நிறைந்திருந்த மணற்பரப்பின் மீது சிலர் மல்யுத்தம் செய்து நின்றனர். சிலர் அங்கு வீசும் தென்றலைப்போல் ஓடியுலாவி ஓயாது அடிக்கும் அலைகளைப் போல் குதித்து விளையாடினர். சிலர் தனியே உட்கார்ந்து தங்களது குடும்ப ரகசியங்களை அலைகளுடன் சொல்லியாற்றினர். இவ்விதம் 'வெறி வெய் விதாலு' (பைத்தியம் பலவிதம்) என்ற தெலுங்குப் பழமொழிக்கிணங்கப் பற்பல விசித்திரங்கள் நிறைந்த கடற்கரையில் ஸ்ரீநிவாசனும் லட்சுமியும் ஓர் ஒரப்புறத்தில் (ஒரு படகின் மறைவில்) நட்சத்திரங்களிழைத்த ஆகாயமாகிய முத்துப் பந்தலின் கீழ் சமுத்திர ராஜன் பாத காணிக்கை கொடுத்துப் பாத பூஜைசெய்ய, வாயு பகவான் சாமரை வீச, அனேக ஆயிரம் அலைகள் கூடி அனவரதம் முயற்சித்து இயற்றிய வெண் மணல் விமானத்தின் மீது தமக்கு நிகர் தாமேயென எழுந்தருளினார்கள். அவர்கள் உட்கார்ந்தவுடன் லட்சுமி பாடத் தொடங்கினாள். அஞ்சொற்கள் அமுதினின்று மள்ளிக்கொண்ட அவள், குயில், குழல், யாழ் இவற்றைப் பழித்த குரலுடன் பாட, ஸ்ரீநிவாசனுக்குப் பூலோகத்திலிருப்பதாக ஞாபகமே இல்லை, 'விவரந் தெரியாத அலைகள் மட்டும் சிறிது நேரமாவது சப்தம் செய்யாது இருந்தால், கடலும் காற்றும் அப்படியே பிரமித்து மயங்கியடிமையாய்ப் போயிருக்கும்' என்றான் ஸ்ரீநிவாசன்.

லட்சுமி : 'ஆமாம் சமுத்திரம் இரையாமலிரு என்றால் இரையா மலிருக்குமாக்கும், நிரம்ப சரி' என்று அவனைத் தட்டிக் கொடுத்துக் கேலி பண்ணினாள்.

சிறிது நேரத்திற்கெல்லாம் சந்திரனும் வந்தது. கரகரவென்று அமிர்தகலசம் போல் எழுந்து, 'வெண்டாமரையின் மலர் பூத்த தொத்த

தவ்வாழி வெண்திங்கள்' என்றபடி தாமரைப் புஷ்பம்போல் விளங்கும் சந்திரனுடைய மெல்லிய ஒளி கடலிற் பரவிற்று.

ஸ்ரீநிவாசன் : 'சந்திரன் வந்துவிட்டானாம், சமுத்திரம் முகமலர்ந்து சந்தோஷத்தால் புன்சிரிப்புச் செய்கிறது. ஆஹா பேஷ்!'

லட்சுமி : 'ஏன் அதற்கு அவ்வளவு சந்தோஷம் சொல்லுங்கள்?'

ஸ்ரீநி : 'சந்திரன் விருந்தோ இல்லையோ அதுதான்.'

லட் : 'அப்படியில்லை "கலந்தவர்க்கு இனியதோர் கள்ளுமாய்" என்று சொல்லியிருக்கிறதல்லவோ. ஸ்திரீ புருஷர்கள் அன்பாய் இருந்தால் அவர்களுக்கு சந்திரன் அமிர்தபானம் போலே.

ஸ்ரீநி : 'யார் புருஷன் யார் பெண்டாட்டி!'

லட் : 'சொல்லட்டுமா, இருங்கள் சொல்கிறேன், இந்த சமுத்திரந்தான் பெண்டாட்டி; இளந்தென்றல் இருக்கிற தல்லவோ'

ஸ்ரீநி : 'ஆமாம் இருக்கிறது. அதற்கென்ன பண்ணவேண்டு மென்கிறாய். அது அப்படித்தான் இருக்கும்! நீ என்ன சொல்கிறது!'

லட் : 'போங்கள், நீங்கள் கேலி பண்ணுகிறீர்கள். நான் பேசவில்லை, போங்கள்.'

ஸ்ரீநி : 'இல்லையடியம்மா சொல்லு; சே, கோபித்துக் கொள்ளாதே.'

லட் : (ஸ்ரீநிவாசனுக்கு ஒரு முத்தம் கொடுத்து) இளந்தென்றல்தான் சீமாவாம்; (ஸ்ரீநிவாசனாம்) சமுத்திரந்தான் லட்சுமியாம்; அலைகள் தான் குழந்தையாம்.'

ஸ்ரீநி : 'அப்படியானால் காற்றிற்கு எத்தனை பெண்டாட்டி. அதோ அந்த மரங்கள் எல்லாம் காற்றிலாடுகின்றனவே. அவைகளும் அதற்கும் பெண்டாட்டிதானோ?'

லட் : 'புருஷர்கள் எப்பொழுதும் பொல்லாதவர்கள்தானே. அவர்களை நம்பப்படாதல்லவா. அதோ பாருங்கள் காற்று அந்த மரத்தைப் போய் முத்தமிடுகிறது. அந்த மரம் 'நன்றாயிருக்கிறது! எல்லாரும் இருக்கிறபோதுதான் முத்தமிடுகிறதாக்கும்?' என்று கொஞ்சம் கசுகசுவென்று சலித்துக்கொள்வதாகப் பாசாங்கு பண்ணுகிறது.'

ஸ்ரீநி : 'ஆமாம் ஸ்திரீகளுக்கு எப்பொழுதும் பாசாங்கு பண்ணுகிறது தானே தொழில். மா மாலக்காரிகள், 'சேலை கட்டிய மாதரை நம்பினால்' என்று சொல்லி முடிக்குமுன் குபீரென்று ஒரு

அலை சிதறி ஸ்ரீநிவாசன்மேல் ஜலத்தை வாரித் தூவிற்று. உடனே லட்சுமி தன் வஸ்திரத்தால் அவன் முகத்தைத் துடைத்துவிட்டு 'இனிமேல் ஸ்திரீகளை வையாதேயுங்கள். வேணும் நன்றாய் வேணும், பெண்டுகளைப் பழிக்கலாச்சா! திக்கற்றவர்களுக்குத் தெய்வமே துணை' என்றாள்.

ஸ்ரீநி : 'போக்கிரி சமுத்திரம். அதிகப் பிரசங்கி சமுத்திரம். புருஷனுக்கு அடங்காத பொண்டாட்டி போல சதா கரையிலே மோதிக்கொண்டிருக்கிறது.'

லட் : ஆனாலும் இந்தச் சமுத்திரத்துக்கு நிரம்பக் கொழுப்புத்தான். உங்களைப்போல் சாதுவாக இருக்கப்படாதா.'

ஸ்ரீநி : 'அகஸ்தியர் ஒரு தடவை முழுவதையும் ஆசமனீயம் பண்ணித் தீர்த்துவிட்டார். ராமர் ஒரு தடவை வயிற்றெரிச்சல் தீர அவமானம் பண்ணிவிட்டார். அப்படியிருக்கிறதிலேயே இந்தப் பாடாயிருக்கிறது.'

லட் : 'ஏன் அதற்கு முன்னாலேயே தேவர்களும் ராட்சதர்களுமாக இதனிடம் இருக்கிறதையெல்லாம் கடைந்து எடுத்துவிடவில்லையோ! சந்திரன், லட்சுமி எல்லாவற்றையும் பறிகொடுத்த இந்தத் தரித்திரக் கடலுக்கு இத்தனை கர்வம் வேண்டியிருக்கிறதா? நீங்கள் வந்திருக்கிறீர்களென்று கொஞ்சமாவது மதிப்பிருக்கிறதா, பாருங்கள்.'

ஸ்ரீநி : ஓஹோ! சரிதான், சமுத்திரத்தைச் சொல்லக் குற்றமென்ன, அதனுடைய லட்சுமி நீ வந்துவிட்டாயல்லவோ, அந்தச் சந்தோஷமா அதற்கு? அப்படிச் சொல்லு இந்த அமர்க்களத்தில் என்னை எங்கே அது லட்சியம் பண்ணப் போகிறது. மேலும் எத்தனையோ பேர்கள் அதில் ஸ்நானம் பண்ணுகிறார்கள். அவர்களுடைய பாவமெல்லாம் அதற்குப் போய்ச் சேர்ந்திருக்கிறது. அந்தப் பாவத்தையெல்லாம் போக்குவதற்கு பதிவிரதா ஸ்திரீகளுடைய பாததூளிதான் மருந்து. பதிவிரதா சிரோமணி நீ வந்திருக்கிறாய். அதுதான் அதற்கு இன்றைக்கு இவ்வளவு ஆஹ்லாதம்!

ல : 'அதற்கு ஒரு அலையாவது என்கிட்ட வந்ததா! என் மேலே ஒரு பொட்டு ஜலம் காட்டுங்கள். நீங்கள் சொல்லுகிறபடி யில்லை. பிரகலாதனை இரணியன் சமுத்திரத்திலே தள்ளினபோது சமுத்திரம் அவனைத் தாங்கினதே எதற்காக? அவன் மகா புண்ணியசாலி. அவனை யண்டினால் பாவமெல்லாம் போய்விடும் என்று. அதுபோல தாங்கள் ஐயரவாள் இப்பொழுது விஜயம் பண்ணியிருக்கிறீர்கள். ஏகபத்தினி விரதர். போஜ ராஜாவுக்கு இரண்டாவதாகத் தங்களைத் தான் சொல்ல வேண்டும். அதுதான் தங்களைத் தொடுவதற்கு சமுத்திரம்

இவ்வளவு ஆத்திரப்படுகிறது. தொட்டாய்விட்டது. இப்பொழுது அலைகளெல்லாம் 'தேன்குடித்த நரி படுகிறபாடு' படுகிறது.

இப்படி இவர்கள் பேசிக்கொண்டிருக்கும்போதே ஒரு பெரிய அலையானது படையெடுத்து யுத்தத்துக்கு வரும் அரசனைப் போல கோஷித்துக்கொண்டு இவர்களைத் துரத்திவர இவர்கள் ஓடினார்கள். பிறகு அவள் கை கோர்த்துக்கொண்டு திரும்பி ஜெல்லிக்கட்டில், 'நின்று குத்திக்காளை'யுடன் விளையாடுவதுபோல அலைகளுடன் துரத்தும்போது ஓடி, ஓடும்போது துரத்தி, விளையாடினார்கள். இப்படி ஓடிக் களைத்து வீட்டுக்குத் திரும்பவிருக்கும் சமயத்தில் கடலோசை அவர்களுடைய காதில் தீர்க்கமாக நுழைந்தது. இதற்கு முன் தங்களுடைய சொந்த ஆரவாரக் கொதிப்பினால் கடலின் ஆரவாரத்தை அவர்கள் முழுவதும் கவனித்து அறியவில்லை. இப் பொழுது அவர்கள் ஆடிப்பாடி அமர்ந்திருந்ததனால் இடைவிடாமல் இம்மூட உலகத்துக்கு ஏதோ ஒரு அரிய பெரிய தத்துவார்த்த ரகசியத்தை உபதேசித்துக்கொண்டிருக்கிறாற் போன்ற கடலின் ஓசையைக் கிரகித்து அதன் அர்த்தத்தையும் அவர்கள் அறியலாயிற்று.

லட்சுமி 'இருங்கள் இருங்கள், இந்த சமுத்திர ஓசையைக் காதுகொடுத்துக் கேட்போம்' என்று சொல்லி தன் முழுமனதையும் செலுத்திக் கவனித்தாள். ஸ்ரீநிவாசனும் அப்படியே செய்தான். கடலோசை விட புருஷர்களின் விளையாட்டரவமல்ல; வாலிப ஸ்திரீகளின் வம்புக் கூப்பாடல்ல; இனிய வீணையாதிகளின் கானம் அல்ல; சோகரசம் உண்டு ஆனால் புத்திரனையிழந்த பிதாவின் சோகம், புருஷனையிழந்த மனைவியின் சோகம் முதலிய சோகங்களுக்கும் அதன் சோகத்துக்கும் சம்பந்தமில்லை. புலையன் வயிற்றிற் பிறந்து 'தஸ்மாத் ஜாக்கிரத ஜாக்கிரத' என்று பறையறிந்த புண்ணிய புருஷருடைய இரக்கங் கலந்த சுயஞாபகமற்ற சோகத்துக்கும் சுகமற்ற இப்பாழுலகத்தில் பந்துக்களையும் கொன்று சுகமனுபவிக்கக் கருதுவார்களா என்று யோசித்த அர்ச்சுனனுடைய சோகத்துக்கும் நிரம்ப நெருக்கமான சம்பந்தமுண்டு. ஆனால் அவர்களுடைய பறை யோசையையும் குரலோசையையும் போன்று சிறுத்திராமல் அழிவற்று, ஆகாயமட்டுமளாவி அனேக ஆயிரம் சிரசுகளையுடையதாய் எள்ளருந் திசைகளோடி பரமாத்மாவை மூர்த்திகரித்து நின்றாற்போல் நிற்கும் ஹிமோத்பர்வதமானது திடீரென்று ஒருநாள் தனது மௌனப் பிரசங்கத்தை நிறுத்தி வாய்திறந்து பேசினால் எப்படியோ அப்படிப் பெரிய, கம்பீரமான, பொருள் நிறைந்த வேத ரகசிய தத்வார்த்தத்திற்குத் தக்கதோர் குரலுடனே கடலானது நம்முடன் இடையறாது வசனிக்கிறது. ஸ்ரீநிவாசனும் லட்சுமியும் காது கொடுத்து கவனிக்கவே, அவர்களுடைய

இயற்கைக் குணத்தினாலும், அவர்கள் அப்பொழுது அடைந்திருந்த சமனத் தன்மையினாலும், அக்கடலோசையின் ரகசியார்த்தம் அவர்கள் இருவருக்கும் ஏக காலத்தில் தொனித்தது. தொனிக்கவே அவர்கள் 'கடவுளின் மகிமையே மகிமை, ஆஹா!' என்று வாய்விட்டுச் சொல்ல மாட்டாமல் சொல்லி ஆனந்தித்தார்கள். அப்பொழுது லட்சுமி - 'என்ன கம்பீரம், என்ன விஸ்தீரணம்! அதில் எத்தனை கோடி ஜீவ ஜந்துக்களிருக்கின்றன? அதுவே தனியாக ஒரு உலகம் போலிருக்கிறது. அது ராத்திரிகூட தூங்காதோ?' என ஸ்ரீநிவாசன்:- 'சுவாமிக்குத் தூக்கம் உண்டோ! இதுவும் அவரைப் போலவே மாயையாகிய காற்றினால் அலைகளை சிருஷ்டிப்பதும் அழிப்பதுமாயிருக்கிறது. நாம் கடைசியில் ஈசுவரனைப் போய்ச் சேருவதுபோல அலைகளும் சமுத்திரத்தில் கலக்கிறது' என்று அத்வைதம் பேசிப் பிறகு அவன் 'இன்னொரு ஆச்சரியம் பார். இந்த அலைகள் பிறப்பதும், குதிப்பதும், சிரிப்பதும், ஓடுவதும் ஒன்றையொன்று அடிப்பதும், முட்டுவதும், மோதுவதும் இறப்பதுமே தொழிலாயிருக்கின்றன. இவைகளுடைய வீணாரவாரத்தினால் விளையும் கடைசியோசையோ இவைகளுடைய சிரிப்பு விளையாட்டுக்கு முற்றும் விரோதமாய் "ஐயோ ஏன் இப்படி வீணாகக் கூப்பாடிட்டுக் கெட்டுப் போகிறீர்கள்!" என்று சொல்லுவதுபோல் சோகத்தொனியை உடைத்தாயிருக்கிறது. இப்படித்தான் உலக வாழ்க்கையும்!' என்றான்.

லட்சுமி - இப்படித்தான் மனிதனும், பிறந்து, சிரித்து, அழுது, சண்டைபோட்டு ஆடிப்பாடிக் கடைசியில் அமருகிறது. இங்கே ஒரு ஆள் இருந்தானே என்னடா மிச்சம் என்றால், ஒரு பிடி சாம்பல். அதையும் காற்று ஒரு மூச்சில் வாரிக்கொண்டு போய்விடுகிறது. 'ஏனடா இந்த விருதாச் சண்டை, இதில் உனக்கென்ன மிச்சம் மிஞ்சுவது, அவர் ஒருவர்தான், போய் அவரைத் தேடு' என்றும்,

> "நீரில் குமிழி யிளமை நிறைசெல்வம்
> நீரிற் சுருட்டு நெடுந்திரைகள் - நீரில்
> எழுத்தாகும் யாக்கை நமரங்கா ளென்னே
> வழுத்தாத தெம்பிரான் மன்று"

என்றும் இந்தச் சமுத்திரம் நமக்குச் சொல்லுகிறாற் போலிருக்கிறது' என்று சொல்ல இருவரும் சிறிது நேரம் மௌனமாயிருந்தனர்.

ஸ்ரீநிவாசன் : 'ஏது பெரிய வேதாந்தியாகப் போய்விட்டாயே' என்று அவளைத் தட்டிக்கொடுக்க, தன்னைத் தட்டிக்கொடுத்த கைக்கு அவள் ஒரு முத்தம் கொடுத்தாள். இப்படி விளையாடிக் கொண்டு இவர்கள் வீடு வந்து சேர்ந்தார்கள்.

இவர்கள் போய்ச் சேர்ந்த பின்னடியிலேயே தபால்காரன் முத்துஸ்வாமியய்யர் பெயருக்கு ஓர் அவசரத் தந்தி கொடுத்து வந்தான். முத்துஸ்வாமியய்யர் எங்கேயோ வெளியே போயிருந்தார். தந்தியோ அவசரத் தந்தி. சிறுகுளத்திலிருந்து வந்திருக்கிறது. கமலாம்பாள் 'என்னமோ ஏதோ நீங்கள் உடைத்துப் பாருங்களேன்' என்று மாப்பிள்ளையைப் பார்த்துச் சொன்னாள். அதை உடைத்துப் பார்க்கிற வரைக்கும் ஒருவருக்கும் சமாதானம் இல்லை. ஸ்ரீநிவாசன் அது எப்பேர்பட்ட தந்தியோ, நாம் உடைக்கலாமோ உடைக்கக் கூடாதோ என்று நெடுநேரம் ஆலோசனை செய்தான். அகத்துக்கு உள்ளே தந்தி வந்துவிடுகிறது என்றால் அப்புறம் என்ன பண்ணுகிறது. ஸ்ரீநிவாசனே கடைசியாய் அதை உடைக்க எத்தனித்தான்.

22

துர்மரணமும் சகோதர சோகமும்

வந்த தந்தியை உடைத்துப் பார்க்கும்வரை அவரவர் பிராணன் அவரவரிடத்திலில்லை. அதை உடைத்துக் கொண்டிருக்கும்போதே முத்துஸ்வாமி அய்யர் வந்துவிட்டார். அந்தத் தந்தியில் 'தம்பி சுப்பிர மணியய்யர் அபாயமாய் அசௌக்கியம். உடனே வரவும்' என்று எழுதி யிருந்தது. அந்தச் சமாசாரம் இடி விழுந்தால் எப்படியோ அப்படி யிருந்தது. முத்துஸ்வாமி அய்யர், ஐயையோ இருக்கிறது அவன் ஒருத்தன். அவனும் போய்விடவேணுமா' என்றழுதார். அவருக்கு சுப்பிரமணியய்யர் ஒரே தம்பி. ஒருவர்மேலொருவர் நெடுநாள் நிரம்ப அன்பாக இருந்தார்கள். கடைசிக் காலத்தில் கலகக்காரி பொன்னம்மாள் மித்திரபேதம் செய்தாலும் சிறுகுளத்தை விட்டுப் பட்டணத்துக்காக ரயிலேறும்போதே அதெல்லாம் முத்துஸ்வாமி அய்யருக்கு மறந்துபோய்விட்டது. 'அவன் என்ன செய்வான் பாவம்! அந்த ராட்சஸி கையிலகப்பட்டுப் பாம்பின் வாய்ப்பட்ட தவளைபோல் தவிக்கிறான். அவனைக் கோபிக்கிறதில் பயனென்ன' என்பது அவர் எண்ணம். தந்தி வந்த அன்று சாயந்திரந்தான் முத்துஸ்வாமி அய்யர் தன் தம்பிக்காக ஒரு அழகிய விலையுயர்ந்த பனாரிஸ் பட்டும், சாரதா படமொன்றும், இன்னும் சில சில்லரை சாமான்களும் வாங்கி வந்திருந்தார். தந்தி சமாசாரம் காதில் பட்டவுடன் அவர் அவைகளை வீசியெறிந்துவிட்டு, 'ஐயோ என்னை இப்படியெல்லாம் சோதிக்க வேண்டுமா தெய்வமே' என்று அதிகமாய்த் துக்கித்தார். கமலாம்பாள் முதலானவர்கள் அவரை உடம்பு சௌக்கியமில்லையென்றுதானே சொல்லியிருக்கிறது; அச்சானியம்போல அழாதேயுங்கள். சுவாமி நம்மை இவ்வளவு சோதனை பண்ணினது போதாதா! ஒன்றும் வராது.

துக்கப்படாதேயுங்கள்' என்று தேற்றத் தேற்ற அவருக்கு துக்கம் அதிகரித்தது. பிறகு அவராக ஓய்ந்து மனதார கடவுளைப் பிரார்த்தித்துக் கொண்டு 'இதென்ன துக்கம்? அச்சானியம் போல' என்று தன்னையே சமாதானம் பண்ணிக்கொண்டார்.

சிறுகுளத்தில் ஒருநாள் பாதிராத்திரிக்கு மேலாய்விட்டது. ஊரெல்லாம் விளக்குகளை அணைத்துவிட்டு எல்லோரும் தூங்கு கிறார்கள். அமாவாசை இருட்டு. ஊரெங்கும் பயங்கரமான நிசப்தம் குடிகொண்டிருக்கிறது. ஆகாயத்தில் மேகங்கள் இடையிடையே அடர்ந்து குகைகள் நெருங்கிய கணவாய்களைப் போல பயங்கரமாயும் விகாரமாயும் இருந்தன. மரங்களெல்லாம் இருண்டு மௌனமா யிருந்தன. சுப்பிரமணியய்யருடைய கிரஹத்தில் மாத்திரம் கூடத்தில் ஒரு விளக்கு எரிகிறது. அதற்கருகில் சுப்பிரமணியய்யர் படுத்துக் கொண்டிருக்கிறார். அவருக்குத் தலை கழுத்தில் தரிக்கவில்லை; படுக்கையில் உடல் தரிக்கவில்லை; பேச முடியவில்லை. தலை ஓயாது புரளுவதும், கண்கள் மருண்டு விழிப்பதும், வாய் முக்குவதும் பிதற்றுவதுமாய் அவர் படாதபாடு பட்டுக்கொண்டிருந்தார். அருகில் பொன்னம்மாள் மட்டும் உட்கார்ந்திருக்கிறாள். மற்றவர்களெல்லாம் அயர்ந்து நித்திரை செய்கிறார்கள். அவர் அருகில் உட்கார்ந்து கொண்டிருந்த பொன்னம்மாளைக் கையைப் பிடித்துக்கொண்டு, அதிக சிரமத்துடன் 'பாவி, அடிபாவி, குடியைக் கெடுத்துவிட்டாயே, ராட்சஸி! மோசம் பண்ணிவிட்டாயே ராட்சஸி! சண்டாளி! தோசி! கொன்று போட்டாயே! இதற்காகவா நான் உன்னைக் கட்டினேன்! எத்தனை மருந்து உருண்டையாய் விழுந்தது. மேலெல்லாம் செக்கில் வைத்துத் திரிப்பதுபோல் வலிக்கிறதே பாவி! சுந்தரத்துக்குக் கல்யாணம் பண்ணவேணும், குட்டிகளுக்கு சாந்தியாக வேணும்; ஐயோ பிராணன் போகிறதே, பேச முடியவில்லையே' என்று அழுதுகொண்டு சொல்லிச் சற்று மௌனமாயிருந்து பிறகு பொன்னம்மாளுடைய இரண்டு கை களையும் கெட்டியாய்ப் பிடித்துக்கொண்டு திடீரென்று எழுந்திருந்து பிணம் விரைத்தாற்போல் விரைத்து உட்கார்ந்தார். கண்களில் விழி பிதுங்கி நின்றன. தலைமயிர் அவிழ்ந்து அலங்கோலமாய்க் கிடந்தது. பல்லை நறநறவென்று கடிக்கிறார். முகத்தைக் கோரமாய் வலிக்கிறார். பொன்னம்மாளைக் கொன்று போடுவார் போலப் பார்க்கிறார். பொழுதோ நடுநிசி, அவளோ, தனியாயிருக்கிறாள். சுப்பிரமணியய்யர் இவ்விதம் திடீரென்று எழுந்து உட்கார்ந்துகொண்டு 'துரோகி, கொலைகாரி, சண்டாளி' என்று பல்லைக் கடித்துக்கொண்டு உரக்கக் கதறித் தன் கையால் அவள் முகத்தில் வெகு பலமாய் இடித்தார். அவர் முகம் அந்தச் சமயத்தில் வெகு கோரமாயும், பயங்கரமாயிமிருந்தது. பொன்னம்மாளுக்கு தேகம் முழுவதும் வெட வெட என்று நடுங்குகிறது.

ஏதோ சொல்ல வாயெடுத்த சுப்பிரமணியய்யர் சொல்லமாட்டாமல் முகத்தை வலித்துக்கொண்டு படீரென்று கீழே விழுந்தார். பொன்னம்மாளோ பயத்தினால் சித்தம் ஸ்வாதீனமில்லாது கூக்குரலிட்டாள். தான் முன்னே மருந்து கொடுத்ததுதான் இவ்வளவுக்கும் காரணம் என்று தெரிந்தது. புருஷன் இனிப் பிழைக்கமாட்டாரென்று அவள் நன்றாய் அறிந்தாள். விதவை முட்டாக்கு தன் தலையில் வந்துவிட்டதாக அவளுக்குத் தோன்றியது. சுப்பிரமணியய்யர் எழுந்து உட்கார்ந்து அவள் முகத்திலடித்தது அவள் மனதில் சாகும்வரை மறவாதபடி நிரம்ப ஆழமாய்ப் பதிந்தது. தான் தன் புருஷனை வசியம் செய்ய வேண்டுமென்று கொடுத்த மருந்து தனக்கு வினையாய் வந்ததைக் குறித்து வருந்துகிறாள்.

ஐயோ பாவம்! எத்தனை ஸ்திரீகள் தங்கள் புருஷரை வசியம் செய்ய வேண்டுமென்ற துராசையுடனே மருந்தைக் கொடுத்துக் கொன்றிருக்கிறார்கள். எத்தனை புருஷர்கள் இந்த விஷ மருந்தினால் பைத்தியம் பிடித்தலைந்திருக்கிறார்கள். கிணறு வெட்டப் பூதம் புறப்பட்டாற்போல் தாங்கள் ஒன்று நினைத்து மருந்தைக் கொடுக்கிறது. அது ஒன்றைக் கொண்டுவந்துவிடுகிறது. பின்வரும் கேட்டை நினையாமல் புருஷனை மயக்க வேண்டுமென்று எத்தனிக்கும் துஷ்டப் பெண்களின் கதி பொன்னம்மாள் கதி போலத்தான் ஆகுமென்பதற்குத் தடையேயில்லை. கீழே விழுந்த சுப்பிரமணியய்யர் அப்படியே அயர்ந்து மூர்ச்சை போனார். பொன்னம்மாள் தனியே அழுதுகொண்டு உட்கார்ந்திருக்கிறாள். என்ன பண்ணுவது என்று தெரியவில்லை. சித்தப் பிரமை கொண்டு மயங்குகிறாள். சுப்பிரமணியய்யர் எழுந்து உட்கார்ந்து முகத்தில் இடித்தது அவள் ஞாபகத்தை விட்டுப் போகாமல் அவள் நித்திரை செய்வதையுந் தடுத்தது. விடிய நாலு நாழிகைக்கு சுப்பிரமணியய்யர் விழித்துக்கொண்டு பொன்னம்மாளைப் பார்த்து 'உன்னை நான் ஸ்திரீயென்று நினைத்திருந்தேன். நீ எனக்கு எமனாக முடிந்தாயடி! எமனாக முடிந்தாய், நீ எனக்குக் கொடுத்த சுகத்துக்கு இப்பொழுது வட்டியும் முதலுமாய் என் உயிரையே பறித்துக்கொண்டுவிட்டாய். (பல்லைக் கடித்துக் கொண்டு) அந்தப் பாவத்தில் நீ போ. இந்த ஜன்மத்தோடு நம்மிருவருக்கும் தீர்ந்தது. என்னண்ணாவுக்கும் எனக்கும் ஆகவிடாமல் அடித்தாயே. ஐயோ அவனைப் பார்க்க வேணுமே, என்னண்ணாவைப் பார்க்க வேணுமே! அவனுக்குத் தந்தியாவது கொடுத்து வரவழைக்க வேணுமே' என்று சொன்னார். இதற்குள் அவருடைய பந்துக்கள் சிலர் அவரைப் பார்க்க வந்தார்கள். அவருடைய தேகஸ்திதியைப் பற்றி விசாரித்துவிட்டு அவர்கள் உடனே பட்டணத்துக்கு ஒரு தந்தி கொடுத்தார்கள்.

சுப்பிரமணியய்யர் 'அண்ணா எப்பொழுது வருவார்' என்று ஒரு மணிக்கு ஒரு தடவை கேட்டுக்கொண்டிருந்தார். மறுநாள் அவருக்குத்

தேகத்தில் உபாதி அதிகமாயிற்று. வயிற்று வலியும் கைகால் குடைச்சலும் அவரை சகிக்க முடியாதபடி துன்பப்படுத்தின. அவர் படுக்கை முழுவதும் புரண்டு உருண்டு வருத்தப்படுகிறார். ஊர் முழுவதும் வந்து கூடியிருக்கிறது. சிலர் கால் பிடிக்கிறார்கள்; சிலர் மருந்து தயார் செய்கிறார்கள்; சிலர் விசிறிபோட்டு விசிறுகிறார்கள்; சிலர் அழுகிறார்கள். சிலர் தேற்றுகிறார்கள். சிலர் பொன்னம்மாளைத் துக்கம் விசாரிக்கிறார்கள். கிராமங்களில் இவ்வித சமயங்களில் ஜனங்கள் எல்லாம் ஒருவரோடொருவர் போட்டி போட்டு உதவி செய்வதை யாரும் பார்த்திருக்கலாம். ஒரே வீட்டில் குடியிருக்கும் இரண்டு குடும்பங்களுள் ஒரு குடும்பத்தில் யாராவது இறந்துபோனால், இங்கேயிருந்து அழக்கூடாது என்று மற்றொரு குடும்பத்தாரும் வீட்டுக்காரனும் சேர்ந்து சொல்லுகிற நாகரிகமான பட்டணவாசத்திய வழக்கம் பட்டிக்காட்டு ஜனங்களுக்குத் தெரியாது. சுப்பிரமணியய்யருக்கு வரவர உபத்திரவம் அதிகம் ஆகிறது. ‘அண்ணா வந்துவிட்டாரா’ என்று நிமிஷத்துக்கு நிமிஷம் கேட்கிறார். முத்துஸ்வாமியய்யர் வருவதற்காக ரயிலிலிருந்து ஊர் வரையில் தபால் மாடுகள் தயாராய் வைக்கப்பட்டிருந்தன. இனிமேல் பிழைக்கிறது துர்பலம் என்று எல்லோருக்கும் தெளிவாயிற்று. முத்துஸ்வாமியய்யர் வந்துசேர வேண்டுமே என்று எல்லாரும் வழிபார்க்கிறார்கள். சுப்பிரமணியய்யருக்குப் பேசக்கூடத் திராணியில்லை. நிரம்ப வருத்தப்படுகிறார். அண்ணா வந்தாரோ என்று கேட்கத் தலையெடுக்கிறார். சுற்றியிருப்பவர்கள் என்ன சொல்லுவார்கள். ‘வருகிற சமயமாய்விட்டது, சீக்கிரம் வந்துவிடுவார், ராந்தல் சுளுந்து எல்லாம் அனுப்பியிருக்கிறது. இதோ வந்துவிடுவார்’ என்று தைரியப்படுத்துகிறார்கள். நிமிர்த்திய தலையை அவர் கீழே போட்டுக்கொண்டு அழுகிறார். மறுபடி நிமிர்த்துகிறார். மறுபடி கீழே போடுகிறார்.

இவ்விதம் இருக்கிறபோதே முத்துஸ்வாமியய்யர் வந்துவிட்டார் என்ற சமாசாரம் பரவியது. ஊருக்கு நாலுமைலுக்கப்பால் அவர் வரும்போதே அவர் வருகிற செய்தி இங்கே வந்துவிட்டது. முத்து ஸ்வாமியய்யர் ‘அடித்து முடுக்கு; சீக்கிரம் விடு, ஓட்டத்தில்தானே விடு’ என்றிப்படி வண்டிக்காரனுக்கு நிமிஷத்துக்கு நிமிஷம் தாக்கீது கொடுத்துக்கொண்டு வந்தார். ஊருக்கு ஒரு மைலுக்குள் வந்தவுடன் வண்டியை விட்டு இறங்கி தபால் மாடுகளைக் காட்டிலும் வேகமாய் ஓடி வந்தார். இதோ வந்துவிட்டார். அதோ வந்துவிட்டார், என்று ஊரெங்கும் செய்தி பரவியது. சந்தைப் பேட்டைக்கு வந்துவிட்டார். இன்னும் ஒரே நிமிஷம்; வீட்டுக்குள் வந்தார். வந்ததுதான் தாமதம்! சுப்பிரமணியய்யரிடம் அலறிக்கொண்டு போய் ‘அப்பா சுப்பிரமணியம்’ என்று அவரைக் கையாலெடுத்துக் கட்டிக் கொண்டார். அதுவரையில்

பேசமாட்டாமல் இருந்த அவர் அண்ணாவைச் சேர்த்துக் கட்டிக் கொண்டு ‘அண்ணா வந்தாயா! அண்ணா நான் செத்துப்போகப் போகிறேன். உனக்கு நான் ரொம்பப் பொல்லாதவனாகப் போனேன். எல்லாவற்றையும் மறந்துவிட வேணும், மன்னித்துவிடவேணும். குழந்தைகளைப் பார்த்துக் கொள். இனிமேல் என் பளுவு விட்டது. ஐயோ உன் முகத்தைப் பார்ப்போம் அண்ணா (அவர் முகத்தை ஏறிட்டுப் பார்த்துக்கொண்டு) ஐயோ அந்தப் பாவிமுண்டை சொல்லைக் கேட்டு உன்னோடே பகைத்துக்கொண்டேனே; அதெல்லாம் மறந்து விடு அண்ணா; நான் முன்னே இருந்ததை நினைத்துக்கொள் அண்ணா; அண்ணா, உன்னைவிட்டு நான் போகிறேனே. ஐயையோ!’ என்று அவரைக் கட்டிக்கொண்டு ‘கோ’ என்று அழுகிறார். முத்துஸ்வாமி அய்யர் அதைவிட அழுகிறார். சுற்றியிருந்தவர்கள் எல்லாரும் அழுகிறார்கள். ஒருவருக்காவது சகிக்கக்கூடவில்லை. மறுபடியும் சுப்பிரமணியய்யர் முத்துஸ்வாமியய்யரைப் பார்த்து ‘ஐயோ அண்ணா, எனக்கு அப்பா, அம்மா, அண்ணா எல்லாம் நீதானே, உன்னை விட்டுப் போகிறேனே. என்னமாகப் போவேன் அண்ணா; சகிக்க மாட்டாயே அண்ணா. ஒரு தம்பி நானும் போய்விட்டால் அம்பி அம்பி என்று அலறுவாயே அண்ணா. அழாதே அண்ணா’ என்று சொல்லி ‘கோ’ என்று அழுகிறார். முத்துஸ்வாமியய்யர் ‘ஐயையோ என் சுப்பிர மணியமே, உன்னை நான் இப்படியா பார்க்க வேணும். இதற்காகவா வந்தேன்! அப்பா தெய்வமே உனக்கிது தர்மமா! ஐயோ!’ என்று வாய் விட்டுக் கதறுகிறார். இப்படி ஒருவரையொருவர் கட்டிக் கொண்டு அழ, கமலாம்பாள், லட்சுமி, ஸ்ரீநிவாசன் இன்னும் அங்கிருந்த வர்கள் எல்லோரும் மூலைக்கொருவராய் நின்று அழுகிறார்கள். பொன்னம்மாள் மாத்திரம் அழவில்லை. அவளுக்கு சித்தஸ்வாதீனமில்லை போல் காணப்பட்டாள். எங்கேயோ வெட்டவெளியைப் பார்க்கிறாள். என்ன விழிவிழிக்கிறதடி, கண்ணைப் பார் பயமாயிருக்கிறது. அடிக்க வருகிறதடி’ என்றிப்படித் தனக்குள்ளே சொல்லிக் கொள்ளுகிறாள். யாராவது போய் ‘பொன்னம்மாள், பாவி, இப்படி வந்துவிட்டதேயடி!’ என்றால், சற்றுநேரம் அவர்கள் சொல்வது அவள் காதில் படுகிற தில்லை, பிறகு ‘என்ன சொன்னாய், என்னவோ யாரார் என்ன பூஜை பண்ணினார்களோ அதுதானே கிடைக்கும்’ என்று சொல்லியழுவாள். அவள் ஏதோ ஒரு மாதிரியாக இருப்பதாக மட்டும் எல்லோருக்கும் பட்டது. ஆனால் அது இன்னதென்று ஒருவரும் அறியவில்லை. சுப்பிரமணியய்யர் அழுதுகொண்டே பிராணனை விட்டார். முத்து ஸ்வாமியய்யர் மூர்ச்சை போட்டு விழுந்தார். ஊரெல்லாம் ஒரே மொத்தமாய் அழ முத்துஸ்வாமியய்யர் மூர்ச்சை தெளிந்து எழுந்த

பிறகு, செய்ய வேண்டிய காரியங்களெல்லாம் விதிப்படி நடத்தப் பட்டன.

23

திரவிய நஷ்டமும் பிரிவும்

இவ்விதம் முடிந்தது சுப்பிரமணியய்யருடைய சரித்திரம். அவர் ஏன் இவ்விதம் இறந்திருக்க வேண்டும் என்று சிலர் கேட்கலாம். சரித்திரத்தை நாம் நடந்தபடி எழுத வேண்டுமேயல்லாது மாற்று வதற்கு நமக்கு என்ன அதிகாரமிருக்கிறது? நம்முடைய திருப்திக்காக இவ்வுலகம் சிருஷ்டிக்கப்பட்டிருப்பது போல் காணவில்லை. உலகம் நமது ஆக்ஞைக்குள் அடங்குமாயின், வாலிபர்கள் இறப்பதேன், விதவைகள் பெருப்பதேன்; வீடுகளெங்கும் வியாதிகள் புகுந்து 'பூவுதிரப் பிஞ்சுதிரக் காயுதிரக் கனியுதிர' என்றபடி ஈவு இரக்கமில்லாது எங்கும் நிறைந்த பொருளாய் எமன் உலாவுவதேன்? பச்சைப் பாம்புகள் இலைகளோடிலைகளாய்க் கிடந்து வேற்றுமைப்படாது வாழும் ஓர் அடர்ந்த விருட்சகம் போல பாபபுண்ணியங்கள் பேதாபேதமின்றி பின்னிக்கிடக்குமிப் பாழுலகின் இன்பாதிகளை அற்பமெனக் கருதாது அவற்றில் ஆசைவைத்து ஒரு நாசாகாலியின் பாட்டைக் கேட்டுப் பன்றியாய் மாறிய மானிடர்கள்போல் உணர்ச்சி, உணர்வு, உற்பத்தியாதி களில் அவ்வுருவே அடைந்த அறிவீனர்களாகிய நாம் நமக்குளதோர் அரைக்கணத்துள் பண்ணும் பாபங்கள் எத்தனை? எண்ணும் எண்ணங்கள் எத்தனை? சொல்லும் துர்ச்சொற்கள்தான் எத்தனை? இவ்விதம் செய்யத் தகாதன யாவும் செய்த கூட்டிய குற்றக் குவியலை அனுபவிக்கப் புகுந்ததோர் சிறைச்சாலையாகிய இவ்வுலகின் கண்ணும் சிற்சில சமயங்களில் யதார்த்தமான அன்பானது தன்னினத்தை விட்டு வழிதப்பி வந்த மான்பேட்டைப் போல வந்துவிடுகிறது. அவ்வாறு வந்தவிடத்து அது மனிதனாலாவது, விதியினாலாவது வேட்டையாடப் படாது போவது இல்லை.

சுப்பிரமணியய்யருக்கும் முத்துஸ்வாமியய்யருக்கும் இருந்த சகோதர வாஞ்சையானது நெடுநாள் யாதொரு குறைவுமின்றி நீடித்திருக்க கடவுளுக்கு சம்மதமில்லாமற் போயிற்று. முன்பேயே விரக்தியடைந்திருந்த முத்துஸ்வாமியய்யருக்கு மனிதருடைய கொடுமையைக் காட்டிலும் மனிதர்கள் நல்லவர்கள்தான் என்று அவர் சிற்சில சமயங்களில் தனக்குள்ளேயே சொல்லிக்கொள்வார். ஆயினும் இவ்வித துன்பங்கள் ஒருமித்து வருவது அவருக்கு இவ்வுலக இன்பத்தின் ஆசையை ஒருமிக்க வேண்டுமென்று கடவுள் அனுக்கிரஹம் போலவும்

சிற்சில சமயங்களில் தோன்றும். 'நமக்குப் பிள்ளையேது, குட்டியேது, தம்பியேது; மனைவியேது; ஏதோ கடலில் காற்றினால் துரத்தப்பட்ட இரண்டு நாணல்கள் சில காலம் ஒன்றையொன்று சேர்ந்திருந்தால் எப்படியோ அப்படித்தான் உலகத்தில் பந்துக்களும் மித்திரர்களும். எல்லாம் இந்திரஜாலம், மாயை, அக்ஞானம்' என்று அவர் தன்னையே அடிக்கடி கண்டித்துக் கொள்ளுவார். 'அன்னை யெத்தனை யெத்தனை அன்னையோ, அப்பனெத்தனை யெத்தனை யப்பனோ' பெண்டி ரெத்தனை யெத்தனை பெண்டிரோ, பிள்ளை யெத்தனை யெத்தனை பிள்ளையோ' என்று அவர் தன் மனதுக்குள்ளேயே அடிக்கடி பாடிக் கொள்வார். ஆனால் உலக விவகாரங்கள் அவரை முற்றும் விட்ட பாடில்லை. சுப்பிரமணியய்யர் சாகும் காலத்தில் தன் குழந்தைகளைத் தமையனிடம் ஒப்புவித்துப் போனாரல்லவா? முத்துஸ்வாமியய்யர் தன் தம்பியின் இச்சைக்கு ஏற்ப 'சுந்தரம், சுந்தரம்' என்று முன்னிலும் படிப்பு முதலிய விஷயங்களைப் பற்றி அடிக்கடி விசாரிக்கிறது; தம்பி கிரஹத்துக்கு வேண்டிய மற்ற காரியங்களை மேற்பார்க்கிறது; என்றிப்படிச் சிறிதுகாலம் செய்து வந்தார்.

பொன்னம்மாளுக்கு ஒரு தாயார் உண்டு. அவள் பொன்னம்மாளைக் காட்டிலும் குணவதி. அவளுக்கு சங்கரியென்று பெயர். அவள் தொட்ட காரியம் ஒன்றும் துலங்காது. பின்னால் இப்படித் தானிருக்கும் என்று அறிந்துதான் அந்த அம்மாளுக்கு 'சம்கரிப்பவள்' சங்கரியெனப் பெயர் வைத்தார்களோ என்னவோ நாம் அறியோம். அவள் தன் மாப்பிள்ளை இறந்துபோன செய்தி கேட்டவுடனே பெண்ணுக்குத் துணையாக வந்து சேர்ந்தாள். வந்து சில நாளைக்கெல்லாம் சுப்பிர மணியய்யருடைய ஏராளமான சொத்துக்கு அவள் தன்னையே 'திவான் ரீஜண்டாக' நியமித்துக் கொண்டு சகல காரியங்களையும் நடத்தத் தலைப்பட்டாள். அவளுடைய சுற்றத்தாருக்கு அன்றுமுதல் யாதொரு குறைவுமில்லை. ஒருவர் பின் ஒருவர் குடும்ப சஹிதமாய் மூன்று மாதம், நான்கு மாதம் என்று இப்படி சிறுகுளத்தில் வந்து கூடாரமடித்துக் கொண்டிருந்தார்கள். முத்துஸ்வாமி அய்யருக்கு இந்தச் சொத்து இப்படி விரயமாகிறது சஹிக்கவில்லை. பிள்ளையில்லாத சொத்தா என்று கண்டிக்க எத்தனித்தார். தேவி சங்கரி எதிர்த்து யுத்தத்துக்குத் தலைப்பட்டாள். இப்படி அந்தத் தாடகை யுத்தத்தைத் தொடுக்கவே அவர் கொஞ்சம் பின் வாங்கினார். அது கண்டு அந்த ராட்சஸி பின்னும் துணிவுற்று அவரால் சுப்பிரமணியய்யர் வீட்டு விஷயமாகக் கொடுக்கப் பட்ட ஒவ்வொரு உத்தரவையும் அப்பீலில் மாற்றிவிட்டாள். முத்து ஸ்வாமியய்யர் சுந்தரத்தினிடம் அதிக அன்பு வைத்திருந்தார் என்று நமக்குத் தெரியுமே. அது மத்தியில் மங்கியிருந்தபோதிலும் இப்பொழுது முன்னிலும் பதின்மடங்காய் அதிகரித்தது. அதைக் கண்ட சங்கரி

சுந்தரத்தைத் தன் பெரிய தகப்பனாரிடம் போகவே கூடாதென்று கண்டித்து, தண்டித்து நிறுத்திவிட்டாள். முத்துஸ்வாமியய்யருக்கு இங்கேயிருந்து இந்த அற்பத்தனத்தையும் ராட்சஸத்தனத்தையும், கொடுமையையும் பார்த்துக்கொண்டு கஷ்டப்படுவதைக் காட்டிலும் உயிரை விட்டுவிடலாம் அல்லது இமயகிரிச் சாரலில் சென்று காஷாயந் தரித்து வாழலாம் என்று தோன்றிற்று. அவருக்கு உண்டான விரக்தி வைராக்கியத்தில் கமலாம்பாள் இடத்தில்கூட அசூயை உண்டாயிற்று. அவன் தன் புருஷ சிச்ருஷையில் குழந்தைபோன துக்கத்தைக்கூட மறந்து இருந்தாள். இப்பொழுது அவள் என்ன உபசரித்தும் அவர் அவளை உதாசீனமாய் உதறியெறிந்தார். அவளுக்குத் தன் பர்த்தாவின் அன்பு தான் ஆதாரமாயிருந்தது. அதற்கும் இப்பொழுது குறைவு நேரிட்டது. முத்துஸ்வாமியய்யர் சந்நியாசத்தில் விசேஷ சபலம் வைக்கத் தொடங்கினார். ஆனால் கமலாம்பாளைத் தனியே விட்டுப்போக அவருக்கு சம்மதப்படாததால் அந்த நல்ல காரியத்துக்கு அவள்தான் தடையாயிருக்கிறதாக அவருக்குப் புத்தியில் பட்டது. அதுமுதல் அவர் அவளை ஒருநாளும் இல்லாதபடி கொடுமையாய் நடத்த ஆரம்பித்தார். இவர் நடத்தை இப்படி மாறுபடுவதைக் கண்ட கமலாம்பாள் அதைத் திருத்த தன்னாலான மட்டும் முயன்றும் கூடாமல் தனக்குள்ளேயே துக்கித்து உருகினாள். அவள் அப்படி அவரை விட்டு ஒதுங்கித் தனக்குள்ளேயே வருந்திக் கொண்டிருந்ததைக் கவனித்த முத்து ஸ்வாமியய்யர் ‘அன்பாவது மண்ணாவது, இந்த உலகத்திலேயா! பார்! நம்மிடத்தில் அடிக்கடி ஓடி ஓடி வந்துகொண் டிருந்த கழுதை இப்பொழுது ஏன் என்றுகூட விசாரிக்கிறதில்லை. நாம் சந்தியாசம் வாங்கிக்கொண்டு புறப்பட்டுவிடலாம்’ என்று தன் மனதுக்குள் அடிக்கடி சொல்லிக்கொண்டிருந்தார்.

இப்படியிருக்கையில் ஒருநாள் பம்பாயிலிருந்து அவருக்கு ஒரு கடிதம் வந்தது. அவர் பட்டணம் போயிருந்தபொழுது ஒரு பெரிய வியாபாரத்தில் இறங்கினார். அது ஆதியில் அதிக லாபம் காட்டின படியால் தன் நிலங்களையெல்லாம் விற்று அந்த வியாபாரத்திலேயே தன் சொத்து முழுவதையும் போட்டிருந்தார். அந்த வியாபாரத்துக்கு மூலஸ்தானம் பம்பாய். அன்று வந்த கடிதத்தில் அந்த வியாபாரம் க்ஷீணித்துப் போய்விட்டதென்றும், அவர் நம்பியிருந்த வியாபாரச் சங்கத்திற்கு அபாயம் வரும்போலிருந்ததென்றும் அவர் உடனே புறப்பட்டு வரவேண்டு மென்றும் கண்டிருந்தது. அந்தக் கடிதத்தைப் படித்துப் பார்த்தவுடன் அவர் ‘வருவதெல்லாம் வரட்டும். நாம் பண்ணுகிற அக்கிரமத்துக்கு அவ்வளவும் வேண்டியதுதான். அவ்வளவு பணமும் போச்சா! நல்லது நல்லது; போகிறதெல்லாம் போகட்டும்’ என்று தனக்குள் சொல்லிக்கொண்டு கமலாம்பாளைப் பார்த்து

அடியே, இனிமேல் எங்கேயாவது அவலிடித்தாவது, தட்டுவாணித் தனம் பண்ணியாவது பிழைத்துக்கொள், நான் கோகிறேன்' என கமலாம்பாள் திடுக்கிட்டு திக்பிரமைகொண்டு நிற்க 'உனக்கும் நமக்கும் விட்டது' என்று கடிதத்தை வீசியெறிந்து வேஷ்டி முதலியவற்றை யெடுத்து ஜாக்கிரதையாகக் கட்டத் துவக்கினார். கமலாம்பாள் அந்தக் கடிதத்தையெடுத்துப் பார்த்துவிட்டு அவருடைய கையைப் பிடித்துக் கொண்டு அழுதாள். அவர் அவளை உதறியெறிந்துவிட்டு பணம் போய்விட்டதென்று அழுகிறாயல்லவா? அழு! இனிமேல் உனக்கும் எனக்கும் என்ன? நான் ஏழை! நீ எங்கே வேணுமோ போகலாம். நெய்க்குடத் தெறும்புகள். பணமிருந்தால் பெண்டாட்டி பிள்ளை யெல்லாம் உண்டு. 'இல்லானை இல்லாளும் வேண்டாள், ஈன்றெடுத்த தாயும் வேண்டாள்' என அவள் அவர் காலைக் கெட்டியாய்ப் பிடித்துக் கொண்டு கண்களில் பிரளயமாய் நீர் பெருக 'ஐயோ நான் என்ன தப்பிதம் செய்தேன். உங்களை விட்டால் எனக்கு என்ன கதியிருக்கிறது! எனக்குப் பிதாவும் நீங்கள், பர்த்தாவும் நீங்கள்; அண்ணன் தம்பி எல்லாம் நீங்கள்; எனக்கு தெய்வமும் நீங்கள். ஐயோ நான் என்ன தப்பிதம் செய்தேன், என்னை என்ன தண்டனை பண்ண உங்களுக்கு சுதந்திரம் இல்லை! கத்தியெடுத்து என் கழுத்தை அறுங்களேன். அப்பொழுதும் உங்கள் கையாலிறப்பதே மோட்சம் என்று நான் பிராணனைச் சந்தோஷமாய் விட மாட்டேனோ! நீங்கள் ஒரு நாளும் என்மேல் இப்படியிருந்த தில்லையே. குழந்தை போனது எனக்குத் தோன்றவில்லை. உங்கள் முகமலர்ச்சியிலே நான் அதையும் மறந்து இருக்கிறேன். என்னை நீங்களும் உதறியெறிந்துவிட்டால் அப்புறம் நான் என்ன செய்வேன்? சொத்து அவ்வளவும் போனாலும் போகிறது. நமக்கு என்ன, பிள்ளையா, குட்டியா; சொத்து என்னத்துக்கு. நான் குடம் சுமந்து, அவல் இடித்து சம்பாதித்துப் போடுகிறேன். உங்களுடைய தற்கால செளக்கியத்துக்கு எப்பொழுதும் குறைவு வராமல் நான் பார்த்துக்கொள்ளுகிறேன். எனக்கு என்னத்துக்குக் காசும் பணமும்? உங்கள் அன்பு ஒன்று போதாதா? அதைவிட எனக்கு என்ன சொத்து பெரிது! ஐயோ! என்னை இப்படி உதறியெறிவது உங்களுக்கு தருமமா. நான் ஏழை, பஞ்சை அநாதை; உங்களை அண்டினேன்; காப்பாற்ற வேணும்' என்று அவர் காலைக் கெட்டியாய்ப் பிடித்துக்கொண்டு தன் கண்ணீரால் ஸ்நானம் செய்விக்க, அவர் 'இதென்ன கால்கட்டா யிருக்கிறது சனியன்' என்று சொல்லி அவளைக் கையால் தூக்கி 'என்னடி செய்ய வேணுமென்கிறாய்?' என்று அதட்ட, அந்த உத்தமி அவர் மார்பில்தானே சாய்ந்துகொண்டு தாரை தாரையாய் அழ, அவரும் உருகி அவளைக் கட்டிக்கொண்டு தானும் அழ, ஆரம்பித்தார். பிறகு இருவரும் ஒருவரையொருவர் தேற்றிக்கொண்டார்கள்.

வாடியிருந்த கமலாம்பாள் உடம்பு அன்று சந்தோஷத்தால் பூரித்தது. அழுகையெல்லாம் ஓய்ந்த பிறகு கமலாம்பாள் 'சொத்துப் போனால் சனியன் தொலைந்தது! நீங்கள் இங்கே தானே இருங்கள் நான் உழைத்துப் போடுகிறேன்; இல்லாவிட்டால் இரண்டுபேருமாகச் சேர்ந்து எங்கே யாவது போய்ப் பிழைக்க வழி தேடுவோம்' என முத்துஸ்வாமியய்யர், 'சொத்து போனதாக இல்லை. நான் போய் போட்ட முதலையாவது பற்றிக்கொண்டு வருகிறேன். நமக்குப் பணம் வேண்டாமென்றாலும் லட்சக்கணக்காகப் பணம் பறிகொடுக்க மனது வரவில்லையே. நான் போய் எது சாத்தியமோ அதைச் செய்து வருகிறேன். அதுவரையில் நீ இங்கே தானே பல்லைக் கடித்துக்கொண்டிரு; நான் போய்க் கூடிய சீக்கிரத்தில் ஓடிவந்து விடுகிறேன்' என்றார். கமலாம்பாள் அவரை விட்டுப் பிரிந்திருக்க மாட்டேனென்று மன்றாடியும் அவளைக் கூட்டிப்போவது அசௌகரியமாக இருந்தபடியால், அவள் ஊரிலேயே இருக்க வேண்டியிருந்தது. முத்துஸ்வாமியய்யர் மட்டும் பம்பாய்க்குப் புறப்பட்டார். அடிக்கடி கடிதம் எழுதுவதாக உறுதிசொல்லிச் சென்றார். பம்பாயிலிருந்து வந்த சமாசாரம் ஒருவருக்கும் தெரியக் கூடாதென்று கண்டிப்பாய் உத்தரவும் செய்துவிட்டுப் போனார்.

24

தாடகை, சூர்ப்பநகை, ஆஷாடபூதி, திரிவிதம் துஷ்ட லட்சணம்

அவர் போய்ச் சில நாளைக்குப் பிறகு வம்பர் மகாஜன சபை அக்கிராசனாதிபதியாகிய மகாகனம் பொருந்திய சுப்பம்மாளும், பொன்னம்மாளும், பொன்னம்மாள் தாயார் சங்கரியம்மாளுமாக சுப்பிரமணியய்யரகத்துக் கூடத்தில் ஏதோ ரகசியம் பேசிக்கொண்டிருந் தார்கள்.

சுப்பம்மாள் : யாயா சொல்யேனே, அவயா அப்டீனு சொன்னாய்.

சங்கரி : சொல்லுகிறதைத் திருத்தமாய்ச் சொல்லு. நீ பேசுகிறது எனக்குப் புரியவில்லையம்மா; ஏது இப்படிச் சொல்லுகிறாள் என்று கோபித்துக் கொள்ளாதேயம்மா.

சுப்பம்மாள் : 'கோபம் என்ன; தியுத்தமாயித்தான் சொல்யேன்; யாயா அவயா சொல்யா என்யா' என்றிப்படி முன்னிலும் அதிக திருத்தமாய் ஆரம்பித்தாள். பிறகு சங்கரி இவளுடைய பாஷையின் சூட்சமத்தைக் கிரகித்துக்கொண்டாள். அரிச்சுவடியில் யகரம் இவளுக்கு பெண்வயிற்றுப் பேத்தி என்றும், ரகரத்துக்கும் இவளுக்கும்

சக்களத்திச் சண்டையென்றும் அவள் அறிந்துகொண்டாள். சுப்பம்மாள் இப்படி 'யரயோர பேத,' என்ற சூத்திரவிதிப்படி இலக்கணமாய்ச் சொல்லி முடித்தது என்னவென்றால், பொன்னம்மாள் மருந்து வைத்துத் தன் புருஷனைக் கொன்றுவிட்டாளென்று கமலாம்பாள் தன்னிடம் சொன்னாளாம். பொன்னம்மாளுடைய மருந்துதான் சுப்பிரமணியய்யருடைய மரணத்துக்குக் காரணம் என்று ஊரில் எல்லோருக்கும் சந்தேகமுண்டு. ஆனால் கமலாம்பாள் அதைப் பற்றி ஒரு வார்த்தையாவது பேசவேயில்லை. சங்கரியம்மாள் பணத்தைக் கண்டபடி வாரியிறைத்துக் கொண்டிருப்பதைக் கண்ட சுப்பு தனக்கும் அதில் ஏதாவது கிடைக்க வேண்டுமென்று ஆசையடைந்து கமலாம்பாள் மேல் சாக்குப்போட்டு சங்கரியம்மாளிடம் மேலே சொன்னபடி சொல்ல, சங்கரியம்மாள் அந்த முண்டை அப்படிச் சொல்லலாகி விட்டதா, நாக்கை இழுத்து வைத்து அறுத்துவிட்டால்தான் என்ன? என் பெண் மட்டும் தாலியறுக்க வேணும். அவள் மட்டும் வாழ வேண்டுமோ, சொல்லுகிறேன் வழி அந்தச் சிறுக்கிக்கு என்று கோபித்துக்கொண்டு சுப்பம்மாளுக்கு ஒரு பெரும் பூசனிக்காயைத் தூக்கிக் கையில் கொடுத்து மறுநாளும் வரும்படி உத்தரவிட்டு அனுப்பினாள்.

சில நாளைக்குப் பிறகு முத்துஸ்வாமியய்யர் ஆருத்திரா தரிசனத்துக்காகச் சிதம்பரத்தில் இறங்கிவிட்டு சீக்கிரம் ஊருக்கு வருவதாகக் கமலாம்பாளுக்கு எழுதினார். அவள் தன் பர்த்தா வருகிற சந்தோஷத்தை வீடு கூட்டி முதல் வந்தவர்கள் போனார்கள் எல்லாருக்கும் சொல்லிச் சொல்லி மகிழ்ந்து கொண்டிருந்தாள். இந்தக் கடிதம் வந்த அன்று பொன்னம் மாளுடைய கிரகத்தில் சங்கரியம்மாள், சுப்பம்மாள், ஈசுவரதீட்சதர் என்ற ஒரு தீட்சதர் மூன்று பேராகக் கூடிப் பேசிக் கொண்டிருந்தார்களென்று எனக்குச் செவ்வையாய்த் தெரியாது. ஆனால் கமலாம்பாள் என்ற பெயர் மட்டும் அடிக்கடி கேட்டது. எல்லாம் முடிந்த பிறகு சங்கரியம்மாளுடைய செலவில் ஈச்வர தீட்சதரும் சுப்புவும் சிதம்பரத்துக்குப் போவதாய்த் தீர்மானம் செய்தார்கள். 'வந்த பிராமணனை அப்படியே திரும்பிப் போகப் பண்ணிப்போட நானாய்விட்டது' என்றார் தீட்சதர். 'இனிமேல் அவள் வாய்வதை (வாழ்வதை) பாய்த்துப்பிடயேன்' (கமலாம்பாள் வாழ்வதைப் பார்த்துவிடுகிறேன்) என்று சபதம் கூறினாள் சுப்பம்மாள்.

முத்துஸ்வாமியய்யர் போன காரியம் முற்றும் பிரதிகூலமாய் முடிந்தது. இவர் சேர்ந்திருந்த வியாபாரச் சங்கத்தில் முக்கிய உத்தி யோகஸ்தர்களாயிருந்த இரண்டு பிராமணர்கள் பணம் முழுவதையும் தஸ்கரம் செய்துகொண்டு எங்கேயோ போய்விட்டார்கள். போன

இடம் தெரியவில்லை. பாவம் முத்துஸ்வாமியய்யருடைய சகல சொத்தும் திடீரென்று ஒருவனுக்கு பேதிவந்திறந்தால் எப்படியோ அப்படி ஒரேயடியாய்ப் போய்விட்டது. நெடுநாள் சேகரித்து பெருந் திரவியம் திடீரென்று போய்விடுமானால் அவருக்கு என்ன வருத்த மிராது? ஆனால் அவர் தன் விசனத்தை விரக்தியினால் கண்டித்துக் கொண்டு காஷாயம் வாங்கிக்கொண்டு அநியாயம் நிறைந்த இவ் வுலகத்தை விட்டுத் தொலைந்துவிடுகிறதென்று தீர்மானம் செய்தார். தன்னைச் சந்நியாசியாகும்படி கடவுள் தனக்குத் துன்பங்களை யுண்டாக்கித் தூண்டுவதுபோல் அவருக்குத் தோன்றிற்று. ஊருக்கு வந்து கமலாம்பாளுக்கு ஏதாவது ஒருவழி செய்துவிட்டு ஆச்ரமம் பெற்றுக் கொள்ளுகிறதாய்த் தீர்மானம் செய்துகொண்டு வரும் வழியில் ஆருத்திரா தரிசனம் நேரிட்டபடியால், சிதம்பரத்தில் இறங்கி ருத்திரர் லோகநாசனப் பிரளய ஸ்மசானத்தில் தாண்டவம் செய்வதைப் பார்த்து நானும் தனது துக்கள்ங்களை நசித்து அவற்றின் மேல் ஆனந்தத் தாண்டவம் செய்யவேண்டி விரக்தி வைராக்கியத்தைப் பலப்படுத்திக் கொண்டு போகலாமென்று தில்லை க்ஷேத்திரத்துக்கு வந்துசேர்ந்தார். அபரிமிதமான கூட்டத்தின் மத்தியில் பகவான் உலாவி வருவதை அவர் கண்டு பிராந்தரராய் நின்று மதிமயங்கிக் குழந்தை நடராஜனைப் பற்றியுண்டான ஞாபகத்தை சந்தோஷமாய்க் கண்டித்து பகவானுடைய தாண்டவ ஸ்வரூபத்தில் அமர்ந்து பிரம்மானந்தத்தில் மூழ்கி என் குழந்தையைத் தமது பாதாரவிந்தத்தில் சேர்த்துக்கொண்டதுபோல என்னையும் சேர்த்துக்கொண்டு அனுக்கிரஹிக்க வேண்டுமென்று அந்தரங்க பக்தியுடன் ஈசுவரனைத் தியானிக்கும்போது 'யார் முத்து ஸ்வாமியா; எப்பொழுது வந்தாய், வா வா இப்பொழுதுதான் வந்தாயோ?' என்று ஒரு குரல் கேட்டது. திரும்பிப் பார்த்தார். சிறுகுளம் ஈச்வர தீட்சதர் நின்றுகொண்டிருந்தார். அவரை வந்தீரா என்று விசாரித்துவிட்டு பகவத் தியானத்தில் மறுபடி அவர் பிரவேசிக்க, ஈச்வர தீட்சதர் அந்த மட்டுடன் அவரை விடச் சம்மதமில்லாமல் 'முத்துஸ்வாமி, க்ஷேமந்தானே; உடம்பு ஏது இளைத்திருக்கிறாற் போல் இருக்கிறது; எங்கே பம்பாய்க்கா போயிருந்தாய்! என்று இப்படிப் பேச்சுக் கொடுத்துக்கொண்டே கூட்டத்தினின்று அவரைப் பிரித்துத் தனியே ஓரிடத்துக்குக் கூட்டிப்போய் மற்றும் க்ஷேமலாபங்களை அன்புடன் விசாரிப்பவர்போல விசாரித்துப் பிறகு வெகு உறவாக நெருங்கி தாழ்ந்த குரலுடன் 'அநியாயமாய் அசந்தர்ப்பமாய் போய் விட்டது. போனதைக் குறித்து ஒன்றும் விசனப்பட வேண்டாம். உனக்கே இதற்குள் சமாசாரம் தெரிந்திருக்கவேணுமே' என முத்து ஸ்வாமியய்யர் 'என்ன விசேஷம்! எனக்கு ஒன்றுந் தெரியாதே'

என்றார். தீட்சதர் ‘அப்படி ஒன்றுமில்லை, ஒன்றுமில்லை. உனக்குத் தெரிந்திருக்கு மென்றல்லவா எண்ணினேன். இல்லாவிட்டால் நான் பிரஸ்தாபமே பண்ணியிருக்க மாட்டேன்’ என, முத்துஸ்வாமியய்யர் ‘என்ன சமாசாரம், வெறுமனே சொல்லுங்கள்’ என்று பலவந்தம் பண்ண, தீட்சிதர் சுவாமி தரிசனம் பண்ணுவோம், அந்த இழவுப் பேச்சு இப்பொழுது என்னத்துக்கு; பம்பாயிலெல்லாம் வெகுபேர் தனிகர்களிருக்கிறார்களாமே’ என்றார்.

முத் : அது கிடக்கட்டும், நீங்கள் சொன்னது என்ன, சொல்லுங்கள்.

தீட் : அது ஒன்றுமில்லை என்கிறேனே. காசிக்கும் பம்பாய்க்கும் 30, 40-மைலிருக்குமா? நிரம்ப சமீபமென்று சொல்லுகிறார்களே.

முத் : நான் என்ன கேட்கிறேன் நீங்கள் என்ன சொல்லுகிறீர்கள்? ‘தில்லைக்கு வழியெது என்றால் சிவப்புகாளை முப்பது பணம்’ என்று பதில் சொன்ன கதையாயிருக்கிறதே! அதை தயவு பண்ணி என்ன என்று சொல்லுங்கள்.

தீட் : நல்ல சங்கதியாயிருந்தால் அப்பொழுதே சொல்லியிருக்க மாட்டேனோ? என்னவோ கழுதை பெண்டுகளுடைய சுபாவமிப்படித் தான்’ சொல்லுகிறார் கீதையிலே.

முத் : அது கிடக்கட்டும். பெண்டுகளா! யார்? என்ன சமாச்சாரம்?

தீட் : தன்னாலே நாளை ஊருக்குப் போகிறாய்’ தெரிகிறது. அதற்கென்ன இப்பொழுது அவசரம்; ஒன்றும் இல்லை. விசனப் படாதே, பகவான் ஒருத்தர் இருக்கிறார். அவர் சூத்திரதாரி, நாம் சூத்திரப்பாவைகள். அவர் ஆட்டி வைக்கிறார். நாம் ஆடுகிறோம். புருஷ சூக்தத்திலே சொன்னார்.

முத் : அது இருக்கட்டும், சங்கதியைச் சொல்லுங்கள். அது என்ன கெட்ட சங்கதியாயிருந்தாலும் சரி, சொல்லிவிடுங்கள். நடந்தது நடந்து போய்விட்டது. இனிமேல் நீங்கள் சொல்லுவதில் என்ன குற்றம்? வெறுமனே சொல்லுங்கள்.

தீட் : ஸ்திரீகளே மாயா ரூபிணிகள். அவர்களை ஒன்றும் நம்பக் கூடவில்லை. கலிபுருஷன் லோகத்திலே வந்து நர்த்தனம் பண்ணுகிறான். பேதி வைசூரி வந்து நர்த்தனம் பண்ணுகிறாற் போல. அதிலே வர்ஜா வர்ஜம் இல்லை, பிதா இல்லை, பர்த்தா இல்லை, சகோதரன் இல்லை, பந்து இல்லை, போய்விட்டது காலம். இந்தக் காலத்துக்குச் சிதம்பரம் நல்ல திவ்யமான க்ஷேத்திரம். அதுவும் இன்றைக்கு உண்டேயல்லவா?

முத் : உங்களுக்கு இது நன்றாயிருக்கிறதா? முப்பது தடவை கேட்டாய்விட்டது. சுற்றிச் சுழற்றுகிறீர்களேயொழிய காரியத்தைச் சொல்லமாட்டேன் என்கிறீர்களே. சீக்கிரம் சொல்லுங்கள்.

தீட் : நான் சொல்லத்தான் வேணுமா? தொந்தரவு பண்ணுகிறாயே, அப்படியொன்றும் அதிசயம் இல்லை. லோகத்திலே நடக்காதது இல்லை. இருந்தாலும் இந்தப் பூனையும் இந்தப் பாலைக்குடிக்குமா என்றாற்போல கமலாம்பாள்கூட இப்படிப் பண்ணுவாளா என்பது தான் ஆச்சரியம். ஏதோ காலவிசேஷம், பூர்வ ஜென்ம கர்மவாசனை. விட்டுத்தள்ளு கழுதையை; போனாற் போகிறது.

முத் : யார்? என் சம்சாரமா! என்ன சங்கதி என்ன அது! (பதறி) செவ்வையாகச் சொல்லுங்கள்!

தீட் : என்னத்தைச் சொல்லுகிறது என்னவோ யாரோடேயோ என்னமோவாம் கண்டுவிட்டார்கள். ஊரில் கூக்கூரலாய் விட்டதாம்; என்னவோ உனக்குத் தெரிந்திருக்குமென்றல்லவோ இந்தப் பிரஸ்தாபத்தை யெடுத்தேன். கிடக்கிறது கழுதை! இதற்காக ஒன்றும் விசனப்படாதே. பகவான்கூட சொல்லுகிறார். இந்திரியஸ்யேந்திரஸ்ய சர்வகர்மாணி.

முத் : நிஜமாகத்தானா? யார், என் அகமுடையாளா, எப்பொழுது, எங்கே, என்றைக்கு யார்? நீங்கள் சொல்லுகிறது நிஜந்தானா?

தீட் : பொய்யாகயிருக்க வேண்டுமென்பதுதான் என் பிரார்த்தனையப்பா. ஊர் வதந்தியை நான் சொன்னேன். என்னவோ கையுங்களவுமாகக் கண்டுபிடித்துவிட்டதாக எங்கேயும் சொல்லிக் கொண்டிருந்தார்கள். நமக்கு என்ன வேண்டியிருக்கிறது! 'ரூபம் மகத்தே.'

முத் : எந்தப் பயலோடே இவ்வளவும்? ஆ!

தீட் : அதெல்லாம் என்னத்துக்கு விசாரிக்கிறாய்? விட்டுத் தள்ளு கழுதையை! அதைச் சொன்ன நாக்குக்குக்கூட தோஷம் சொல்லுகிறார். ஸ்மிருதிக்காரர். போனாற் போகிறது. பிள்ளையைப் பறித்துக் கொண்டு போய்விடலாம், பெண்டாட்டியைப் பறித்துக்கொண்டு போய் விடலாம். பகவானைப் பறித்துக்கொண்டு போகமுடியுமா? எங்கும் நிறைந்தவராய் எல்லாருக்கும் சமமாய்-என்று சொல்லிக்கொண்டிருக்கும் போதே தேவி சுப்பம்மாள் அவர்களிடம் வந்து சேர்ந்தாள்.

தீட்சதரும் அவளும் கூடிப் பேசிக்கொண்டபடி அவர் பேசி முடித்தவுடன் அதுவரையில் மறைந்து நின்று கவனித்துக் கொண் டிருந்த அவளும் வந்து சேர்ந்தாள். வந்தவுடன் 'முத்துஸ்வாமி, என்னப்பா, குழந்தை போச்சு, தம்பிபோனான். இவ்வளவு போயாதா?

(போதாதா) அந்தப் பாவி முண்டையுமா அப்படிப் பண்ணவேணும், என்னவோ உன் தலைலெயுத்து, நீ ஒயு பிள்ளை பியந்து இப்படி யெல்லாம் அவதிப்பட வேண்டுமென்று வயம் வாங்கிவந்தாய்' என்று விஸ்தாரமாய்ப் பிரலாபிக்கத் தொடங்கினாள். முத்துஸ்வாமியய்யருக்கு கொஞ்சம் அரை குறையாயிருந்த அவநம்பிக்கை இப்பொழுது ஒழிந்து போய்விட்டது. 'அப்படியா பண்ணினாள். அடி சண்டாளி, பாவி என்ன மோசம்! எந்தப் போக்கிரிப் பயலோடே இவ்வளவு அக்கிரமம் பண்ணினது அந்த முண்டை? என்று கேட்டார். தீட்சிதர் 'அந்த வயிற்றெரிச்சலை ஏன் கேட்கிறாய் போ. அந்தக் காவாலிப்பயல் நாராயணசாமியிருக்கிறானோ அல்லவோ, போக்கிரிக் கூத்தாடிப்பயல், அவனோடேதான். சிவசிவா, எத்தனை நாளைப் பழக்கமோ அவர் களிரண்டு பேருக்கும், என்ன எழவோ, அன்றைக்கு என்னவோ போதாதவேளை, கண்டுபிடித்துவிட்டார்கள். ஊரெங்கும் கூக்குரலாய் விட்டது. பாவம் பாவம்' என, சுப்பம்மாள்' அவனோடே இத்தனை நாள், ஊயை (ஊரை) விட்டு ஓடிப்போயிருப்பாள், நான் வயபோதே, 'தெயிந்ததோ தெயிந்துபோச்சு, எங்கேயாவது யெண்டுபேயுமா ஓடிப்போய்விடவேணு'மெயு சொல்லிக்கொண்டியுந்தாள். இந்தப் பியாமணய் எனக்கு முன்னேயே வந்துவிட்டாய்(ர்). அவய் வந்து பத்து நாளாச்சு' என்று சொல்லி முடிக்க, தீட்சிதர் 'ஏன் பத்து நாளாகப் போவேனேன்? நாயிறோடே நாயிறு எட்டு, ஒன்பது, பத்து இன்றைக்குச் சரியாகப் பன்னிரண்டு நாளாய்விட்டது. முந்தினநாள் சாயந்திரம்தான் அவர் உண்மையாய் வந்தது 'நாழிகையாய் விட்டது சுவாமியோடு கூடப் போகவேணும். நீ வருகிறாயோ' என, முத்துஸ்வாமியய்யர் 'இல்லை, நீங்கள் போய்விட்டு வாருங்கள்' என, அவரை விட்டுவிட்டு தீட்சதரும் சுப்பம்மாளுமாகப் போனார்கள்.

அப்பொழுது முத்துஸ்வாமியய்யருடைய நிலைமையின்ன படியென்று சொல்லி முடியாது. 'ஐயோ பகவானே, நீயேன் என்னை இப்படிச் சோதிக்கிறாய். பகவான் என்று நீ ஒருவன் இருக்கிறாயோ அதுவும் இல்லையோ, குழந்தையையிழந்தேன், சகோதரனையிழந்தேன், சொத்தனைத்தையுமிழந்தேன், அவ்வளவும் போதாதென்று என் பேரையும் என் பெண்டாட்டியையுமா இழக்கவேணும்! ஐயோ ராட்சஸி, எனக்கு எமனாக வந்தாயா! நீ பேசாமல் கொஞ்ச நாளா யிருந்த போதே எனக்குச் சந்தேகமுண்டு. ஸாஹஸி! என் காலைப் பிடித்துக் கட்டியழுதையா, நீலி சண்டாளி, முகரையைப் பாரு, முகரையைக் குத்து. அந்த ஸாஹஸ கண்ணில் அழகென்ன வேண்டி யிருக்கிறது. அழகு! கன்னத்திலறைந்து வரிசையாக இருக்கிறதே அந்தப் பல்லை உடை; சிவசிவ! நான் இவளுடன் வாழ்ந்திருக்க வேண்டுமா! நான் அங்கிருந்தால் ஒரு கொலை நடந்திருக்கும்; உன்னைக்

கொல்வானேன், நான் செத்துப்போகிறேன்; உனக்கு ஊரெல்லாம் புருஷன்; சுகமாய் தீர்க்க சுமங்கலியாய் சாசுவதமாய் வாழ்: நீ ஏன் சாகிறாய்? ஐயோ உனக்கும் எனக்கும் இப்படியா முடியவேணும்! நீலி, சண்டாளி, பாதகி, ராட்சஸி. ஒரு வேளை சுப்பு சொன்னது பொய்யாயிருக்குமோ? தீட்சிதர் பொய் சொல்லமாட்டாரே; ஒரு வேளை இரண்டுபேரும் கலந்து பேசிக்கொண்டு செய்திருப்பார் களென்றால், அதில் அவர்களுக்கு என்ன லாபம்? எனக்கு அவர்கள் விரோதிகளுமில்லையே, அவர்கள் பொய் சொல்லவாவது! நம்முடைய அதிஷ்டத்துக்கு எதுவும் அசாத்தியமில்லை! என்று இப்படி அவர் யோசனை செய்து கொண்டுபோகும்பொழுது, சிறுகுளத்து மனிதர் நாராயண அய்யர் என்ற ஒருவர் முத்துஸ்வாமியய்யரைக் கண்டவுடன் துக்ககரமான குரலுடன் யோக க்ஷேமங்களை விசாரிக்கத் தொடங்கினார். முத்துஸ்வாமியய்யருக்கு இருந்த சந்தேகம் மீதியில்லாமல் நிவர்த்தி யாயிற்று. 'இந்த உலகத்தில் சுவாமியாவது பூதமாவது, நல்லவனுக்குக் காலமில்லை. கொலை, விபசாரம், திருட்டு இதுதான் இந்த உலகத்துக்குத் தகுந்த தொழில். ஒரு பாவத்தையும் அறியாத எனக்கு இப்படி ஆபத்து மேல் ஆபத்தாய் வரவேண்டுமா! கடவுளுக்குக் கண்ணவிந்தா போய் விட்டது! அடா தெய்வமே!. சுவாமியோ இல்லையென்று தீர்ந்தது. இனிமேல் என்ன? இருந்தாலென்ன போனாலென்ன! இருட்டினவுடன் நாக்கைப் பிடுங்கிக்கொண்டு பிராணனை விட்டு விடுகிறேன். இருக்கிறது ஒரு குட்டி, அந்தக் கழுதையையும் இன்னொரு பயலுக்குத் தொலைத்தாய் விட்டது. தாயைப் போலவே பெண். ஸ்ரீநிவாசா ஜாக்கிரதை! என்னைப் போல மோசம் போகாதே. நன்றாய்ப் பொழுது விடிந்தது இன்றைக்கு; போகட்டும், என் ஆயுசுக்குக் கடைசி நாளாகவாவது இருக்கிறதே யல்லவோ; நல்ல நாள்தான். சந்நியாசமும் ஆச்சு கழுதையுமாச்சு. மொட்டையடித்துக்கொண்டு ஊரிலே பிச்சையெடுத்துக்கொண்டு அப்படியாவது யாரைக் காப்பாற்ற வேண்டும்? கோவிலென்ன குளம் என்ன? எல்லாவற்றையும் நெருப்பை வைத்துக் கொளுத்து கழுதையை. கண்கள் நிறைந்த ஆகாயமே, உனக்குமா கண் தெரியவில்லை. உனது இடியோசைகள் எங்கே ஒளிந்துவிட்டன? இந்த வீணிழவுகளை ஒரு இடியில் தகர்த்தெறியமாட்டாயா!' என்று தனக்குள்ளேயே சொல்லிக் கொண்டு வழிநடந்தார்.

அன்று பகல் முழுவதும் அவர் சாப்பிடவேயில்லை. 'இந்த வெட்கம் கெட்ட கட்டைக்கு சோறுவேறேயா! அந்த தட்டுவாணி முண்டையைத் தொட்ட கட்டையை எங்கே போட்டுக் கொளுத்தினாலும் பாவம் போகாதே. இந்தக் கட்டைக்குச் சோறு வேண்டுமா' என்று சொல்லிக் கொண்டு பகல் முழுவதும் ஒரு தோப்பில் விழுந்து கிடந்தார். 'பசி, நன்றாய் பசி, வேணும் அந்தக் கட்டைக்குத் தண்ணீர்கூடக் கொடுக்க

மாட்டேன்' என்று வைராக்கியமாய் நீர்கூடக் குடியாதிருந்தார். அந்தத் தோப்பில் குளிர்ந்த காற்று அடித்தது. சீ! கழுதை இந்தக் காற்று யாருக்கு வேண்டியிருக்கிறது. இந்த உலகத்துப் போக்கிரிப் புழுக் களுக்குக் குளிர்ந்த காற்று வேறே வேண்டுமா?' என்று அவ்விடம் விட்டு காற்றடிக்காத உஷ்ணமான ஒரு இடம் போய் உட்கார்ந்தார். அங்கே சில கிளிகள் ஒன்றோடொன்று கொஞ்சி விளையாட வந்தன. இவர் 'சீ தரித்திரப் பிணங்களா, ஊரெல்லாம் விபசாரமாய்க் கிடக்கிறது. உங்களுக்கு விளையாட்டென்ன வந்து இங்கே விளையாட்டு!' என்று ஒரு கல்லையெடுத்து எறிய அவைகள் பறந்து போய்விட்டன. 'மனிதனுக்கு இந்த உலகந்தான் சரி. எல்லாப் பயல்களும் விபசாரம் பண்ணுங்களடா; கல்யாணமென்ன வந்தது. கல்லெடுப்பு என்ன வந்தது; எல்லா முண்டைகளும் தட்டுவாணித்தனம் பண்ணட்டும். திருடு, குத்து, கொல்லு, அதுவும் ஒரு வேடிக்கைதான். இந்த உலகத்துக்கு அதுதான் சரி' என்றிப்படித் தனக்குள் பிதற்றிப் பகற்பொழுதைப் போக்கினார்.

கமலாம்பாளுடைய ஒவ்வொரு செய்கையும் ஞாபகத்துக்குக் கொண்டுவந்து 'சிரிப்பைப் பார் சிரிப்பை, முகம் ரோஜாப் பூப்போல இருக்கிறதாம். அப்படி ஞாபகம்; நாராயணசாமியை முத்தமிடுவதற்கு என்னை முத்தமிட்டுப் பழகிப்பார்த்துக் கொள்ளுகிறாயோ? சீ நாயே மேலே கையைப் போடாதே. வெட்கம் கெட்ட படவா. அழுகிறாயே அழு! ஒரு புருஷன் கைக்கீழே இருக்கவேண்டியிருக்கிறதே என்று அழுகிறாயோ அழு!' என்றிப்படி ஒவ்வொன்றையும் அவளுக்கு விரோதமாக வியாக்கியானம் பண்ணி மனதில் தோன்றியபடியெல்லாம் அவளை வைதார். பிறகு அஸ்தமித்தவுடன் எழுந்திருந்து 'பாடும் பட்சிகளே, வீசும் காற்றே, மலரும் புஷ்பங்களே, துளிர்க்கும் மரங்களே, நீங்கள்தான் இந்த உலகத்துக்கு நல்லவர்கள். உங்களை எத்தனை புழுக்கள் ஹிம்சை செய்கின்றன. (ஒரு வாடிப்போன புஷ்பத்தை எடுத்து) இந்தப் பூ யாரை என்ன பண்ணிற்று? இது போன போக்கைப் பார். இப்படியே நீங்கள் எல்லாம் சீக்கிரம் தொலைய வேண்டியது தான், நானும் தொலையப் போகிறேன். உங்களுக்கு நிரம்ப வந்தனம். சீக்கிரம் இந்தப் பாழுலகத்தை விட்டு வெளியேறுங்கள்' என்று மரத்துக்கு மரம் புத்திமதி சொல்லிவிட்டு அதைவிட்டுப் புறப்பட்டு ஊர் மத்தியில் வர, கொலைக்கார கூட்டம், தட்டுவாணிக்கூட்டம்' என்று மேளவாத்யம் கேட்டால் காதைப் பொத்திக்கொண்டும், ஸ்தீரீகள் எதிரே வந்தால் கண்ணை மூடிக்கொண்டும், நரகலோக மத்தியில் போவதுபோல் விரைவாய்ச் சென்று 'உங்களுக்கும் நமக்கும் இன்றுடன் விட்டது; நாளை நீங்கள் எங்கேயோ நானெங்கேயோ, உங்களை விட்டுப் பிரிவதில் ஒரு பொட்டு கண்ணீர்கூட நான்

விடமாட்டேன். சிதம்பரமாம் சிதம்பரம்; வெட்ட வெளியென்றர்த்தம் ஒன்றுமில்லை, சுவாமியுமில்லை, அதுதான் சிதம்பரம். இந்தப் பாழுலகை விட்டுப் போகிறேன். நம்முடைய பாக்கியந்தான் என்ன பாக்கியம்! அப்புறம் தட்டுவாணியாய்ப் போகப் பெண்டாட்டியு மில்லை. பறி கொடுக்கப் பிள்ளையுமில்லை. நம்முடைய பாக்கியமே பாக்கியம்!' என்று சந்தோஷப்பட்டுக்கொண்டு கோவிலுக்கருகிலுள்ள ஒரு பாழ் மண்டபத்தையடைந்தார். அங்கே பாம்புகளிருக்கும் என்று ஜனங்கள் அதன் அருகில் வருவதில்லை. இருட்டினவுடன் அந்த மண்டபத்துள் அவர் சென்று படுத்துக்கொண்டு 'மரியாதையாக என்னைப் பாம்பு கடித்தால் கடிக்கட்டும். இல்லையா, கயிறு இருக்கிறது கழுத்திருக்கிறது. பார்த்துக்கொள்ளுகிறேன்' என்று சொல்லிக் கொண்டு படுத்துக்கொண்டார். 'சீக்கிரம் நன்றாய் இருட்ட மாட்டேன் என்கிறதே! இந்தப் பாழ் வெளிச்சம் யாருக்கு வேண்டி யிருக்கிறது' என்று சொல்லிப் படுத்திருந்து சிறிது நேரத்திற்குப் பிறகு வேண்டிய இருட்டு வந்துவிட்டபடியால் எழுந்திருந்து சுவரில் ஆணியறைந்து ஒரு கயிற்றை அதில் கட்டி தன் கழுத்திலும் சுருக்கிட்டுகொண்டு 'தரித்திர உலகமே, நான் போய் வருகிறேன். அடி குட்டி கல்யாணி உன்னம்மாள் முத்துஸ்வாமியை ஜாக்கிரதை பண்ணினதுபோல நீயும் ஸ்ரீநிவாசனை ஜாக்கிரதை பண்ணிவிடு. முத்துஸ்வாமி யென்ற பெயர் இன்றோடு முடிந்தது' என்று சொல்லி விட்டு ஊசல் ஆட ஆரம்பித்தார். அப்பொழுது திடீரென்று 'முத்து ஸ்வாமி, முத்துஸ்வாமி, முத்துஸ்வாமி!' யென்று மூன்றுதரம் ஒரு சப்தம் கேட்டது. 'எங்கிருந்து வந்தது? அவ்வேளையில் தன்னை யறிந்தவராக யாரிருக்கக்கூடும்?' என்று சுற்றும் முற்றும் பார்த்தார். ஒன்றும் தென்படவில்லை, 'சப்தமுமில்லை, ஒன்றுமில்லை; நம்முடைய மனது நம்மையே மோசம் செய்கிறது' என்று சொல்லி மறுபடியும் கழுத்துச் சுருக்கை இறுக்க எத்தனித்தார். மறுபடியும் 'முத்துஸ்வாமி, முத்து ஸ்வாமி, பயித்தியக் காரா' என்று மூன்று வார்த்தைகள் தெளிவாய் சந்தேகத்துக்குச் சற்றும் இடமில்லாமல் கேட்டன.

25

இங்கற்றவருக்கு அங்குண்டு விஸ்வரூப தரிசனம்

முத்துஸ்வாமியய்யர் சுற்றும் முற்றும் பார்த்தார். யாதொரு காரணமும் புலப்படவில்லை. திடீரென்று அவ்வேளையில் நிஷ் காரணமாக இவ்விதம் சப்தம் கேட்கவே, அவருக்கு வெகு பயம்

உண்டாய்விட்டது. கழுத்துச் சுருக்கை நழுவவிட்டுவிட்டார். கை கால்கள் நடுங்கின. நெஞ்சும் மார்பும் பதை பதைத்தன. உடல் முழுவதும் மயிர்க்கூச்செறிந்தது. தன்னறிவில்லாமலே கையைத்தட்டி வெளியே ஓடிவிட எத்தனித்தார். அதற்குள் மறுபடியும் ‘முத்துஸ்வாமி பயப்படாதேயடா பயித்தியக்காரா. இப்படித்தான் பயப்படுவார்களா!’ என்று வெகு குளிர்ச்சியான ஒரு சப்தம் கேட்டதுமன்றி அம்மண்டபம் முழுவதும் திடீரென்று ஹோமதூமத்துடன் கூடிய பிரகாசம் ஒன்று தோன்றிற்று. அந்தப் பிரகாசத்தின் மத்தியில் ஓர் உயர்ந்த சிலா விமானத்தின்மீது யாரோ திவ்விய மங்கள ஸ்வரூபத்தையுடைய மகாபுருஷர் ஒருவர் தனது திருக்கரத்தால் செவ்வானம்போல் சிவந்து அழகிய மனோகரமான சடா பாரத்தையுடைய தனது உத்தமாங்கத்தை ஏந்தித் தாங்கிக்கொண்டு மற்றோர் கரத்தை முழந்தாள் மட்டும் தீர்க்கமாக நீட்டி க்ஷீராப்தியில் ஆதியந்தமில்லாத ஜகந்நிவாசராகிய சாக்ஷாத் பகவான் லட்சுமி சமேதராய் அனந்த சயனத்தின் மீது அரிதுயிலில் அமர்ந்தது போல் வெகு கம்பீரமாய் அமர்ந்திருந்தார்.

ப்ரஸாதஸமுகே தஸ்மின் சநந்ரேக விசதப்ரபே
ததாசக்ஷுஸ்மதாம் ப்ரீதீராஸீத்ஸமரஸாதவயோ;

என்றபடி அன்புமயமாய் விளங்கிய அவருடைய முகமானது குளிர்ந்த மிருதுவான காந்தியையுடைய இளஞ்சந்திரனைப் போல யாவருக்கும் பிரீதியையுண்டு பண்ணத்தக்க அற்புதமான ஒரு வசீகர சக்தியைப் பெற்றிருந்ததுமன்றி பரிசுத்தமான ஜலத்திற் பிறந்து பூச்சி புழுக்களால் ஹிம்சிக்கப்படாது வேதாந்த உபமானங்களுக்கிடமாகும்படி குளிர்ந்து, பரந்து, பசந்து, பற்றற்று, மயங்காது அனுபவிக்கும் இலைகளின் மத்தியில் உத்தம வாழ்க்கையின் லட்சண பூர்த்தியாய், கம்பீரமான புருஷச் சாயை*யுடன் மேல் நோக்கி மலர்ந்து மந்தமாய் ஆடும் அழகிய தாமரைப் பூஷ்பத்தைப்போல நிர்விசாரமும் சற்சம்சர்க்கமும், பரிசுத்தமும், கௌரமும், மிருதுத்துவமும், அழகும், உயர்குடிப் பிறப்பும், உற்சாகமும் ஒருமித்து, உறவாடி, நகையாட மலர்ந்து விளங்கி நின்றது. அவருடைய உயர்ந்த மண்டையும், விசாலமான நெற்றியும்,

---

* புஷ்பங்களுள் ராஜா தாமரை, ரோஜாவும், அல்லியும் ராணிகள். ரோஜாவின் பளபளப்பு தாமரைக்கில்லை. தாமரையின் கம்பீரம் ரோஜாவுக்கில்லை. தாமரையின் அழகு புருஷனுடைய அழகு ரோஜாவின் அழகு ஸ்திரீயின் அழகு. தாமரை பூஜா யோக்கியம். ரோஜா பூணண யோக்கியம். யானை, கருடன், தாமரை ஒரு வர்க்கம். தாமரையின் குணம் ரோஜாவின் குணம் நாயகி நாயகரது ஸரஸஸல்லாப குணம். கல்யாண குணம். தாமரை பரிசுத்தத்துக்கும், ரோஜா அழகுக்கும் விசேஷம். தாமரையின் வாசனை புருஷனுடைய வாசலகம், ரோஜாவின் வாசனை ஸ்தீரியின் வாசலகம். ரோஜாவும் அல்லியும் முறையே உத்தானு பாதருடைய மனைவிமார் சுனீதா சுருசியைப் போல்.

அவருடைய நெருங்கிய புருவங்களும் சற்றுத் தாழ்ந்த கபோலமும் ஞானத்தையும் அதனாலுண்டாகும் சாந்தத்தையும் காட்டின. அவருடைய சிவந்து இடைவிடாது புன்னகை தவழ மலர்ந்த அதரப்பிரதேசம் ததும்பிப் பெருகும் அவருடைய ஆனந்தத்தையுணர்த்திற்று. அவருடைய கண்களோ வடவிருட்சத்தின் நிழலைப்போல் தம்மையணுகி வந்தவர் அனைவருக்கும் அற்புதமான குளிர்ச்சியை உதவி அலையெறிந்து ஒழுகும் கருணா சமுத்திரங்களாயிருந்தன.

முத்துஸ்வாமி அய்யருக்கு திடீரென்று தோன்றிய இத்தோற்றத்தைக் கண்டதால் உண்டான பயமெல்லாம் இந்த மகாபுருஷருடைய முகத் தாமரையைத் தரிசித்தவுடன் சூரியனைக் கண்ட இருள்போலப் பறந்துபோய்விட்டது. சாக்ஷாத் பரமசிவனே பூர்வம் சுந்தரமூர்த்தி சுவாமிகளை வலியத் தடுத்தாட்கொண்டது போலத் தன்னையும் தடுத்தாட்கொள்ள இவ்வித இனிய ஸ்வரூபத்துடன் எழுந்தருளினாற் போல் அவருக்குத் தோன்ற, அவர் ஆனந்த பரவசமாய்ச் சிரமேற் கரங்கூப்பி 'சுவாமி நான் செய்தது அபராதம். மன்னிக்கவேணும் சுவாமி, அடியேனுக்கு ஒன்றும் தெரியவில்லை. சித்தம் பிரமித்து மயங்குகிறது. நான் பண்ணினது அபராதம், க்ஷமிக்கவேணும்' என்று வாய்குழறச் சொல்லிச் சாஷ்டாங்கமாய் நமஸ்காரம் செய்தார். சுவாமிகள் முத்துஸ்வாமியய்யரைத் தன்னருகே வரச்சொல்லி பலமாய் ஆசீர்வதித்துத் தனது வலது திருக்கரத்தால் அவரைத் தடவிக்கொடுத்து குளிர்ந்த பார்வை சாதித்துப் பிறகு 'பயித்தியக்காரன், குழந்தை, ஒன்றும் தெரியவில்லை; அவசரப்படுவார்களா அப்பா, பொறுத்துக்கொள்; அதைக் காட்டிலும் மேலானதாய் நாம் இந்த உலகத்தில் செய்யக் கூடியது ஒன்றும் இல்லையா; உண்டு என்று சொல்வதற்கும் நமக்கு அதிகாரமில்லையாடா; சாயந்திரம் சந்தியாவந்தனம் பண்ணினாயோ அப்பா முத்துஸ்வாமி!' என்று வெகு மிருதுவாய்க் கேட்க, முத்து ஸ்வாமியய்யர் அதிக வெட்கமடைந்து தலையைக் கீழே தொங்கவிட்டு மௌனமாய் நிற்க, சுவாமிகள் 'கோயிலில் பொற்றாமரையிருக்கிறது; அங்கே போய் சந்தியாவந்தனம் பண்ணி ஜெபம் பண்ணிவிட்டு வா; தைரியமாயிரு. பயப்படாதே!' என்று சொன்னார். முத்துஸ்வாமியய்யரும் அப்படியே எழுந்து மறுபடியும் நமஸ்கரித்து, 'திரும்பி வருவதற்குள் சுவாமிகள் எங்கே மறைந்துவிடுகிறாரோ, நாம் இன்னும் அவரைச் செவ்வையாக அறியவில்லையே' என்ற சந்தேகத்தை மனதில் வைத்து சுவாமிகளுடைய திவ்யமங்கள ஸ்வரூபத்தில் ஈடுபட்டவராய் அப் பரிசுத்தக் காட்சியினின்றும் கண்களைப் பறிக்கமாட்டாமல் மயங்கி நிற்க, சுவாமிகள் 'ஒன்றும் யோசிக்காதே, போ. போய்விட்டுச் சீக்கிரம் வா! வேறு எங்கேயும் தங்காதே' என்று கட்டளையிட முத்துஸ்வாமியய்யர் திரும்பித் திரும்பிப் பார்த்துக்கொண்டு பொற்றாமரைக் குளத்தை

அடைந்து ஜலத்தைப் பார்த்தார். அது வெகு தெளிவாயிருந்தது. அதில் நட்சத்திரங்கள் தெரிந்தது. 'தெளிவான மனதுக்கு சுவாமியும் இப்படித்தான் தெரியுமோ' என்று சொல்லி நிமிர, உலக விசாரங்கள் ஒன்றுமில்லாமல் நம்மைப் பார்த்தும் பரிதபிக்காது நமது அஞ்ஞானத்தைக் கண்டு புன்சிரிப்புச் செய்யும் மேதாவிகளாகிய நட்சத்திரங்களைக் கண்டார். கண்டு 'அடா, இழவே உங்கள் மௌனந்தான் என்ன மௌனம்! மனிதன் இங்கே கிடந்து சாகவும் மாட்டாமல், பிழைக்கவும் மாட்டாமல் திண்டாடுகிறான், என்ன நிர்விசாரம் உங்களுக்கு!' என்று சொல்லி 'சாகவுங்கூட நமக்கு சரிப்படவில்லையே, உயிரைவிட்டு ஓடிப்போய்விடுகிறேன் என்றால் அதற்குமா தடை! நமக்கு இன்னும் என்ன அனர்த்தங்கள் பாக்கியிருக்கிறதோ! என்னவோ! இன்னும் பார்ப்போம். இந்த மகாபுருஷர், அவர் யார் நாம் யார்? எப்படிக் கொண்டுவந்து சேர்த்திருக்கிறது. சுவாமி இல்லையென்று சொல்லவும் கூடுமா! நாம் பாவம் பண்ணிக் கஷ்டப்பட்டால் அதற்குக் கடவுளா பாத்தியம். பகல் முழுவதும் என்ன அக்கிரமமான வார்த்தைகளைச் சொல்லி அபசாரப்பட்டேன். சுவாமி, நீ இல்லை என்று சொல்ல நானா அருகன்? உன் கோயிலில் இடிவிழ என்று வைததும் நான்தான்? உன் மாயை தெரியவில்லை என்று வாழ்த்துவதும் நான்தான். எனக்கு ஒன்றும் தெரியவில்லை. உன் செய்கை விசித்திரமாயிருக்கிறது. சுவாமி நீதான் காப்பாற்றவேணும்' என்று பிரார்த்தனை செய்து கடவுளைப் பல மூர்த்தங்களாலும் தன் மனதில் ஆவாஹனம் செய்துகொண்டு சந்தியாவந்தனத்தை பக்தி வைராக்கியத்துடன் அட்சரமட்சரமாய் உச்சரித்து அர்க்கியாதிகளுடன் நியமப்படி முடித்து, 'ஐயோ உன் ஸ்வரூபந்தான் என்ன ஸ்வரூபம்! உன் மகிமைதான் என்ன மகிமை! இந்த மேகங்கள், இந்த நட்சத்திரங்கள், மரங்கள், மனிதர்கள், எல்லோருக்கும் நீதான் அதிபதி. எல்லா முன்னடிமையே எல்லா முன்னுடைமையே யெங்கணும் வியாபி நீ' என்று சிந்தித்து 'யாரே உன் மகிமையை அறிந்து பூஜிப்பார். எங்கும் நிறைந்திருக்கிற உன்னை நான் எப்படி அர்ச்சிப்பேன்!

'பண்ணே னுனக்கான பூசையொருவடிவிலே
பாவித்திறைஞ்சவாங்கே
பார்க்கின்ற மலரூடு நீயே யிருத்தியப்
பனிமல ரெடுக்கமனமு
நண்ணேனலாமலிரு கைதான்குவிக்கவெனி
னாளுமென்னுளநிற்றி நீ
நான் கும்பிடும் போதரைக் கும்பிடாதலா
னான் பூசைசெய்ய முறையோ!

விண்ணே விணாதியாம் பூதமே நாதமே
வேதமே வேதாந்தமே
மேதக்ககேழ்வியே கேள்வியாம் பூமிக்குள்
வித்தேயவித்தின் முளையே
கண்ணே கருத்தேயெனெண்ணே யெழுத்தே
கதிக்கான மோனவடிவே
கருதிய சிற்சபையி லானந்த நிர்த்தமிடு
கருணாகரக்கடவுளே!

என்று வாய்விட்டுப் பாடியுருகி, காயத்திரி ஜெபத்துக்கு ஆரம்பிக்க, அத்தருணத்தில் கணார், கணார், கணார் என்று கோயில் அர்த்தசாம மணியடித்தது. நிசப்தமான ராத்திரி சமயத்தில் கடலோசை போன்ற கம்பீரமான அந்த மணி முழக்கம் காதில் பட்டவுடன் முத்துஸ்வாமியய்யர் மயிர்க்கூச்செறிந்து புளகாங்கித்து 'ஐயோ உன் மகிமைதான் என்ன மகிமை' என்று சொல்ல மாட்டாமல் சொல்லி ஆனந்தித்து 'உன்பாதம் எனக்கில்லையா; நான் எப்போது உன் கருணைக்கு உரித்தாவனோ; என் மனக் கவலையை ஒழிப்பது உனக்கருமையோ' என்று உலக ஞாபகமழிந்து உருகி மெய்ம்மறந்து, நைந்து, ஏங்கி, இரங்கி, கடுகைத் துளைத்துக் கடலையடைத்தது போல சர்வோத் கிருஷ்டமான சகல வேதாந்த தத்துவங்களையும் ஒருமித்து உருட்டித் திரட்டிச் சார சங்கிரஹமாகச் செய்யப்பட்ட 'ஓம்' என்ற மூலப்பிரணவ மந்திரத்தை உச்சாரணம் செய்யும்பொழுது, இவருடைய பிராந்தியோ அல்லது குருதரிசன விசேஷமோ அறியேன் - திடீரென்று பூமி முதல் ஆகாயம் மட்டும் நிலவினும் இனிதாய், வெய்யிலினும் காந்தியாய், தென்றலே உருவுகொண்டு வந்தாற்போல ஜில், ஜில், ஜில் திவ்ய தேஜஸானது இடைவெளியற்ற எங்கும் பறந்ததுபோல அவருக்குத் தோன்றிற்று.* அவ்வாறு தோன்றிய அந்தத் தேஜோ மகிமையில்

ஆறெலாங் கங்கையாய வாழிதாம்
கூறபாற் கடலையே யொத்த குறவெலாம்
ஈறிலான் கைலையே யியைந்த

* அன்று பகல் முழுவதும் கடவுளை நிந்தித்துக்கொண்டிருந்த அவருக்கு அவ்வளவு பக்தி எவ்விதம் உண்டாகும் என்று சிலர் சங்கிக்கலாம். ஆனால் சுபாவத்தில் அவர் வெகு பக்திமான் என்று முன்னமேயே பலமுறை சொல்லப்பட்டிருக்கிறது. அன்று வந்த நாஸ்திக வெறுப்பு மத்தியில் வந்ததோர் ஜ்வரம் போல. ராமர்கூட சீதையைப் பிரிந்த காலத்து அறத்தினாலினி யாவதென' தர்மத்தினால் இனியென்ன பிரயோசனம் என்று பலமுறை புலம்பவில்லையா?

எந்தச் சிறு நதியும் கங்கா நதியினுடைய கௌரவத்தையடைந்து பகவான் நாம பஜனையைச் செய்துகொண்டு சென்றது. சமுத்திரமோ தனது சோகத்தொனியை மறந்து சாக்ஷாத் பகவானுடைய சயன ஸ்தானமாகிய க்ஷீராப்தியைப்போல விளங்கி, அந்தப் பகவானுடைய குணங்களை விஸ்தரிக்க கம்பீரமான தனது குரல்கூடக் காணாது 'அன்பெனும் நறவமாந்தி,' 'முங்கையான் பேசலுற்றான்' என்றபடி கட்குடித்த ஊமை பேசத் தொடங்கினாற்போலக் கைகளையெல்லாம் நீட்டிச்சொல்ல மாட்டாமற் சொல்லி ஆனந்தித்தது. மலைகளெல்லாம் சாக்ஷாத் கைலாச பர்வதத்தைப்போல் காம்பீரியத்தையடைந்து கடவுளினுடைய ஆலயங்கள்போல நின்றன. மரங்களெல்லாம் நூதனமான பசிய இலைகளை ஆடையாக உடுத்துத் தேன் தெளித்துத் தாதுதூவி வசந்தமாடின. புஷ்பங்களோ பகவத்தாராதன மகோற்சவத்தைப் பரிமளிக்க, அரம்பையர் விசும்பினாடு மாடலினாடின. பட்சிகளெல்லாம் உலகையிகழ்ந்து உயரப் பறந்து விஞ்சையர் குழாமென விசும்பிடை நின்று கடவுளையே நோக்கிக் கானம் செய்தன. காற்று கந்தப்பொடிகளைத் தூவி கானத்தால் உலகை நிரப்பி எங்கும் பரவி எல்லோரையும் திருப்தி செய்து பகவதாராதன மங்கள காரியாதிபனாய் விளங்கிற்று. மிருகங்கள் தத்தம் வைஷம்யங்களை மறந்து வாலையுயர்த்தி நாலுகாலாலும் துள்ளித் துள்ளி ஓடின. கேவலம் மனிதனும்கூட தரையையே மோந்து, தரையையே பார்க்கும் பன்றிப் பார்வையைவிட்டு மேனோக்கி மதிமயங்கி.

அன்பெனுமாரி கரையதுபுரள
நன்புலனொன்றி நாதவென்றரற்றி
உரை தடுமாறி உரோமஞ்சிலிர்ப்ப
கரமலர்மொட்டித் திருதயமலர
கண்களிகூர நுண்டுளியரும்ப
இடரைக்களையு மெந்தாய் போற்றி
ஈசா போற்றி - யிறைவா போற்றி
அரசே போற்றி அமுதே போற்றி
முத்தா போற்றி முதல்வா போற்றி
அருமையிலெளிய அழகே போற்றி
கருமுகிலாகிய கண்ணே போற்றி

என்று போற்றிப் போற்றித் துதித்துக் கொண்டாடினான்.

பூலோகத்துப் பூஜாரீதியிப்படியிருக்க ஆகாயத்திலோ ஆதித்தர், வசுக்கள், மருத்துவர், திக்குப்பாலகர் முதலிய தேவர்களும் அகஸ்தியர், ததிசி, பிருகு, மார்க்கண்டர், வசிஷ்டர், பாரத்துவாசர் முதலிய

முனிவர்களும், யட்சகர், கந்தருவர், இயக்கர், வித்தியாதரர், கின்னரர், கிம்புருடர் முதலிய கணங்களும் மின்னற்கொடி போலவும், இந்திர தனுசைப்போலவும், பளீர் பளீர் என்று மின்னிக்கொண்டு கூட்டம் கூட்டமாக நிற்க, தும்புருநாரதாதிகள் சுரபத்வீணை, தம்பூரு முதலிய வாத்தியங்களைக்கொண்டு ஓம் ஓம் தேவகானம் செய்ய, சூரிய, சந்திர நட்சத்திரங்களாகிய அகிலாண்ட கோடிகளும் தத்தம் பெரிய ரூபங் களுடன் ஒழுங்காய் ஒன்றையொன்று அனுசரித்துக் கண்ணெட்டிய தூரமட்டும் வச்சிரம், வைடூரியம், மரகதம், மாணிக்கம், பச்சை கோமேதகம், நீலம், பவளம் முதலிய பற்பல வருணங்களாய்ப் பிரகாசித்துப் பகவானை நோக்கி அமிர்த மயமான கானத்தைச் செய்து ஒரு பயங்கரமான அழகுடன் வெகு கம்பீரமாய் உருள, இவையெல்லா வற்றிற்கும் மேல் சகலலோகத்துக்கும் காரணனாய், சகல லோகத்துக்கும் நாயகனாய், சர்வலோக சரண்யனாய், நித்தியனாய், நிர்மலனாய், பெருமையினும் பெருமையாய், இனிமையினுமினிமையாய், அநேக கோடி சூரியர்கள் ஏககாலத்து உதித்தாற்போல் பார்க்கப் பதினாயிரங் கண்களும் போதாத அபரிமிதமான ஜோதி ஒன்று தோன்றுவதை முத்துஸ்வாமியய்யர் கண்டார். தனது கண்களால் கண்டு பாதாதி கேசம்வரை மயிர்க்கூச்செறிந்து புளகாங்கித்து, ஆ! என்று திறந்த வாயும், இமையாது விழித்த கண்ணுமாய் ஆனந்த சாகரத்தில் மூழ்கி, மதி மயங்கி, மெய்மறந்து, பரவசமாய்ப் பிரமித்து, ஸ்தம்பித்தும் நிற்க, காட்டியொளிக்கும் மின்னல்போல் ஒரு கணத்துள் மறைந்தது அக் கரையில்லாக்காட்சி. மறைந்தும் நெடுநேரமாக முத்துஸ்வாமியய்யருக்கு உணர்ச்சி வரவில்லை. உணர்ச்சி வந்தவுடன் 'கண்டேன் கண்டேன் காணாததைக் கண்டேன்' என்று மகிழ்ந்து,

'மண்ணாதிபூதமெல்லாம் வைத்திருந்த நின்னிறைவை
கண்ணாரக்கண்டு களித்தேன் பராபரமே
மண்ணுமறிகடலு மற்றுளவுமெல்லாமுன்
கண்ணிலிருக்கவுநான் கண்டேன் பராபரமே'

'ஆதியநாதியுமாகி எனக் கானந்தமாயறிவாய் நின்றிலங்குஞ் சோதி மௌனியாய்த் தோன்றி, அவன் சொல்லாத வார்த்தையைச் சொன்னாண்டி தோழி - சங்கர சங்கர சம்பு - சிவ - சங்கர சங்கர சம்பு.'

என்று ஆனந்தக் களிப்புற்று வாயில் வந்தபடியெல்லாம் பாடி மண்டபத்தையடைந்து சுவாமிகளைச் சாஷ்டாங்கமாக நமஸ்கரித்து அவருடைய திருவடித் தாமரைகளைக் கெட்டியாய்ப் பிடித்துக்கொண்டு,

'தங்காமல் வந்தொருவன் தற்சொருபங்காட்டி யெனை
கொள்ளைப் பிறப்பறுக்கக் கொண்டான் குருவடிவம்
கள்ளப் புலனறுக்கக் காரணமாய் வந்தாண்டி'

என்று அவரைப் பாடி ஸ்துதி செய்து எழுந்து தான் கண்டதைச் சொல்லி 'தேவரீர் யாரோ அறியேன். தங்களுடைய தரிசன விசேஷத்தினாலே தேவர், முனிவர் 'காணாததைக் கண்டேன், கண்டேன்! என்னுடைய இந்த ஏழைக் கண்களால் கண்டேன்'. 'வேதவேதியர் விரிஞ்சன் முதலோர் தெரிகிலா' ஆதிதேவனை நான் அறிந்தேன். தங்களைத் தரிசித்த பலனைக் கண்டேன். என்னை துர் மரணத்திலிருந்து ரட்சித்த தாங்கள்தான் அஞ்ஞானத்திலிருந்து ரட்சிக்க வேண்டும், சரணம், சரணம், சரணம்' என்று மறுபடி அவர் பாதத்தில் நமஸ்கரிக்க, அவர் அவரை எழுப்பி அருகே உட்காரவைத்து 'இதென்ன மயக்கம், சற்றுமுன் நீதானே 'சுவாமியேது, பூதமேது' என்று சொன்னாய்' என, முத்துஸ்வாமியய்யர் 'நான் பண்ணிய பெரிய அபசாரத்தை மன்னிக்க வேணும். நான் பண்ணினது பாவம்; தெரியாமல் செய்துவிட்டேன். நான் என்ன தவறுதல் செய்தாலும் கடவுள் கிருபை எனக்கு இல்லாமல் போகவில்லை. தங்களைத் தரிசித்த எனக்கு பெண்டாட்டி, பிள்ளை, தம்பி எல்லாரையும் பறிகொடுத்தென்ன நஷ்டம். என்னுடைய பிறவிப் பாசத்தை ஒழிக்கவேண்டுமென்றே கடவுள் எனக்கு விசேஷமாக அனுக்கிரஹம் செய்திருக்கிறார். உலகத்தில் விரக்தியை உண்டு பண்ணினதுமல்லாமல் தங்களையும் எனக்கு குருமூர்த்தியாய் அனுப்பி யிருக்கிறார். தாங்கள்தான் காப்பாற்றவேணும்' என்று சொல்லிப் பிரார்த்திக்க, சுவாமிகள் 'பயப்படாதே, நல்ல நல்ல பூஜையைப் பண்ணியிருக்கிறாய், பகவான் உன்னிடத்தில் விசேஷக் கிருபை வைப்பார். நீ இன்னும் பகவான் விஷயத்தில் கொஞ்சம் பக்தியோடுகூட மட்டும் இருப்பாயாகில் உனக்கு இன்று கிடைத்த ஆனந்த சேவை எக்காலத்தும் கிடைக்கும். நீ இப்பொழுது பகிரங்க பூதமாய்ப் பார்த்த காட்சியை உனக்குள்ளேயே இடைவிடாது நீ தரிசித்து அனுபவிக்கலாம். உன்னை அழைத்துப் போகவே என்னைக் கடவுள் இங்கு அனுப்பியது போலிருக்கிறது. நமக்கு இனிமேல் இங்கு காரியம் இல்லை, போவோம் வா' என்று ஆக்ஞாபித்து எழுந்து மண்டபத்தை விட்டு வெளியேறி முன்னே செல்ல, முத்துஸ்வாமியய்யர் 'இதுவும் ஓர் ஆச்சரியந்தான், நாம் ஒன்று நினைக்க தெய்வம் ஒன்று முடிக்கிறது. நமக்கு இனி எங்கே போனாலென்ன:- கமலாம்பாள், ஐயோ இப்படியா மோசம் செய்தாய்? சிறுகுளம், நாம் பிறந்ததும், வளர்ந்ததும், போகட்டும் என்னைப் போல பாக்கியசாலிகள் உலகத்தில் கிடையாது. அடி முண்டை, நானோ ஆசிரமம் வாங்கிக்கொள்ளப் போகிறேன் என்று தெரியுமே. அதற்குள்ளேயா அவசரம் சீ! இந்த இழவு ஞாபகங்கள் இப்பொழுது ஏன் வருகிறது. ஐயோ, நான் இன்று கண்ட காட்சி அடாடா! என்ன அற்புதம்! என்ன அற்புதம்! ஐயோ அதல்லவோ சுகம். பேரின்பம் என்று நன்றாய்ப் பெயரிட்டார்கள். அந்தப் பாக்கியத்தை நாம் நித்தியமாய் அனுபவிப்போமானால்-

அந்தமுடனாகி யளவாமல் என்னறிவில்
சுந்திரவான் சோதிதுலங்குமோ பைங்கிளியே!
'கண்ணுள் மணிபோல் இன்பம் காட்டி யெனைப்பிரிந்த
திண்ணியவரும் இன்னும் வந்து சேர்வரோ பைங்கிளியே.'

என்று குதூகலத்துடன் மனதுக்குள் பாடிக்கொண்டு பின் செல்ல, இராப்பொழுதென்ற பயம் சற்றுமில்லாமல் இருவரும் காட்டு மார்க்கமாய்ப் பிரயாணம் செய்தார்கள்.

26

அழுதலன்றி மற்றயலொன்றுஞ் செய்குவதறியாள்

இங்கே முத்துஸ்வாமியய்யர் நிலைமை இப்படியிருக்க சிறுகுளத்திலோ, கமலாம்பாள் 'அவர் எப்பொழுது வருவாரோ, எப்பொழுது என்கலி தீருமோ என்று ஏங்கி அவர் வரவை எதிர்பார்த்திருந்தாள். ஆருத்திரா தரிசனத்துக்குச் சிதம்பரத்தி லிருந்துவிட்டுப் பிறகு வருவதாக எழுதியிருந்ததால் ஆருத்திரா தரிசனம் எப்பொழுது கழியப்போகிறது, நான் எப்பொழுது அவர் முகத்தைக் கண்டுகளிப்பேன் என்று இருந்தது அவளுக்கு. ஒரு நாள் போகிறது ஒரு யுகமாகயிருந்தது. உடல் சோர்ந்து ஒரு காரியமும் ஓடாமல், கொட்டாவிவிட்டு நாட்களைக் கழித்தாள். தன் பர்த்தாவின் கடிதத்தில் பணம் திருப்பப்பட்டது என்று எழுதப் படாததினால் 'பணம் போனதுதான். அது போனால் போகிறது, அவராவது க்ஷேமமாய் வந்து சேரவேண்டும்' என்று கவலைப்பட்டாள். 'தன் கணவர் வந்தபிறகு தரித்திரத்தின் கொடுமையை அவர் உணராத வரை அனுபவித்து வந்த சுகங்களுக்கு யாதொரு விஷயத்திலும் குறைவு வராதபடி பார்த்துக்கொள்ள வேண்டும்' என்று அதற்கு வேண்டிய ஆலோசனைகளெல்லாம் செய்துகொண்டிருந்தாள். 'வீடு இன்ன விலைக்குப் போகும், கொலுசு, காப்பு, ஓலை இன்ன இன்ன விலைக்குப் போகும், முருகு இன்ன விலைக்குப்போகும், காரையும் அட்டிகையும் என்ன குறைந்தாலும் இந்த விலைக்குப் போகும்' என்று தன் மனத்துக்குள்ளேயே விலைகளெல்லாம் திட்டம் செய்துவிட்டாள். அந்த ஊரிலேயே ஒரு சிறு வீட்டை வாங்கி விடுவதாய்த் தனக்குள் தீர்மானம் செய்துகொண்டு ஆற்றங்கரைக்குப் போகும்போது வரும் போதெல்லாம் 'இதுதான் நம்முடைய அகம்' என்று அதை அன்புடன் கூர்ந்து நோக்கி 'ஏன், இந்த வீடு போதாமல் என்ன, கொல்லையிலே கீரைப்பாத்தி போடலாம். கறி காய் விலைக்கு வாங்குகிறது என்றால்

நமக்கு கட்டிவருமா? சுவரிருக்கிறது சாணம் தட்டலாம். வீடு கூட்டி கூட வேண்டாம். நாமே பெருக்கி மெழுகிக்கொள்ளலாம்' என்று இப்படியெல்லாம் மனக்கோட்டை கட்டிக்கொண்டிருந்தாள். பர்த்தா வந்தவுடன் அவரை இறுகக் கட்டிக் கன்னம் வீங்க முத்தமிட்டு என் நகைகளை அவர் கையில் கழற்றிக்கொடுத்துவிடப் போகிறேன்' என்றும், 'சுண்ணாம்பு செங்கல்லால் கட்டிய வீடு போனால் போகிறது. என் அன்பாகிய பெரிய மாளிகையிலே அவரை நான் இருத்திக் கொள்ளுவேன்' என்றும் தன்மனதுக்குள்ளேயே பெருமை பாராட்டிக் கொண்டு மற்றவர்களிடத்தில் இதொன்றும் சொல்லாமல் 'ஸ்திரீ புருஷர்கள் அன்பாய் இருந்தால் அதற்குச் சமானம் உலகத்தில் என்ன இருக்கிறது' என்று சொல்லிக் காலம் கழித்தாள். தாங்கள் அனுபவித்த சுகங்களை நினைத்து நினைத்து சந்தோஷப்பட்டு அதையெல்லாம் மறுபடி எப்பொழுது அனுபவிக்கப் போகிறோம் என்று துக்கப் பட்டாள். வீட்டிலுள்ள சாமான்களையெல்லாம் எங்கேயோ பயணம் போகக் கட்டிவைத்தாற்போல் ஒழுங்காய் கட்டிவைத்துக்கொண்டாள். ஆருத்திரா தரிசனத்தன்று 'சுவாமி, என் பர்த்தாவை என்னிடம் க்ஷேமமாய்க் கொண்டுவந்து சேர்க்க வேண்டும்' என்று கண்ணும் கண்ணீருமாய் ஆழ்ந்த பக்தியுடன் வேண்டிக்கொண்டாள். அன்று பகலெல்லாம் காக்கை ஓயாமல் கத்துகிறது. அடுப்பு சீறுகிறது, அவர் நாளை வந்துவிடுவார்' என்று எல்லாரிடத்திலும் சொல்லிக்கொண் டிருந்தாள். அந்தச் சந்தோஷத்தில் அவளுக்குப் போன பணம் திரும்பி வந்ததுபோல உடம்பு பூரித்தது. தன் குழந்தை லட்சுமி நல்ல இடத்தில் சேர்ப்பிக்கப்பட்டதைக் குறித்து திருப்தியடைந்தாள். திருவாதிரை கழிந்த மூன்றாவது நாள் தன் பர்த்தா வருவாரென்று நம்பி அவருக்கும் சேர்த்து பொழுதுக்கு முன்னேயே வெகு நேர்த்தியாய்ச் சமையல் செய்து வைத்துவிட்டு அவர் வரும் வழியை ஆவலுடன் எதிர்பார்த்திருந்தாள்.

வாசலில் வண்டிச் சத்தம் கேட்டால் இதோ வந்துவிட்டார் என்று மயிர்க் கூச்செறிந்து ஓட்டமாய் ஓடி வாசலில் போய்ப் பார்ப்பதும், வராததைக் கண்டு மனம் வருந்தி, நடை தளர்ந்து, உயிர் சோர்ந்து, உடல் ஒடுங்கி வெறுப்புடன் கதவைச் சாத்தி மெதுவாய் உள்ளே வருவதுமாய், வாசலுக்கும் உள்ளுக்குமா ஊசலாடிக்கொண்டிருந்தாள். திடீரென்று அவர் வந்து கதவைத் தட்டுகிறாற்போலச் சத்தம் கேட்கும். வாசலில் அவருடைய வார்த்தைக் குரல் கேட்கிறாற்போலே இருக்கும். ஓடோடி வந்து பார்த்துப் போவாள். அவள் உத்தேசப்படி முத்துஸ்வாமியய்யர் வருவதானால் பத்து மணிக்கே வந்துவிடவேண்டும். மணி 11 ஆகிறது. காணோம்; 12 அடித்தது. 1 மணி, 2 மணி, 3 மணியாயிற்று, அப்பொழுதும் காணோம். நாழிகையேற ஏற, பாம்பு கடித்த விஷம் ஏறுவதுபோல் கமலாம்பாளுக்கு மனத்துயரம் அதிகரித்தது. 'வராமலிருக்க மாட்டாரே,

வரும் வழியில் என்ன ஆபத்து நேரிட்டதோ. ஒரு சங்கதியும் சொல் வாரில்லையே! பட்ட துன்பங்களெல்லாம் போதாதென்று இன்னும் என்ன நேரிட்டதோ! நம்முடைய அதிர்ஷ்டத்துக்கு எல்லாம் வருமே' என்று கண்ணீர் பெருக்கினாள். 'ஐயையோ தெய்வமே, உனக்கு இது தர்மமா' என்று தெய்வத்தை நொந்தாள். சமைத்து வைத்த சோறு அப்படியே கிடக்க ஒரு திவலை தண்ணீர்கூடக் குடியாமல் தரையில் படுத்துத் தனக்கு நேரிட்ட துன்பங்களையெல்லாம் நினைத்து, யார் ஆற்றியும் ஆறாது விம்மியழுதாள். அழுது, அழுது கண் சிவந்தது, தலை வலித்தது, முகம் வாடிக் கருகியது. 'அழுதுகொண்டே பிராணனை விட்டுவிடுகிறேன்' என்று புலம்பினாள். ஐயையோ என்று கதறி தீயிலிட்ட புழுப்போலத் துடித்தாள். இப்படி ஒருநாள், இரண்டு நாள், மூன்று நாள், ஒருவாரமாயிற்று. அவர் வரவேயில்லை. 'இனிமேல் அவர் வருவதேது, இவ்வளவுதான் நான் கொடுத்துவைத்தது - ஐயோ இப்படியா தீரவேண்டும். எங்களுறவு இப்படித் தீர்ந்து போய் விடுமென்று நான் சொப்பனத்திலும் நினைக்கவில்லையே. 'நீ எங்கே யாவது போ, உனக்கும் எனக்கும் தீர்ந்தது' என்று சொல்லி உதறித் தள்ளினீர்களே, அப்படியே செய்துவிட்டீர்களே. ஐயையோ உங்களை விட்டு நான் எவ்விதம் பிரிந்திருப்பேன். உயிரைவிடவும் மனம் துணியவில்லையே. நீங்கள் இருக்கிற இடமாவது எனக்குத் தெரிந்தால், அது எமலோகமானாலும் சாவித்திரியைப் போல நான் துரத்திக் கொண்டு போவேனே. அனாதையாய் இப்படி விட்டுப் போய் விட்டீர்களே. உங்களுக்கு இது இது தர்மமா? ஐயோ சிதம்பரத்துக்குத் தான் வந்தாரோ வரவில்லையோ, இத்தனை ஆபத்துகளுக்கு அப்புறம் உயிரையும் வைத்துக்கொண்டிருக்க வேண்டுமா என்று பிராணனையே விட்டுவிட்டீர்களோ? ஒன்றும் தெரியவில்லையே, என்ன செய்வேன், ஐயோ நடராஜா, நீ போனது முதல் நான் படும் துன்பம் இவ்வளவு அவ்வளவில்லை. ஒரு செய்தியும் சொல்வாரில்லையே. நான் என்ன செய்வேன் தெய்வமே! பூமியில் பெண்ணாய்ப் பிறந்து என்னைப்போல் அனுபவிப்பவர்கள் கிடையாது' - என்று புலம்பியழுது, கீரைத்தண்டு போலத் துவண்டு, தண்ணாய் உருகி, மூர்ச்சையாய்க் கிடந்தாள். அப்படிக்கிடந்து தூங்கிய தூக்கத்தின் மத்தியில் முத்துஸ்வாமி யய்யர் காவி தரித்த ஒரு சந்நியாசி ரூபமாக வந்தது போலவும் வந்து 'அடி பாவி இந்தா இந்த மஞ்சளைப்பிடி. நான் ஆசிரமம் வாங்கிக்கொண்டாய் விட்டது. இனிமேல் இவ்வளவுதான் உனக்கும் நமக்கும்' என்று சொல்லி வெகு இரக்கமான பார்வையுடன் பார்த்துப் பிறகு மறைந்தது போலவும் அவளுக்குத் தோன்ற அவள் உடனே கதறி விழித்தெழுந்து விளக்கேற்றி 'ஐயையோ சந்நியாசியாகவே போய்விட்டீர்களா? நீர் ஆண்டியானால் நான் ஆண்டிச்சி; உமக்கு ஊழியஞ் செய்து நாய்

போலப் பின்தொடர்ந்து வரமாட்டேனா? என்னை அனாதையாய் விட்டுப்போவதும் தர்மமா? என்று புலம்ப, பக்கத்திலிருந்தவர்கள் 'என்னடி கமலாம்பாள், ஏனடி அம்மா, என்ன கனாக் கண்டாய்? ஏன் புலம்புகிறாய்? பயப்படாதே. அழாமல் சொல்லு' என்று கேட்க, அவள் தான் கண்ட கனாவைச் சொல்லி இன்னும் அதிகமாக அழ, 'பயித்தியக் காரி இப்படித்தான் அழுவார்களா? அதிசயமாயிருக்கிறது! கனாக் கண்டால் அதற்கென்ன இப்பொழுது? அன்றைக்கு அப்படித்தான் சேஷி அவள் அகமுடையான் செத்துப்போய் விட்டதாகக் கனாக் கண்டாள். மறுநாளே அவன் பூதம்போல எதிரே வந்து நிற்கவில்லையோ; அதற்குக்கூட அவள் அழவில்லையே; அடி பயித்தியக்காரி! நாளை வந்துவிடுவான் பார் உன் அகமுடையான்; நான் சொன்னேன் என்று பாரேன்' என்று ஆற்றினார்கள். கமலாம்பாள் விம்மி, விம்மி யழுது கொண்டு வாயால் பானம் பண்ணப்பட்ட கண்ணீருடன் 'அவர் இனிமேல் இங்கே வருவார் என்று எனக்குத் தோன்றவில்லை' என்று உடல் நடுங்கிச் சொல்ல, அவர்கள் ஏதோ தங்களுக்குத் தெரிந்த சமாதானங்களைச் சொல்லித் தேற்றினார்கள்.

27

தன்வினை தன்னைச் சுடும்

மறுநாள் பொழுது விடிந்தது. விடிந்து இரண்டு நாழிகைக் கெல்லாம் மூடப்படாத மொட்டைத்தலையும், வாழை மட்டை, கரண்டிக்காம்பு, நாலித்துணி முடிப்பு, கம்பளிக் கயிறு, எருமுட்டை முதலிய அலங்கார சாமான்கள் பிடித்த கையும், சுண்ணாம்பு பூசிய கன்னமும், மஞ்சள் கீறிய நெற்றியுமாய், ஒரு சிறு கைம்பெண் நடு வீதியிலிருந்து ஓடி ஒற்றவாடையிலிருந்த சப்-மாஜிஸ்ரேட்டு வைத்திய நாதய்யர் வீட்டுக்குப்போய், 'வைத்தியநாதா, வைத்தியநாதா, அடே பைத்தியநாதா!' என்று கூவ, உள்ளே இருந்த வைத்தியநாதய்யர் திடுக்கிட்டு 'இப்படி யார் நம்மைக் கூப்பிடக்கூடும்' என்று வாசலில் வந்து பார்க்க, சுப்பிரமணியய்யர் சம்சாரம் பொன்னம்மாள் மேற் சொல்லிய வேஷத்துடன் நின்றுகொண்டிருந்தாள். அவள், அடே வைத்திநாதா என் மைத்துனன் இன்னமே இங்கே வரமாட்டார். நான் யார் தெரியுமா? சுப்பிரமணியய்யர் என்று இருந்தாரோ அல்லவோ அவர் பெண்டாட்டி. அவர் போய்விட்டார். நீ ஆயிரம் ரூபாய் கொடு. தீட்சதருக்குக் கொடுக்க வேண்டும். எனக்கு மருந்துவைக்கத் தெரியுமே. சுப்பம்மாள் கூடப் போயிருந்தாளடா சிதம்பரத்துக்கு. என் மைத்துனர் இங்கே வரமாட்டார் இனிமேல்' என்று சொல்லி திடும் திடும் என்று குதித்து, பிறகு 'சுப்பிரமணியய்யர் நல்லவர், செத்துப்போய்விட்டார்.

நான் கொல்லவில்லை அவரை. நான் கொல்லவில்லை. கண்ணும் விழியும் பார், நீ அடி அவரை, குத்து கரண்டியைக்கொண்டு. கம்பளிக் கயிற்றைக்கொண்டு கட்டி இதோ இந்த வாழை மட்டையைக்கொண்டு அடித்து இந்தத் துணியைச் சுற்று கழுத்திலே, தலையைச் சரை, பார்க்கிறாயா, என்ன பார்வை. ஐயோ என்னழகு துரையே, என்னைக் கெடுத்த ராஜாவே நான் கெட்டேனே. கொள்ளைக் குடுமியிருக்கிறது எனக்கு. நான் நிரம்ப அழகு. எங்கள் அம்மாள் பொல்லாதவள், ராட்சஸி, அவள் வந்துவிடுவாள் உள்ளே போகலாம் வா' என்று பிதற்றி 'நான் உனக்கு ஒரு சங்கதி சொல்லுகிறேன், ஒருவரிடமும் சொல்லாதே' என்று கேட்க, வைத்தியநாதய்யர் 'ஓஹோ இவளுக்குச் சித்தம் ஸ்வாதீனமில்லை. அடடா இப்படியா போகவேணும். கொஞ்ச நாளைக்கு முன்னேயே ஏதோ ஒரு மாதிரியாய் இருப்பதாகச் சொல்லிக் கொண்டார்களே, பயித்தியமே பிடித்துவிட்டதா' என்று பரிதபித்தார்.

சுப்பிரமணியய்யர் சாகும் சமயத்தில் நடந்த விருத்தாந்தத்தை விஸ்தாரமாகச் சொன்னோம். அவர் நடுராத்திரியில் பொன்னம்மாள் கையைப் பிடித்துக்கொண்டு பல்லைக் கடித்து கண்கள் தீப்பறக்க 'சண்டாளி, ராட்சஸி என்று திட்டி அடிக்க வந்தது அவளுடைய ஞாபகத்தைவிட்டு மறையவேயில்லை. அப்பொழுது அவள் நிரம்ப பயந்து போய்விட்டாள். தன் புருஷன் மரணத்துக்கு தான் காரண மானதால் தன்னைப் பிரம்மஹத்தி சுற்றும் என்ற பயமும், அன்று இராத்திரி அவர் விழித்த கோர விழி உண்டுபண்ணின பயமும் அவளுடைய சித்தத்தை நிலைகுலையச் செய்தது. எப்பொழுதும் அதே ஞாபகமாயிருந்தால் அது அவள் மனதில் ஆழமாய்ப் பதிந்து கொண்டு அவளுக்கு உள்ள இயற்கை அறிவைத் துரத்தியது. பிறகு கமலாம் பாளுக்கு விரோதமாய் சங்கரியம்மாளும் சுப்பம்மாளும் சேர்ந்து செய்த துராலோசனைகளும், முத்துஸ்வாமியய்யரை ஊருக்கு வராதபடி செய்த செய்கையும், அவளுக்குப் பாக்கியிருந்த சித்த ஸ்வாதீனத்தையும் ஒழித்துவிட்டது. 'தன் வினை தன்னைச்சுடும்' என்ற சொல் அவளுக்கு நன்றாய்ப் பலித்தது. பொன்னம்மாளுடைய நடத்தை துர் நடத்தை யானாலும் அவள் அதற்குத்தக்க வலிய சித்தமுள்ளவளல்ல. அவளுடைய மனது தன்னுடைய செய்கைகளைத் தனக்கே ஒன்றுக்குப் பத்தாய்க் காட்டக்கூடிய பூதக்கண்ணாடி போன்றது. சில கண்ணாடி விளக்குகள் தீபத்தின் ஒளியை அதிக பிரகாசமாய்க் காட்டக்கூடியதா யிருந்தும், காந்தி மித மிஞ்சிப் போய்விட்டால் உஷ்ணம் தாங்காது உடைந்து போவதுபோல, அவளுடைய மனதும் சுலபத்தில் உடைந்து போகக் கூடியபடி வலிமையற்றது. அவளுக்குப் பைத்தியம் பிடித்திருக்கிற சங்கதியை சங்கரியம்மாள் எவ்வளவு மறைத்துவைத்தும் ஊருக் கெல்லாம் தெரிந்து போய்விட்டது. அவள் வீட்டில் தக்க காவலில்

வைக்கப்பட்டாள். நூதன விதந்து ஆனதால் புருஷன் இறந்துபோய் ஒரு வருஷமாகும்வரை வெளியே போகக்கூடாதென்ற ஜாதி நிபந்தனையை மீறி அவள் பலமுறை வெளியேற உத்தேசித்ததாலும், வீட்டுக்கு வந்தவர் போனவர்களிடமெல்லாம் பிதற்ற ஆரம்பித்ததாலும், அவளை சங்கரியம்மாள் ஒரு தனி உள்ளில் போட்டு அடைத்து நிர்ப்பந்தப் படுத்தினாள். யாராவது பொன்னம்மாள் எங்கே என்று விசாரித்தால் 'படுத்துத் தூங்குகிறாள், பத்து தேய்க்கிறாள்' அல்லது 'அவளுக்கு வெளியிலேயே வரப்பிடிக்கவில்லை. உள்ளேயே முக்காடிட்டு அழுது கொண்டிருக்கிறாள்' என்று இவ்வித சமாதானங்களைச் சொல்லி மறைத்துவிடுவாள். இவ்வித காவலிருந்தும் அன்று ஏதோ தற்செயலாய் கதவு பூட்டப்படாதிருந்ததால் பொன்னம்மாள் அதுதான் சமயம் என்ற சந்தடி செய்யாமல் வெளியேறி அந்தத் தெருவில்கூட நில்லாமல் ஒற்றை வீதிக்கு வந்துவிட்டாள். அது காலை சமயமானதால் ஊரிலுள்ள புருஷர் களெல்லாம் ஆற்றங்கரைக்குப் போயிருந்தார்கள். ஸ்த்ரீகளெல்லாம் வீட்டுக்குள் வேலையாயிருந்தார்கள். பொன்னம்மாளைத் தடுக்க ஒருவருமில்லை. அவள் நேரே வைத்தியநாதய்யர் வீட்டுக்கு வந்து மேலே சொல்லியபடி பிதற்றினாள். வைத்தியநாதய்யருக்கு நெடு நாளாய்க் குழந்தை நடராஜனைப் பற்றி அவள்மேலே சந்தேகமுண்டு. மேலும் தன் புருஷனை மருந்து கொடுத்து அவள் கொன்றுவிட்டாள் என்ற வதந்தி அவருடைய காதுக்கும் எட்டியிருந்தது. ஆகையால் தன்னுடைய முக்கிய சிநேகிதரான முத்துஸ்வாமியய்யருடைய குடும்ப சரித்திரத்தை அறிய அதுதான் சமயமென்றெண்ணி, அவர் உள்ளே ஒருவரையும் விடவேண்டாமென்று கண்டிப்பான உத்தரவு கொடுத்து சேவகர்களை வாசலிலே நிறுத்திவிட்டு பொன்னமாளைத் தொடர்ந்து உள்ளே செல்ல, அவள் 'பாலிலே கலந்தால் தெரியாது. குடம் குடமாக வாயில் எடுத்துவிட்டான் கட்டையிலே போவான், கரியாய்ப் போவான், பிசாசு விழிக்கிறாப் போல் விழியைப் பார், குத்து கண்ணை, இதோ இந்த வாழமட்டையைக்கொண்டு அடி. எங்கள் மைத்துனன் இன்னமே இங்கே வரமாட்டார், மொட்டை முண்டை,' என்று மறுபடியும் சரமாரியாக ஆரம்பிக்க, வைத்தியநாதய்யர் 'ஏன் முத்து ஸ்வாமியய்யர் வரமாட்டார் என்கிறாய்? என்ன விசேஷம்? உனக்கென்னமாய்த் தெரியும்?' என, 'போடா எனக்கா? கூடிப் பேசிப் பேசிக் குடியைக் கெடுத்தார்கள்; அதிலே நான் கிடையாது. இல்லை, நிஜமாக நான் கிடையாது. தீட்சிதருக்கு 500 ரூபா, சுப்புவுக்கு 500 ரூபாய் கொடுக்க வேணும். ஆமாம் எனக்குத் தெரியாது. நான் மாட்டேன் என்று சொல்லிவிட்டேன். ஐயையோ கண்ணைப் பார், குத்து. ஏது தெரியவில்லையோ, ஐயோ என் அழகுதுரையே, என்னைக் கெடுத்த ராஜாவே, செத்துப்போய் விட்டாயே. நான் கொல்லவில்லை,

கொல்லவில்லை-' என்று இப்படிப் பிதற்றிக்கொண்டு போக இந்தப் பிதற்றுதலிலிருந்து வைத்தியநாதய்யர் சமயோசிதமான கேள்விகளைக் கேட்டு அவளுடைய மனதைத் தன் வழி திருப்பி, வேண்டிய சங்கதிகளைக் கிரகித்துக்கொண்டுவிட்டார். சங்கரியம்மாள், ஈசுவரதீட்சிதர், சுப்பம்மாள் ஆகிய மூன்றுபேரும் கூடிப் பேசிக் கமலாம்பாளைப் பற்றி முத்துஸ்வாமியய்யரிடத்தில் அபவாதம் பேசி அவர் ஊருக்கு வராதபடி செய்துவிட்டார்களென்று அவருக்குத் தெரிந்தது.

இதற்குள்ளாக சங்கரியம்மாளும் சுப்புவும் பொன்னம்மாளைக் காணாமல் தெருவெல்லாம் வீட்டுக்கு வீடு கூக்குரலிட்டுத் தேடிக் கொண்டு கடைசியாய் வைத்தியநாதய்யருடைய வீட்டுக்கு வந்தார்கள். உடனே வைத்தியநாதய்யர் அவர்களை அப்படியே நிற்கும்படி கட்டளையிட்டு அவர்களை வெளியில் விடாதபடி போலீஸ்காரருக்கு உத்தரவு கொடுத்து ஊரிலுள்ள முக்கியமான பெரிய மனிதர்களுக்குச் சொல்லியனுப்பி அவர்களிடம்தான் பொன்னம்மாளிடமிருந்து கிரகித்த விர்த்தாந்தத்தைச் சொல்லி அவளுடைய பிதற்றுதலைக்கொண்டு அதை ருசுப்படுத்த, ஊரார் அனைவரும் சங்கரியையும், சுப்புவையும், வாயில்வந்தபடியெல்லாம் திட்டி அவமானம் செய்தார்கள். வைத்திய நாதய்யர் ஈசுவர தீட்சிதரையும் வரவரழைத்து இம்மூன்று பேரையும் சிறைச்சாலையில் வைக்கும்படி கட்டளையிட்டுவிட்டார். இவர்கள் ஒவ்வொருவரும் 'உன்னாலே வந்தது இவ்வளவும், உன் பெண்ணுக்காக என்னைக் கெடுத்தாயே' என்றும், 'உன்னாலே வந்தது இவ்வளவும், நீதானேயடி யோசனை சொன்னாய்' என்றும், சிறைச்சாலைக்குள், ஒருவரை ஒருவர் வைது, திட்டி, மடி பிடித்துக் கை கலந்து சண்டை போட்டுக் கொண்டிருந்தார்கள். ஈசுவரதீட்சிதர் லஞ்சம் கொடுத்து தான் தப்பிப்போய்விடலா மென்று நம்பி மௌனமாய் ஒரு மூலையில் உட்கார்ந்து கொண்டிருந்தார்.

இது நிற்க, வைத்தியநாதய்யர் கிரஹத்தில் நடந்த விருத்தாந்தம் கமலாம்பாளுக்கு எட்டியபொழுது கமலாம்பாள் 'ஐயோ என்ன பாவம் பண்ணினேனோ, நன்றாய் அனுபவிக்கிறேன். அவர்களைச் சொல்லக் குற்றமென்ன. என் பாவம் அவர்களை அப்படிக் கொடுமை செய்யத் தூண்டிற்று. அவர்கள் என்ன செய்வார்கள். இந்த அபகீர்த்தியை நம்பி எங்கே அவர் தேசாந்திரமே போனாரோ, அல்லது பிராணனைத்தான் விட்டு விட்டாரோ, ஐயோ இப்படியும் வருமா! தெய்வமே, அவரை நான் எப்பொழுது காண்பேன்? என் கற்பை அவருக்கு எப்படி ருசுப்படுத்துவேன்?' என்று அழ, சுற்றியிருந்தவர்கள் அவளைத் தேற்றினார்கள். வைத்தியநாதய்யர் இந்தப் பெரிய குடும்பங்கள் இப்படிச் சீர்குலைந்ததைக் கண்டு பரிதபித்து முத்து

ஸ்வாமியய்யருடைய பெரிய தகப்பனார் பிள்ளையாகிய மஞ்சக்குப்பம் டிப்டி கலெக்டர் நாராயணசாமி அய்யருக்கு ஒரு தந்தி கொடுத்து அவர் வரும் வரையில் தானே அவர்களுடைய கிரஹகிருத்தியங்களைக் கவனித்துக்கொண்டு வந்தார்.

இங்கு இவ்வாறாக, ஒருநாள் ராத்திரி சென்னை மாபுரியில் சமுத்திரத்தினுடைய காற்றானது அலைகளின் ஆவேசத்தைத் தானும் அடைந்து குழவிப் பருவத்திற்குரியதோர் குதூஹலத்துடன் பல கணிகள் வழியே உள்ளே புகுந்து ஆராய்ந்து ஆராய்ந்து, சீறிச்சிதறி ஓடியுலவி, விளையாடப்பெற்ற ஒரு மெத்தையறையுள் மெத்தை விரித்து அதன்மீது ஸ்ரீநிவாசனும், லட்சுமியும் பாற்கடல் பள்ளியிலமர்ந்தது போல அமர்ந்து 'காமனுமிரதியும் கலந்த காட்சியாமென்' உள்ளும் புறமும் ஒருமித்து, உரையாடி நகையாடிக்கொண்டிருந்தனர். சிறிது நேரம் இவ்விதம் உல்லாசமாய்க் களித்துப் பிறகு தாங்கள் வழக்கமாய்ப் படிக்கும் ராமாயணத்தைக் கையில் எடுத்தார்கள். எடுத்து அதைத் திறக்க, இறந்துபோன இந்திரஜித்தைக் குறித்து ராவணன் பிரலாபிக்கும் கட்டம் வந்தது. அதை இருவருமாய் வாசிக்கத் தொடங்கினார்கள். ராவணேசுவரனுடைய கம்பீரத்தையும், அவனுடைய தீ நிகர் சீற்றத்தையுங் கண்டு அருகேயிருந்த வானவர், மாதவர் அனைவரும் ஓடி யெங்கணம் சிந்தியொளித்த ஓட்டத்தையும், பெருகுகாதலு மன்பும் பிறங்கிட, இருப்பதென்னும் எரிபுரை கண்களாலும் உருகுசெம்பென வோடியதூற்று நீர்' என்றபடி அவன் தாரை தாரையாய் இருபது கண்களாலும் அழுத கண்ணீரையும் வர்ணித்திருக்கிற அட்சரலட்சம் பெறும்படியாக பாடல்களை மனமுருகிப் பாடிப் பின்னர்.

கட்ட மானிடன் கொல்ல என் காதலன்
பட்டு ஒழிந்தனனே எனும் பன்முறை
விட்டு அழைக்கும் உழைக்கும் வெதும்புமால்
எழும் இருக்கும் இரைக்கும் இரக்கும்உற்
றழும் அரற்றும் அயர்க்கும் வியர்க்கும் போய்
விழும் விழிக்கும் முகிட்கும் தன் மேனியை
உழும் நிலத்தை உருளும் புரளுமால்
ஐயனே யெனுமோர் தலையானினஞ்
செய்வனே யரசெனு மங்கோர்சிரசம்
கையனே யுனைக்காட்டிக் கொடுத்தநா
னுய்வனே யென்றுரைக்கு மங்கோர்சிரம்.

என்று இவ்விதம் பலவாறாகப் பத்து வாயாலும் பிரலாபித்து படாத பாடெல்லாம் பட்டு 'விடம் பிறந்தகடலென வெதும்பி' அயறி,

அயர்த்து, விழுந்து, உருண்டு, புரண்டு வாய்விட்டு ஓ! வென்று அலறியழுத ராவணனுடைய நிலைமையைப் பற்றிப் படிக்கும்போது லட்சுமி, ராவணன் ராட்சதன் ஆனாலும் 'அன்றவர்க்கடுத்த துன்னி மழைக்கணீர் அருவி சோர்வாள்' என்றபடி ராமன் கரதூஷணர் களோடு செய்த யுத்தத்தில் கோடிக்கணக்காய் மாண்ட ராட்சதர்களைக் குறித்து அழுத சீதையைப்போல அவனுக்கிரங்கியழ, குழந்தை நடராஜனைக் குறித்துத் தன் தகப்பனார் அழுத அழுகை திடீரென்று ஞாபகத்திற்கு வந்துவிட்டது. வரவும் 'இப்படித்தான் எங்கள் அப்பாவும் அழுதார்' 'ஐயோ நடராஜா!' என்று அலறி, 'அவன் எதிரே வந்து தவழ்ந்து விளையாடுகிறாற்போல இருக்கிறதே, ஐயோ, அவனைப் பார்க்கவேணும் என்று ஆசையாயிருக்கிறதே; எப்படிப் பார்ப்பேன்! இரண்டு வயதுக்கு உள்ளாக வாய்விட்டு மழலைச்சொல் சொல்ல ஆரம்பித்துவிட்டதே, போகிற குழந்தையல்லவோ! இருக்கிற குழந்தை யானால் அப்படி வராது. அது கையைக் காலை ஆட்டுகிறதையும், ஐயோ அதன் பெரிய அழகிய கண்களையும் நான் எப்பொழுது காண்பேன்; ஒரு நிமிஷத்திலே போன இடம் தெரியாமல் போய் விட்டானே!' என்று அழ, ஸ்ரீநிவாசனுக்கும் அழுகை வந்துவிட்டது. இரண்டு பேருமாகச் சேர்ந்து விம்மி, விம்மியழுது பிறகு அயர்ந்து நித்திரை போனார்கள்.

இரண்டு மணி சுமாருக்கு அவருடைய வீட்டுக்கதவை யாரோ வந்து பலமாய்த் தட்டினான். தட்டவே ஸ்ரீநிவாசன் திடுக்கிட்டு விழித்து வெளியே வர, வளந்த மனிதன் அவன் கையில் ஒரு அவசரத் தந்தியைக் கொடுத்தான். ஸ்ரீநிவாசன் அதைக் கையில் வாங்கி, நெஞ்சும் மார்பும் படீர் படீர் என்று அடிக்க, விளக்கேற்றி அதை உடைத்துப் பார்த்தான். அதில் 'முத்து ஸ்வாமியய்யரைக் காணோம், உடனே லட்சுமி சஹிதம் புறப்பட்டு வரவும்' என்று எழுதியிருந்தது.

28

அனர்த்த பரம்பரை

நாலு நாளைக்குப் பிறகு சிதம்பரத்துக்குப் போகும் ரயிலில் ஒரு வசதியான அறையில் கமலாம்பாள், ஸ்ரீநிவாசன், லட்சுமி, சுந்தரம் உட்கார்ந்திருந்தார்கள். சுந்தரத்துக்கு இப்பொழுது வயது 12 இருக்கலாம். நல்ல புத்திசாலி. வீட்டில் நடந்த சங்கதியெல்லாம் தெரிந்ததின் பேரில் 'அப்பாவை நான் பார்க்கவேணும்' என்று அதிக ஆவல்கொண்டு ஸ்ரீநிவாசன் புறப்படும்போது கூடப் புறப்பட்டுவிட்டான். கமலாம் பாளுக்கு ஒரு வேளை அவனையும் லட்சுமியையும் ஸ்ரீநிவாசனையும்

உத்தேசித்தாவது தன் கணவர் உலக விரக்தியை விட்டு கிரஹஸ்த மார்க்கத்திற்குத் திரும்ப மாட்டாரா என்று எண்ணம் அப்படிப் போகும்போதே ஒவ்வொரு ஸ்டேஷனிலும் ஸ்ரீநிவாசன் கீழேயிறங்கி ஒருவேளை முத்துஸ்வாமியய்யர் தென்படலாமோ என்ற எண்ணத்துடன் தேடிக்கொண்டு வந்தார். சீர்காழி ஸ்டேஷனிலிறங்கி மழை பெய்துகொண்டிருந்ததால் குடையும் கையுமாய் அவ்வித ஆராய்ச்சி செய்யும்பொழுது விலையுயர்ந்த சரிகைத் தொப்பியும், பளபள என்று மின்னும் கறுப்புப் பட்டுச் சட்டையும் மூன்று கை அகலமுள்ள சரிகை அங்கவஸ்திரமும், தந்தத்தினால் செய்யப்பட்ட கோமுகத்துடன் தங்கப் பூண் பிடிக்கப்பட்ட கைப் பிரம்பும், பட்டுக் குஞ்சரம் கட்டிய குடையும், காலில் திவ்யமான ஜப்பான் சடாவும், மார்பில் தங்கக் கடியாரச் சங்கிலியும் அணிந்த ஒரு அலங்கார புருஷன் அவனிடம் வந்து குட்மானிங் என்று சலாம் செய்து வயிர மோதிரங்களணிந்த தன் கையால் அவன் கையைக் குலுக்கி 'என்ன சௌக்கியமா? நெடு நாளாய்விட்டதே பார்த்து' என்று யோகக்ஷேமங்களை விசாரித்தான். ஸ்ரீநிவாசனுக்கு அந்த மனிதனை முன் பார்த்த ஞாபகமே கிடையாது. ஆனால் அவனை 'நீ யார்' என்று கேட்பது அலௌகிகமென நினைத்து, தெரிந்ததுபோல் பாவனை பண்ணி தானும் அவனுடைய யோகக்ஷேமாதிசயங்களை ஜாக்கிரதையாய் விசாரித்தான். அந்த மனிதன் அவன் கையுடன் கைகோர்த்து உல்லாசமாய் உலவுவது போல் அவனைப் பேசிக்கொண்டே நடத்திக்கொண்டு போக, ஸ்ரீநிவாசன் 'ரயிலுக்கு நாழிகையாய்விட்டது போகவேணுமே' என, அந்த மனிதன் 'இல்லை, இன்றைக்கு இன்னும் அரை மணிக்கு இங்கே ரயில் நிற்க வேண்டியிருக்கிறது. வடக்கேயிருந்து வரும் ரயில் வந்துதான் இது புறப்படவேண்டியிருக்கிறது. அடே யாரடா 'ப்யூன்' சாமான்களை ஜாக்கிரதையாய்ப் பார்த்துக்கொள்' என்று சேவகனுக்கு தாக்கீது கொடுத்துவிட்டு 'நாம் மழையில் இங்கு நிற்பானேன், இந்த ஸ்டேஷன் மாஸ்டர் வீட்டுவரையில் போய்வருவோம். நமக்காக அங்கே டிபன் தயாராயிருக்கிறது, போய் சீக்கிரம் வந்துவிடலாம், நீங்கள் ஒன்றும் கவலைப்படவேண்டாம்; இன்னும் அரை மணி செல்லும் ரயில் போவதற்கு; நெடுநாளாய்விட்டது 'சார்' தங்களைப் பார்த்து, கடைசியாய் நான் மட்ராசை விட்டு ஊருக்கு வருவதற்கு முந்தின நாள் பார்த்தது' என்று சொல்லி அவனை இட்டுப்போக, ரயில் புறப்பட்டு விட்டது. ஸ்ரீநிவாசன் 'ஐயையோ ரயில் புறப்பட்டுவிட்டதே' என, அவன் 'என்ன பயம் பயப்படுகிறீர்கள் ஐயா! இத்தனை வருஷம் மட்ராசிலிருந்து விட்டு வண்டி 'லைன்' மாற்றுகிறதற்காகப் போகிறது தெரியாதா! அதோ அந்த வண்டி வருகிறதே தெரியவில்லையா, மணியடித்தது தங்களுக்குக் கேட்கவில்லையோ?' என்று சொல்லி

ஏமாற்றி ஸ்டேஷன் மாஸ்டர் வீட்டிற்குப் பின்புறமாகக் கூட்டிப்போக, உருவின கத்தியும் கையுமாய் நின்ற குதிரைப் படைஞர் நால்வர் திடீரென்று ஸ்ரீநிவாசனைத் தூக்கித் தயாராயிருந்த ஒரு குதிரையில் வைத்துக் கை கால்களில் விலங்கிட்டுத் தங்கள் வாகனங்களைத் தட்டி விட்டார்கள். அவனைக் கூட்டிவந்த மனிதனும் ஒரு குதிரையின் மீது ஏறி அவர்களுடன் கூடவே சென்றான். ஸ்ரீநிவாசனுக்கு வந்த கோபத்துக்கு அளவில்லை. ஆனால் குதிரை போகிற வேகத்தில் அவன் செய்யக் கூடியது ஒன்றுமில்லை. தனியே விட்டுவந்த மனைவி, மாமியார், மைத்துனனுக்காக விசாரப்படுகின்றான். ஐயோ அவர்கள் என்ன செய்வார்களோ என்று ஏங்குகிறான். இந்த ராக்ஷதப் பயல்களைக் கொன்றுவிடுகிறேன் என்று சபதம் கூறுகிறான். தன்னை வஞ்சித்து வந்த மனிதனை வாயில் வந்தபடியெல்லாம் உரக்கத் திட்டுகிறான். அதைத் தவிர அவன் செய்யக்கூடியது ஒன்றுமில்லை.

இது நிற்க, ரயிலில் உள்ளவர்கள் அவன் வராமல் ரயில் போவதைக் கண்டு அலறி வண்டியை விட்டுக் கீழேவர எத்தனிப்பதைக் கண்டு ரயில் வேலைக்காரன் கதவை பலமாய்ச் சாத்தி 'இறங்கக்கூடாது, வண்டி போகிறபோது இறங்கக்கூடாது' என்று அதட்ட அவர்கள் உள்ளே உட்கார்ந்து அச்சத்துடன் அழ ஆரம்பித்தார்கள். கூடவிருந்த மனிதர் களுள் ஒருவர் 'அம்மா பயப்படாதேயுங்கள். அடுத்த ஸ்டேஷனுக்கு போய் இறங்கிக்கொண்டு தந்தி கொடுத்தால் மறு ரயிலில் அவர் வந்துவிடுவார். ராத்திரி எட்டுக்குள் நீங்கள் அவரைப் பார்க்கலாம். தைரியமாய் இருங்கள். இன்னும் சிறிது தூரந்தான் இருக்கிறது, விசாரப்படவேண்டாம். நாங்கள் எல்லோரும் இருக்கிறோம்' என்று தைரியம் சொல்லிக்கொண்டு வரும்போதே திடீரென்று ஒரு பாலம் படார் என்ற சப்தத்துடன் உடைந்தது. உடையவே வண்டிகள் சரசரவென்று கீழே அமோகமாகப் போகிற பிரவாகத்தில் ஒன்றின்மேல் ஒன்றாய் விழுந்தன. ஹோவென்று ஜனங்கள் அலறுகிறார்கள். இஞ்சின் வண்டி மணலுடன் புதைந்துவிட்டது. மற்ற வண்டிகளுள்ளும் ஜலம் குதித்து புகுந்து ஜனங்களை வெளியிலிழுத்தது. நதியில் மேல் வெள்ளம் வேறு வண்டலிட்டு வருகிறது. அப்படியப்படியே ஜனங்கள் ஜலத்தால் அரித்துக்கொண்டு போகப்படுகிறார்கள். குஞ்சு குழந்தைகள், மூட்டை முடிச்சுகள் எல்லாம் பிரவாகத்தில் பிரயாணம் புறப்பட்டுவிட்டன. நீந்தத் தெரிந்த சிலர் கை கால்களை வீசி நீந்துகிறார்கள். கரையோரம் தள்ளப்பட்ட சிலர் தத்தளித்துக் கரையை நோக்கிச் செல்ல முயலு கிறார்கள். நடு ஜலத்தில் அகப்பட்டவர்கள் அரோஹராவென்று முழுகுவதும், மிதப்பதும், அடித்துக்கொண்டு போகப்படுவதுமாயிருக் கிறார்கள். இந்தச் சமயத்தில் இவ்வளவும் போதாதென்று காற்றும் மழையும் வெகு உக்கிரமாய் வீசுகிறது. கரையோரத்திலுள்ள மரங்கள்

சடசடவென்று முறிந்து ஜலத்தில் விழுகின்றன. அவைகளைப் பற்றிக் கொண்டு சிலர் கரைக்கு ஏறுகிறார்கள். சிலர் அவைகளால் மோதப் பட்டு ஐயோவென்று அபயக்குரலுடன் முழுகுகிறார்கள். பயங்கரமாய் இடி இடிக்கிறது. ஆகாயம் இருண்டுவிட்டது. மின்னர் பளீர் பளீர் என்று மின்னி இருட்டை அதிகப்படுத்துகிறது. கல்லுக்கல்லாய் மழையடிக்கிறது. ஆகாயத்துக்கும் பூமிக்கும் அமோகமான கோர யுத்தம் போலிருந்தது. காற்று ஹோ என்று யுத்த முழக்கம் முழங்கி ஆதிசேஷனைப்போல சீறி கரைக்குப் போகிறவர்களையும் ஜலத்தி லிழுக்கிறது. இடி முழக்கத்தில் பூமியதிருகிறது. மரங்கள் இப்படியு முண்டாவென்று தாரை தாரையாய்க் கண்ணீர் பெருக்குகின்றன. பகலோ இரவோ என்றுகூடத் தெரியவில்லை. சூரிய சந்திர நக்ஷத்திர மெல்லாம் இந்தப் பரிதாபத்தைப் பார்க்க மாட்டாமலே ஏதோ, போன இடம் தெரியாமல் ஓடியொளிந்தன. ஏரி, குளங்களெல்லாம் உடைய, அவற்றின் ஜலத்தையுங்கூடக் கொள்ளைகொண்ட நதி, மலைப் பாம்புகள், குறவர் குடிசைகள், செத்தபிணங்கள், விழுந்த மரங்கள், மடிந்த மாடுகள் கன்றுகள், இவைகளெல்லாம் வாரியடித்துக்கொண்டு சிலவிடங்களில் ஹோவென்று கூப்பிட்டும், சிலவிடங்களில் ஹம் என்று அடங்கியும் 'தூக்கமே மிகுந்து உள்தெளிவின்றியே வாக்கு தேன்நுகர் மாக்களை மானுமே' என்றபடி சுய ஞாபகமற்று அறிவையிழந்து அங்கங்கள் துவண்டு வரும் கட்குடியனைப் போலத் தள்ளாடியும், விரைந்தோடியும், கூவிப்பாடியும், ஆடியசைந்தும், களியாட்டக் கோலாகலத்துடன் சஞ்சரித்து தான் அடித்த கொள்ளைகள் போதா தென்று தனக்குமேல் போடப்பட்ட பாலத்தைப் பொறாமல் அதிற் பாய்ந்து அதை உடைத்துத் தகர்த்து நூற்றுக்கணக்கான ஜனங் களையும் தன் வசப்படுத்திக்கொண்டது. குழந்தை உருண்டு முழுகு வதைக் கண்ட ஒருதாய் தானும் கூடவே முழுகினாள். ஸ்திரீ முழுகு வதைக் கண்ட புருஷன் அவனைப் பிடித்து இழுக்க எத்தனித்துத் தன் உயிரையும் அவளுடைய உயிரோடு உயர அனுப்பினான். மாமனாரகம் போய் வந்த மாப்பிள்ளைச் சிறுவர்கள் எத்தனையோ; பெரியோரிருக்க அவர் கண்முன் தாமிறந்த சிறியோர் எத்தனையோ; இன்று வருவார் நாளை வருவார் என்று 'நாளெண்ணித் தேய்ந்த விரலுடன் காலமதைக் கழிக்கும்' நாயகிகளிருக்க அங்கு ஒன்றும் உரையாதிறந்த நாயக ரெத்தனையா; ஒரு தாய்க்கொரு மகனாயிருந்த பாலர்க ளெத்தனையோ; கர்ப்பஞ் சுமந்த காதலிகள்தான் எத்தனையோ; இவ்வித பரிதாபங்கள் நிறைந்து ஜனங்கள் முழுகினோரும், முழுக இருப்போரும், மிதப் போரும், நீந்துவோருமாயிருந்த அத்தருணத்தில் கரையை, நோக்கி நல்ல காற்று ஒன்று சமய சஞ்சீவியாய் வீச, நீந்த முடியாத நிர்ப் பலர்களில் அநேகர் கரையோரம் ஒதுக்கப்பட்டனர். லட்சுமியும்

சுந்தரமும் கரையோரமாயுள்ள ஒரு மணற்றிட்டில் ஒதுக்கப் பட்டார்கள். கமலாம்பாள் அவர்களுக்கருகில் ஒரு நாணற்புதரில் அரை உயிருடன் அலங்கோலமாய்க்கிடந்தாள். இப்படி இவர்கள் கிடக்கும்போது யாரோ ஒரு கிழவர் அந்த மழையில் கையில் குடையும் ராந்தலும் கொண்டு அங்கு விழுந்திருந்தவர்களைத் தட்டியெழுப்பி மூர்ச்சை தெளிவித்து அருகிருந்த மடத்துக்கு அழைத்துப் போய்க் கொண்டிருந்தார். அவர் கமலாம்பாளும், லட்சுமியும், சுந்தரமும் இருந்த இடம் வந்து அவர்களைப் பார்த்துத் திடுக்கிட்டு அருகில் உட்கார்ந்து 'ஐயோ இதென்ன ஆபத்து. இவர்கள் எங்கேயிங்கு வந்தார்கள்! அடப் பாவமே, உயிர்தான் இருக்கிறதோ இல்லையோ!' என்று கவலைப்பட்டுக் கைதட்டி சுவாசமறிந்து பார்த்து அவர்களை மெதுவாய்த் தூக்கி மண்டபத்தில் சேர்த்து மூர்ச்சை தெளிவிக்க வேண்டிய பிரயத்தனங்களைச் செய்துகொண்டிருந்தார்.

29
அம்மையப்ப பிள்ளையின் பூர்வ கதை

மூர்ச்சையாய்க் கிடந்த லட்சுமி, கமலாம்பாள், சுந்தரம் ஆகிய மூவரும் ஆற்றங்கரையினருகிலிருந்த ஒரு மண்டபத்தில் சேர்க்கப் பட்டார்கள். அங்கே அவர்களை அறிவுக்குக் கொண்டு வருவதற்கு வேண்டிய பிரயத்தனங்கள் செய்யப்பட்டன. அவ்வுபாயங்களின் உதவியால் அவர்கள் மூவரும் தங்களுடைய சுய ஞாபகத்தையடைந் தார்கள். கமலாம்பாள் திடுக்கிட்டு விழித்துப் பார்க்க வித்வான் அம்மையப்ப பிள்ளை அவர்கள் அருகில் நின்றுகொண்டிருந்தார். ஆடுசாபட்டியில் அவதரித்த அண்டர் புகழும் அஷ்டாவதானம் மகாவித்வான் அம்மையப்ப பிள்ளை அவர்களை இதைப் படிப்பவர்கள் மறந்திருக்க மாட்டார்களென்று நம்புகிறேன். அவர் வயதாய் விட்டபடியால் மதுரைக் காலேஜில் 'பென்ஷன்' பெற்றுக்கொண்டு அதை விட்டு வெளியேறி புண்ணிய ஸ்தலங்களில் போய் சுவாமி தரிசனம் செய்யும்பொருட்டு வடக்கே யாத்திரை போய்க்கொண் டிருந்தார். எந்த ஸ்தலத்துக்குப் போனாலும் அங்கேயே அதைப் பற்றிப் பாடாமல் விடுவதில்லை. சீர், தளை, மோனை, எதுகை முதலிய யாப்பிலக்கணத்தின் பிள்ளை குட்டி சம்சாரங்கள் சமயமறிந்து சண்டை செய்யும் செய்தாலும் அந்த முரட்டுக் கிழவர் விடுவதில்லை. அவர் சித்திரக் கவிகள் எழுதுவதில் மகா சமர்த்தர். சீர் கணக்கு, அடிக்கணக்கு மோனை, எதுகை விதிகள் இவைகளை லட்சியம் செய்யாமலே பாடிவிடுவார். இரண்டு கால் மனிதன் பிறப்பது உலகத்தில் சகஜமாயிருக்கிறது, அப்படியில்லாமல் மூன்றுகால், நாலுகை, இரண்டு

தலை இப்படி மனிதர்கள் இருந்தால் அவர்களை டிக்கட்டு வரி கொடுத்தல்லவோ ஜனங்கள் போய்ப் பார்க்கிறார்கள். அதுபோல நாலடி வெண்பாக்கள் உலகத்தில் சர்வ சாமான்யம். அப்படியில்லாமல் 6 அடி வெண்பாக்கள், 7 அடி வெண்பாக்களாயிருந்தால் எவ்வளவு விசித்திரமாயிருக்கும். அவைகளை அம்மையப்ப பிள்ளை யவர்களைத் தவிர வேறு யார்தான் பாடக்கூடும். இவ்வித விசித்திரக் கவிகளை ஸ்தலங்கள்தோறும் கூசாமல் வாரியிறைத்து பாடல் பெறாத ஆலயங் களைக்கூடப் பாடல்பெறச் செய்து யாத்திரை செய்து கொண் டிருந்தார். பாலம் உடைந்து ரயிலில் ஆபத்து நேரிட்ட அன்று அவர் அந்தப் பாலத்துக்கு அடுத்த ஒரு கிராமத்தில் இருந்து கொண்டிருந்தார். இவ்வித விபத்து நேரிட்டதென்று தெரிந்தவுடனேயே புண்ணியம் சேகரிப்பதில் வெகு குறிப்பாயிருந்த அவர் ராந்தலும் குடையும் எடுத்துக்கொண்டு மற்றுஞ் சிலருடன் நதியில் அகப்பட்டுக்கொண்ட ஜனங்களை ரட்சிப்பதற்காக ஓடிவந்தார். வந்தவர் கமலாம்பாள் லட்சுமியிவர்களைக் கண்டு, அடடா, இவர்களெங்கே இங்கு வந்தார் களென்று ஆச்சரியப்பட்டு அவர்களை மண்டபத்தில் சேர்த்துக் கொண்டிருந்தார்.

அம்மையப்ப பிள்ளை முத்துஸ்வாமியய்யரால் ஆதரிக்கப்பட்டவ ரென்று மாத்திரம் சொன்னோமேயல்லாது அவர்களிரு வருக்கும் உள்ள உறவை நாம் முன்னே சொல்லவில்லை. மேல் நடக்கவேண்டிய விருத்தாந்தங்களுக்கு அது தெரியவேண்டிய தவசியமாயிருப்பதால் அதைப் பற்றிச் சுருக்கமாகச் சொல்வோம்.

முத்துஸ்வாமியய்யருடைய தகப்பனார் ரங்கசாமியய்யர் என்ற ஒருவர் இருந்தார். அவர் மகா கோலாகல புருஷர். அனுபவிப்பதற் காகவே அவதரித்த ஆத்மா. சந்தனம், புஷ்பம், பாட்டு இவை இல்லாத நாள் கிடையாது. ஆடல் பாடலிலேயே அவருடைய ஆயுசு முழுவதும் சென்றது. இந்த நித்திய கல்யாண புருஷர் சாகும் சமயத்தில் தன் தாசியின் மடியில் தலைவைத்து அவளுடைய வீணாகானத்தைக் கேட்டுக்கொண்டே பரலோகம் சென்றார்.

அவர் ஒரு நாள் தன் தாசி தெய்வயானை வீட்டில் உட்கார்ந்து அவளைப் பாடச்சொல்லிக் கேட்டுக்கொண்டிருந்தார். அவள் ஜாவளி, க்ஷேத்திரிய பதம் எல்லாம் பாடிவிட்டுத்தான் நூதனமாக மெட்டு அமைத்து வைத்திருந்த சில நைஷதப் பாடல்களைப் பாடிக்கொண் டிருந்தாள். அப்பொழுது அம்மையப்ப பிள்ளை சம்பாத்தியத்தின் நிமித்தமாக ஆடுசாபட்டியை விட்டு வெளியேறி சிறுகுளத்துக்கு வந்திருந்தார். அவர் அப்பொழுதே கொஞ்சம் தமிழ் பார்த்திருந்தார். ரங்கசாமி அய்யரும் தெய்வயானையும் மேற்சொல்லிய அவசரத்திலிருந்த

போது அம்மையப்ப பிள்ளை தற்செயலாய் அந்த வீதி வழி சென்றார். அன்று ராத்திரி அவருக்கு சோறு கிடையாததால் ஸ்தல உபவாசம். தமிழ்ப் பாடல்கள் அவருடைய காதில் படவே,

"செவிக்குணவில்லாதபோழ்து சிறிது
வயிற்றிற்கு மீயப்படும்."

என்ற குறளை மனதில் நினைத்துக்கொண்டு தெய்வயானை வீட்டுத் திண்ணையில் போய் உட்கார்ந்தார். சங்கீதத்தில் அவருக்கு நிரம்ப ஞானம். பல்லவி பாடினால், 'மேலே பாட்டுத் தெரியாதோ, திருப்பித் திருப்பிச் சொன்னதையே சொல்லுகிறான்' என்று நினைப்பார். 'பாட்டில் இத்தனை சேஷ்டை எதற்கு? நேராக உள்ளபடி சொல்லி விட்டால் நான் கேட்டுப் போகமாட்டேனோ' என்று தனக்குள்ளேயே சொல்லிக்கொண்டு திண்ணையில் சிறிது நேரம் அமர்ந்திருந்தார். அது குளிர்காலம். காற்று அவருடைய தரித்திரத்தைக் கொஞ்சமும் லட்சியம் செய்யாது அவர்மேல் ஜில்லென்று அடித்தது. அவர் உடுத்தியிருந்த கந்தல்கள் அவரைக் காப்பாற்றப் போதாதனவாயிருந்தன. குளிருக்குப் பயந்து அவர் திண்ணையை விட்டிறங்கி அந்த வீட்டு ரேழிக்குள் சென்றார். பாட்டு மயக்கத்தில் அது அன்னியருடைய வீடென்பது அவருக்கு மறந்து போய்விட்டது. அங்கே போனபிறகு யாராவது பார்க்கக்கூடுமென்று பயந்து அருகிலிருந்த ஒரு குடுவையிடுக்கில் நுழைந்து கொட்டுக் கொட்டென்று கண்ணை விழித்துக்கொண்டு பதுங்கி உட்கார்ந்திருந்தார்.

இப்படி இருக்கிறபோதே ரங்கசாமியய்யர் திடீரென்று எழுந்து தற்செயலாய் வாசலை நோக்கி வர அம்மையப்ப பிள்ளை பதுங்கிக் கொண்டிருந்ததைக் கண்டுவிட்டார். ஊரில் அப்பொழுது கள்வர் பயம் அதிகம். தெற்குச் சீமையிலிருந்து சில கள்ளர்கள் நூதனமாக வந்திருப்பதாக அன்றுதான் பிரஸ்தாபம். ரங்கசாமியய்யர் அவரைக் கண்டவுடன் 'கள்ளன், கள்ளன்' என்று கூக்குரலிட வீட்டு வேலைக் காரன், அடுத்த வீட்டுக்காரர்கள், எதிர்த்த வீட்டுக்காரர்கள் எல்லாருமாக 'திருடன், திருடன்' என்று கத்திக்கொண்டு ஓடிவந்து அம்மையப்ப பிள்ளையை குடுவையிடுக்கிலிருந்து சரசரவென்று வெளியே இழுத்தார்கள். அவர் உருவம், நிறம், உடையெல்லா வற்றிலும் சாக்ஷாத் கள்ளனைப் போலவே இருந்தார். அப்படியிருந்த ஆடுசாபட்டித் திருமேனியை அவர்கள் எல்லாருமாகப் பிடித்துக்கட்டி வாயில் வந்த படியெல்லாம் திட்டி அடிக்கத் தொடங்கினார்கள். தமிழ் வித்வான் ஒருவர் தனிவழி போய்க்கொண்டிருந்தபோது திருடர்கள் வந்து மறிக்க அவர் 'என்னிடத்தில் ஐந்து ரூபாய் பெறும்படியான ஒரு அரைஞாண் மாத்திரந்தானிருக்கிறது. யானோ பட்டணத்திற்குள் செல்பவன்.

அரைவேஷ்டியுடன் 'விட்டுவிடு வீரனே வேண்டுகிறேன்' என்று வெகு இலக்கணமாய் மறுமொழி சொன்னதாக ஒரு கதையுண்டு. அதுபோல நடந்த உபசாரத்தை சகியாத பிள்ளையவர்களும் 'இன்று நீவிர் *பிழைத்தீர், இங்ஙனம் பிழையீர். என்கொடுமை. நீவிர் பலர் நான் தனி, என்று, 'நீங்கள் ஒருநாளும் தப்பிதம் செய்யாதவர்கள் இன்று என்னை அடித்துத் தப்பிதம் செய்தது என் காலக்கொடுமை, நீங்கள் பலர் நான் ஒருவன்' என்ற அர்த்தத்தில் இலக்கணமாய்ச் சொல்ல, அவர்கள் 'ஏனடா பயலே நாங்கள் பிழைத்தோமா? இல்லாவிட்டால் கொன்று போடுவாயோ? இனிமேல் பிழைக்கமாட்டோமா, என்னடா செய்வாய்? இவன் பக்காத்திருடன், தெற்குச் சீமைக் கள்ளன். என்ன தைரியமாய் நீங்கள் பிழைக்கமாட்டீர்களென்று சொல்லுகிறான்' என்று பின்னும் பலமாய்ப் பிரகாரம் சாதிக்க, பிள்ளையவர்கள் 'நான் புலவன்' என்றார் 'ஏனடா புலையனா! பறையனா! பறைப்பயல் இங்கே வரலாயிற்றா! நீ பறைத்திருடனா, ஏனடா பறைப்பயலே?' என, அம்மையப்பபிள்ளை 'நான் நன் + மரபில் உதித்தேன். அதை நீவிர் அறியீர்' என்று கதற, அது அவர்கள் காதுக்கு 'நான் நன்மறைவில் ஒளித்தேன்' என்று பட்டது. படவே அவர்கள் 'நீ மறைவில் ஒளித்திருந்தால் எங்களுக்குத் தெரியாதோ திருட்டுப் போக்கிரி' என்று திட்டிப் பின்னும் பலமாய் மொத்த, பிள்ளையவர்கள் 'நான் கள்ளனல்லேன். நும் இல்மாட்டு வெளவ வந்தேன்அல்லேன், விட்டுவிடுங்கள், இனித் தாங்காது இச்சரீரம், விடுமின்,' என்று பின்னும் இலக்கணமாய்க் கூவியழ, ரங்கசாமி அய்யர் 'இது யார், இவன் தொழிலில் திருடனாயிருக்கிறான். பேச்சில் புலவனாயிருக்கிறான்' என்று கூட்டத்தை விலக்கிக் குற்றுயிராயிருந்த அம்மையப்ப பிள்ளையிடம் வர, அவர் அவர் காலைக் கெட்டியாய்ப் பிடித்துக்கொண்டு 'நான் ஆடுசாபட்டி வித்துவான் அம்மையப்பபிள்ளை. பாடல் கேட்பான் வந்தேன், திருடுவான் வந்தேன் அல்லேன்' என்று சொல்ல, அவர் அவரைக் கூர்ந்து பார்த்து இவன் திருட வந்தவனல்லவென்று தோற்றத்தால் ஊகித்து 'இப்பொழுது விட்டுவிடுங்கள். காலமே பார்த்துக் கொள்வோம்' என்று சொல்லி அவரை பத்திரமாய் ஓர் அறையில் போட்டுப் பூட்டிவிடும்படி உத்தரவு செய்தார். அப்படியே அவர்களும் சம்மதித்து தெய்வயானை வீட்டிலேயே ஒரு அறையுள் அவரைப் பூட்டி வைத்தார்கள்.

காலையில் எழுந்து ரங்கசாமி அய்யர் அறையைத் திறந்து பார்க்கப்பட்ட அடியில் நன்றாய்த் தூங்கி அப்பொழுதுதான் விழித்த

* 'பிழைத்தீர்' என்ற வார்த்தையை பிழை செய்தீர், தப்பிதம் செய்தீர்கள், என்னையடித்தது உங்களுக்கு சரியல்ல என்ற அர்த்தத்தில் சொன்னார்.

\+ மரபு - குலம்

அம்மையப்பபிள்ளை அவர் காலைக் கெட்டியாய்ப் பிடித்துக்கொண்டு தன் விர்த்தாந்தத்தை உள்ளபடி சொல்லியழ, அவர் 'இந்த மனிதன் ஒரு கற்றறிமூடன், ஒன்றும் தெரியாத அப்பாவி,' என்று அறிந்து ராத்திரி அவர் பட்ட அவஸ்தையைக் குறித்து துக்கித்து அன்று முதல் அவரைத் தன் சம்ரட்சணையிலேயே வைத்துக்கொண்டார். அவருடன் பழகப் பழக அவருடைய மாதிரி ரங்கசாமி அய்யருக்கு நிரம்பப் பிடித்தது. அவருக்கு தெய்வயானை வயிற்றிற் பிறந்த பெண் ஒன்று இருந்தது. அதற்கு ஜானகியென்று பெயர். அதை வேசித் தொழிலில் விட அவருக்குச் சம்மதமில்லை. யாராவது ஒரு ஏழைக்குக் கொடுத்து சம்ரட்சணை செய்யவேண்டுமென்று அவருக்கு நெடுநாளாய் எண்ணம் உண்டு. அம்மையப்ப பிள்ளையினுடைய குணம் அவருக்கு நிரம்பப் பிடித்திருந்ததால் அந்தப் பெண்ணை அவருக்கே கன்னிகாதானம் செய்து கொடுத்தார். அவர் இறந்து போனபிறகு முத்துஸ்வாமியய்யரும் அந்த உறவைப் பாராட்டி வந்ததுமின்றி அவருக்குத் தக்க சீர் வரிசைகள் செய்து நிலம் முதலியன கொடுத்து மதுரைக் காலேஜில் தமிழ்ப் பண்டிதர் வேலையும் சம்பாதித்துத் தந்தார். அம்மையப்ப பிள்ளையும் ஜானகியம்மாளும் இல்லற தர்மத்தை வழுவாது பரிபாலித்து வந்தார்கள். கமலாம்பாள் ஜானகியம்மாளைத் தன் பர்த்தாவின் தங்கையெனவே பாவித்து வந்தாள். அவர்களிருவருக்கும் நிரம்ப நேசம். இப்பொழுது அம்மையப்ப பிள்ளையும் ஜானகியம்மாளும் சேர்ந்துதான் யாத்திரை வந்திருந்தார்கள்.

கமலாம்பாள் கண் விழித்தவுடன் அம்மையப்ப பிள்ளை எழுந்து அவளை நமஸ்காரம் செய்தார். லட்சுமியும் சுந்தரமும் 'அத்திம் பேர்' அம்மையப்ப பிள்ளையைக் கண்டு நிரம்ப சந்தோஷித்தவர் களாய் அத்தையைப் பற்றி யோகக்ஷேம விசாரணை செய்தார்கள். பிறகு எல்லாரையும் அம்மையப்ப பிள்ளைதான் இறங்கியிருந்த ஜாகைக்கு அழைத்துப் போனார். ஜானகியம்மாள் இவர்களை நிரம்ப சந்தோஷத்துடன் உபசரித்துச் சமையலுக்கு வேண்டிய சாமான்களை யெல்லாம் கொடுத்து யோகக்ஷேமங்களையெல்லாம் விசாரித்தாள். முத்துஸ்வாமியய்யருடைய குடும்பம் நிலை குலைந்து போயிருப்பதைக் கேட்ட ஜானகி அம்மாளும் அவள் கணவரும் அழுது துக்கித்தனர். பிறகு அழுவதில் பயனில்லையென்று ஒருவரையொருவர் தேற்றிக் கொண்டு சீர்காழியிலிருந்து சிதம்பரத்துக்கு மறு ரயில் வருமுன்னம் தாங்கள் வண்டிப் பாதையாய்ச் சிதம்பரம் போகவேண்டும் என்று தீர்மானித்து அப்படியே புறப்பட்டார்கள். இவர்கள் போன பிறகு இரண்டு நாளைக்கு சீர்காழிக்கப்பால் ரயில் கிடையாது. அப்புறம் ஏதோ பாலங்களைச் செப்பனிட்டு ரயில் விட்டார்கள். ஆவலுடன் எதிர் பார்க்கப்பட்ட அந்த ரயிலில் ஸ்ரீநிவாசனைக் காணோம். மறுபடி

இரண்டு மூன்று ரயிலுக்கு வந்து வந்து ஸ்ரீநிவாசனை அம்மையப்ப பிள்ளை தேடினார். அவன் வரவில்லை. இதற்குள் சிதம்பரம் ஊர் முழுவதும் வீடு வீடாக நுழைந்து முத்துஸ்வாமி அய்யரைத் தேடினார்கள். அவரைப் பற்றி யாதொரு துப்பும் கிடைக்கவில்லை. மூன்று நாள் இப்படித் தேடியான பிறகு கடைசியாய் ஒரு தீட்சிதர் முத்துஸ்வாமியய்யருடைய லட்சணங்களைக் கேட்டவுடன் அந்த மாதிரி ஒருவர் தன் அகத்திலேயே தங்கியிருந்ததாகவும், அவர் சீக்கிரத்தில் சம்சார சகிதமாகக் காசிக்குப் போகப் போகிறதாய்ச் சொன்னதாகவும் தெரிவித்தார். அவர் சொன்ன ஆள் அடையாளங்கள், பேச்சு நடை முதலிய யாவும் பொருந்தியிருந்தன. அவர் ஊரும் ஏதோ ஒரு 'குளம்' என்று சொன்னதாகவும் சொன்னார். இந்தப் துப்பை வைத்துக்கொண்டு அவர் காசிக்குத்தான் போயிருக்க வேண்டுமென்று தீர்மானித்தார்கள். ஆனால் இவர்கள் வடக்கே போவதா தெற்கே போவதா என்று தீர்மானிக்க சுலபத்தில் கூடவில்லை. ஸ்ரீநிவாசனைக் காணோம் என்று லட்சுமி புழுவாய்த் துடிக்கிறாள். காற்று மூலமாக வாவது அவனுடைய க்ஷேம சமாசாரம் தெரிந்தால் போதுமென்றாய் விட்டது. ஸ்ரீநிவாசனையே தேடுவதா அல்லது முத்துஸ்வாமி அய்யரைத் தேடுவதா என்று அவர்களுக்குள் ஸ்திரப்படவில்லை. கடைசியாக ஸ்ரீநிவாசன் அவர்களைத் தேடிக்கொண்டு சிதம்பரத்துக்குத் தான் வருவான் என்று ஊகித்து அப்படி வரும்பட்சத்தில் அவர்கள் காசிக்குப் போயிருக்கும் செய்தியை அவனுக்குத் தெரிவிக்க அவன் பேருக்கு அவ்வூர் தபாலாபீசில் ஒரு காகிதமும் முக்கியமான ஒவ்வொரு தீட்சதரிடத்தும் ஒரு காகிதமும் கொடுத்துவிட்டு நடராஜா சந்நிதியில் போய் விழுந்து முறையிட்டுவிட்டுக் காசியை நோக்கிப் புறப்பட்டார்கள்.

30

'கருதுமன்பர் மிடிதீரப் பருகவந்த செழுந்தேனாகி'

இது நிற்க, முன்னே முத்துஸ்வாமியய்யரும் அவருக்கு குருவாய் வந்துதவிய சச்சிதானந்த ஸ்வாமிகளும் நடுராத்திரியில் தனிவழி சென்றார்களே, அவர்களுடைய நிலைமையைப் பற்றிச் சிறிது விசாரிப்போம். முத்துஸ்வாமி அய்யர் சுவாமிகளை நிழல் போலப் பின்பற்றிச் சென்றார். இவ்விருவரும் சிதம்பரத்தின் கடைசி எல்லையைத்

* மனிதனுடைய சின்மய ஸ்வரூபத்திலும் ஞானானந்த வல்லமையிலும் நம்பிக்கையற்றவர்க்கு இவ்வத்தியாயம் ருசிக்காது; கதை மட்டும் கவனிப்பவருக்கு இது அத்தியாவசியமுமன்று.

தாண்டுந் தருணத்தில் சுவாமிகள் திடீரென்று பின் திரும்பி 'அதோ அந்தக் கோபுரத்தைப் பார், அது தரையிற் கிளம்பி உயரச் சென்று உம்பருலகுடன் உறவாடி நிலையாய் நிற்பதுபோல் உன் உள்ளமும் மேல்நோக்கி மயங்காது நிற்கும்படி கடவுள் உனக்கு அருள் செய்வார். அப்படி அருள் செய்யும்படி பிராத்தனை செய்து அந்தக் கோபுரத்தைக் கடவுள் மூர்த்தமாக பாவித்துச் சேவை செய்,' என்று ஆக்ஞாபிக்க, முத்துஸ்வாமி அய்யரும் 'சுவாமி' என் மகிமை அளவிடப்படாதது, மனோவாக்குக்கு எட்டாமலும், தட்டாமலும் நின்ற பொருள் நீ ஒருவனே. உன் ஸ்வரூபமாய் இவ்வுலகை ஆதரித்தடக்கும் இவ்வாகாயமும் அதில் நீ இட்டதைச் செய்து சஞ்சரிக்கும் நட்சத்திரக் கூட்டமாகிய அகிலாண்ட கோடிகளும் நிறைந்த இந்தப் பிரபஞ்சத்தில் நான் ஓர் ஏழை, பஞ்சை, அனாதை, நாயினும் நாயேன், புழுவினும் புல்லன். இவ்வுலகங்களின் ஓட்டத்தினால் உதிரும் ஒரு துளிக்குக்கூட நான் ஈடல்லன். பெருங்கடலிலுள்ள ஒரு துளி உவர்நீர் அழகாலும் குணத்தாலும் என்னிலும் உயர்ந்தது. வெயிலில் காய்ந்து, மழையில் நனைந்து, காற்றில் உலரும் செயலற்ற சிறுமணலுக்கும் நான் ஈடல்ல. மலை, நதி, கடல், காற்று, மேகம், சூரிய சந்திர நட்சத்திராதிகள் முதலிய பெரிய குடும்பத்தை நிலை குலையாது, நெறி வழுவாது பாதுகாக்கும் லீலையையுடைய சந்நியாச சம்சாரியான உனக்கு நானும் ஒரு பொருட்டாகத் தோன்றியதையும், என்னையும்கூட அனாதையாய் விடச் சம்மதியாது ஆதரிக்க நினைத்த உன் நினைப்பையும், கிருமிமுதல் கிரஹங்கள் வரை சலியாது சஞ்சரிக்கும் உனது சித்விலாசச் சிறப்பையும் நான் நினைக்கும்போது உன் பேகாபுரத்தைக் கண்டு தெண்டனிடுவதும் எனக்கு ஒரு சிரமமா?' தீர்க்கமாய்த் தியானித்து, மயிர்க் கூச்செறிந்து, உடல் முழுவதும் தரையில்பட சாஷ்டாங்கமாய் நமஸ்கரித்து எழுந்தார். எழுந்தவுடன் சுவாமிகள் 'முத்துஸ்வாமி என் தங்கமடா நீ *என்று மனதார மெச்சித் தட்டிக்கொடுத்து, 'தில்லை ஸ்தலமே

* இதை குரு சிஷ்ய பாவத்தை அனுபவித்தவர் அன்றி மற்றோர் அறிதல் அரிது. சிஷ்யன் குருவைத் தேடிச் செல்வது போலவே குருவும் சிஷ்யனைத் தேடி அலைகிறார். ஓர் ஊரில் ஓர் அரசன் வேதாந்த விசாரணையில் ஆசைகொண்டு சிஷ்யனுக்குத் தக்க குரு வேண்டும் என்று முரசறைவித்தான். வள்ளுவன் முரசறைந்து வரும்போது ஊருக்கு வெளியில் ஒரு குப்பை மேட்டில் கூர்மாசனமிட்டு எழுந்தருளியிருந்த ரிஷி ஒருவர் அவ் வள்ளுவனை அழைத்து குருவுக்குத் தக்க சீஷன் வேண்டுமென்று முரசறையச் சொன்னார். அவன் அவ்வாறு அறைந்த பறையோசயைக் கேட்டு அரசன் திடுக்கிட்டு, உண்மை விசாரித்து, மனமகிழ்ந்து குருவையடைந்து பிறவி கடந்தான் என்ற ஒரு கதைகூட உண்டு. தேடிப் பெற்ற சிஷ்யனிடத்து குருவுக்கு அந்தரங்கமுள்ள சின்மயமான பேரின்ப வாஞ்சை ஜனிக்கும் இருவரும் பிரம்மத்தை யறிந்தனுபவிக்கும்பொழுது குரு சீஷன், சிறியன் பெரியன் என்ற பேதா பேதமற்ற சமரச நிலையில் இருப்பது வேதாந்திகள் அறிந்த அதிசயம்.

ஸ்தலமப்பா, 'தில்லை தில்லையென்றாற் பிறவி இல்லை இல்லை' யென்று மறைமொழியும். 'தொல்லை தொல்லையென்ற கொடுவினை வல்லை வல்லை' யென்றகலும். சுவாமி உண்டு என்பதும் அங்கேதான். இல்லையென்பதும் அங்கேதான். அசைவற்ற வெளியாயிருப்பதும் அங்கேதான். அசைவற்ற வெளியாயிருப்பதும் அங்கேதான். அறியாதாரும் அறிவைப் பெறுவது அங்கேதான். அறிந்தவர்கள் அனுபவிப்பதும் அங்கேதான். அது தெரியாமலா 'தேங்கு நீர்சூழ்வயல் தில்லைக் கூத்தனைப் பாங்கிலாத் தொண்டனேன் மறந்துய்வனோ' என்று சொன்னான் எங்கள் அப்பன்."

"அரியானை யந்தணர்தஞ் சிந்தையானை
யருமறையின கத்தானை யணுவை யார்க்குந்
தெரியாத தத்துவனைத் தேனைப் பாலைத்
திகழொளியைத் தேவர்கள் தங்கோனை மற்றைக்
கரியானை நான்முகனைக் கனலைக் காற்றைக்
கனை கடலைக் குலவரையைக் கலந்து நின்ற
பெரியானைப் பெரும்பற்றப் புலியூரானைப்
பேசாத நாளெல்லாம் பிறவாநாளே."
சிந்தைதனை மயக்கந் தீர்க்கும்
ஏரொளியை யிருநிலனும் விசும்பும் விண்ணு
மேழுலகுங் கடந்த பானின்ற
பேரொளியைப் பெரும்பற்றப்புலியூரானைப்
பேசாத நாளெல்லாம் பிறவாநாளே."

உருவமும் இங்கேதான்; ஒளியும் இங்கேதான். சிருஷ்டியும் சம்ஹாரமும் இங்கேதான்.

"பசியா மருந்தளிக்கும் பரமரகசியத்தி
லசையாமலே யாடு மம்பல நாதனைக்
காணாத கண்ணென்ன கண்ணோ."
"ஊராரு மறியாம லொளிகண்டு பிசகாமல்
ஈராறு கண்கொண்டு எழும்பிய மண்டபம்
காணாத கண்ணென்ன கண்ணோ."

* என்று சொல்லி உபநிஷத்தின் உட்கருத்தை உள்ளடக்கி அமைத்த ஆலயத்தையும் அதற்குள் சிருஷ்டிக்கு முன்னும் பின்னும் ஒடுங்காத

* அடியில் விஸ்தரிக்கப்படும் மோனானந்த நிலை சொந்தமாய் அனுபவித்தாருக்கன்றி மற்றோருக்குத் தெளிவாய் விளங்காதெனப் பெரியயோர் கூறுவர். ஆயினும் அதை 'வெறுங்கதை'யென்று ஒருவரும் நிராகரிக்கமாட்டார்களென்று நம்புகிறேன்.

கடவுளின் ஆனந்த நிலைமையையும், ஆகாச ரூபத்தையும், ஆனந்தத் தாண்டவத்தையும் ஒருமித்து உருவகம் செய்திருக்கும் சபாபதியையும் ரஹசிய வெளியையும் அவற்றிற்குப் பின்னுள்ள திருமூலர் மந்திரத்தையும் எண்ணி சுவாமிகள் ஞானானந்தப் புலம்பல் புலம்பிச் செல்ல, அவர் பின்னே முத்துஸ்வாமி அய்யரும் சூரியனுடைய பிரதிபிம்பத்தைத் தன்னுள் பெற்று பனித்துளியானது மகிழ்ந்து விளங்குவதுபோல் மகிழ்ந்து சென்றார்.

இவ்வாறு இவர்கள் வழி நடந்து திருவொற்றியூரை அடைந்து அவ்விடத்திலுள்ள **பட்டினத்தார் சமாதியை** அடைந்து அங்கே தங்கியிருந்தார்கள். அவ்வாறு தங்கியிருக்கும்பொழுது ஒருநாள் பிரபஞ்ச முழுவதும் தன்னுடைய குலாசார கர்மானுஷ்டானங்களை முடித்துக் கடவுளுக்கு வந்தனமளித்துத் தியானம் செய்யும் சாயங்கால சமயத்தில் ஞானத வபவ சுவரூபராகிய சச்சிதானந்த சுவாமிகள் மூலலிங்கத்தைத் தழுவிக்கொண்டு யோக நித்திரையிலிருந்தார். அப்பொழுது முத்துஸ்வாமியய்யரும் சுவாமிகளுடைய மற்ற சிஷ்யர்கள் சிலருமாக சமாதிக்கு வெளிப்புறத்திலுள்ள கிணற்றோரத்தில் உட்கார்ந் திருந்தார்கள். முத்துஸ்வாமியய்யர் ‘கடவுளொருவரேயானாலும் அவரை யறியவும், அனுபவிக்கவும், பல வழிகளிருக்கின்றன. அந்த வழிகளிலெல்லாம் உத்தமமான வழியை எது போதிக்கிறதோ அதுதான் உத்தமமான மதம்’ என்ற விஷயத்தைப் பற்றிப் பேசிக் கொண்டிருக்கும் போது ‘நம்முடைய பெரியவர்கள் கடவுள் மூர்த்தங்களையெல்லாம் ‘ஞான ஆனந்த மூர்த்திகளாக’ பாவனை பண்ணியிருக்கிறார்கள். நானறிந்த மட்டில் வேறெவர்களும் கடவுளை இப்படியறியவில்லை. கடவுள் அழிவில்லாத ஆனந்தமூர்த்தி. கணபதியோ ஆனந்தமதம் பொழிந்து அந்த ஆனந்த வெள்ளத்தில் கண்சிறுத்த யானை ஸ்வரூபம். சுப்பிரமணியரோ மயில் வாகனத்தின் மேலேறி ஆனந்தப்பிரேமை பாடுகிறார். மகாவிஷ்ணு பாற்கடலைத் தேடிப் பள்ளி கொண்டிருக்கிறார். நித்திரை வராவிடிலோ கருடன் மீதேறி ஆனந்தமாய் பவனி பண்ணு கிறார். நடராஜனைப் பற்றித்தான் கேட்கவே வேண்டியதில்லை. ‘சிற்சபையிலாந்த நர்த்தமிடு கருணாகரக் கடவுளே’ என்று நன்றாய்ச் சொன்னார். மனிதனுக்கு விரோதி. ஐயோ அது செய்கிற சந்தடியும், அதன் அற்ப சந்தோஷங்களும், அற்ப துக்கங்களும், மகா அற்பமான சண்டைகளும், சச்சரவுகளும் மனிதனும் பிரம்மஸ்வரூபமில்லா விட்டால் அவனுக்கு அவ்வளவு ஆனந்தமுண்டாகுமா? உலகந்தான் மனிதனைக் கழுதையாக்கிவிடுகின்றன. ‘இடும்பைகூர் என் வயிறே’ என்று சொன்னபடி இந்த வயிறு மட்டும் ஒன்று இல்லாவிட்டால் மனிதனுக்குச் சமானமாக யாரைச் சொல்லுகிறது அவன் அனுபவிக்கவே பிறந்தவன். சுவாமி அனுபவிக்க சக்தியும் கொடுத்து அவ்வனுபவம்

சுலபத்தில் கிட்டாதபடி பலமான தடைகளையுமேற்படுத்தியிருக்கிறார். நாம் ஒரு மாம்சத்துண்டை நாய்க்குக் காட்டி தூர வீசியெறிந்து விளையாடுவதுபோல சுவாமியும் நம்மைச் சோதனை செய்து விளையாடுகிறார். 'சரமெறிந்த பல்குனற்கு சரமீந்தான்.' அதாவது அர்ச்சுனனை வலியச் சண்டைக்கிழுத்து அவனோடு கைகலந்து சண்டை போட்டல்லவோ சுவாமி அவனுக்குப் பாசுபத அஸ்திரம் கொடுத்தார். அதுபோல நம்மைச் சோதனை செய்வதில் அவருக்கு வெகு திருப்தி. நாம் எல்லாம் அவருக்குக் குழந்தைகள், நம்மைத் துரத்தி ஓடியும், நாம் துரத்த ஓடியும், நம்முடன் கொஞ்சிக் குலாவியும், அடித்துக் கிள்ளியும், தாலாட்டியும், ஏமாற்றியும், மாற்றி மாற்றி அழப் பண்ணுவதும் சிரிக்கச் செய்வதுமே அவருக்குத் தொழிலாய்விட்டது. நமக்கு விளையாடக் கொடுத்திருக்கிற சாமான்களைத்தான் பாருங்கள். மரங்கள், நதிகள், நட்சத்திரங்கள், மேகங்கள், ஆகாயம், 'நமக்கு என்ன குறைவு! இவைகளை நாம் அனுபவிக்காவிட்டால் அது நம்முடைய குற்றம்' என்று உற்சாகத்துடன் பேசிக் கொண்டிருக்கும்போதே திடீரென்று பெரிய விஷயங்களைப் பேச ஓர் ஆசையும் கட்டுக் கடங்காத ஒரு குதூகலமும் உண்டாயிற்று. அவர் ஆகாயம் காற்று, மேகம் கடவுள் இவற்றையெல்லாம் பற்றிப் பேசியும் அவருடைய உள்ளத்தின் ஆரவாரக் கொதிப்பு அடங்கவில்லை. இவ்விதம் சிறிது நேரம் அவருக்கு அசாத்தியமான பரபரப்பு இருந்தது பிரமாதமான மனப்பசி ஒன்று உண்டாயிற்று. இப்படிச் சில நிமிஷங்கள் கழிந்த பிறகு அப்பரபரப்பு முற்று மங்கி ஓர்வித ஆனந்தம் அவருக்கு ஜனித்தது. நிஷ்காரணமான குதூகலம் ஒன்று அவருள்ளத்தில் பிறக்க அவருக்குக் கண் மூடிவிட்டது. பேச்சு ஒழிந்து மௌனம் குடிகொண்டது. மனதில் தான் அனுபவிக்கும் எண்ணம் ஒன்று தவிர மற்ற நினைப்பனைத்தும் இறந்தது. வெளியில் பார்க்கப் படும் பொருள்களெல்லாம் கொஞ்சமும் மனதில் பதியவே இல்லை. அவர் ஏதோ வெளியில் கலந்து ஒன்று பட்டாற்போல அவருடைய மனம் அகண்டாகாரமான விரிவை யடைந்தது. அவர் அனுபவித்த ஆனந்தத்திற்கு எதுவும் ஈடல்ல. அக்காலத்தில் மற்ற எவ்வித சந்தோஷமும் அவருக்குக் கேவலமாகத் தோன்றிற்று. அவருடைய உள்ளக் கொதிப்பு அலைவீசியெழுந்தது. அவர் முகம் மலர்ந்த வண்ணமாகவே இருந்தது. கண்போயே போய் விட்டது. தானே பிரம்ம மயமானாற் போன்ற ஓர்வித அறிவு அவருக்கு உண்டாயிற்று. புலன்களனைத்தும் அடங்கியிருந்தன. பகவத் விஷயமாகத் தாழ்ந்த குரலில் அருகிலிருந்தவர்கள் பேச அவருக்கு அந்த ஆனந்தம் அதிகப்பட்டது. சொல்லவறியாத இவ்வித ஆனந்தத்தில் அவர் இருந்தபோது சுவாமிகள் உள்ளேயிருந்து வெளியே வந்தார். அவரைக் கண்டவுடன் முத்துஸ்வாமியய்யருக்கு ஆனந்தம்

பெருகிற்று. சுவாமிகள் அவர் அருகில் உட்கார்ந்து 'இதுதான் இன்பம். உனக்குப் பரிபக்குவ காலம் சமீபிக்கிறது' என்று சொல்லி உற்சாகப் படுத்த முத்துஸ்வாமியய்யருக்கு ஆனந்தம் கரைகடந்து பெருகிற்று. அவர் வாய்விட்டுச் சிரிக்கவும் தொடங்கிவிட்டார். இன்னவிதமான சந்தோஷமென்று அவருக்கு வாய் திறந்து சொல்ல மட்டும் கூடவில்லை. மனதில் இன்னமிர்தம் ஊறிக்கொண்டேயிருந்தது. இவ்விதமாகப் பொழுது போவதே தெரியாமல் இராக்காலம் முழுவதும் கழிந்தது. அது மறுநாளும் தொடர்ச்சியாய் நடந்திருக்கும். ஆனால் காலையில் தம்பட்ட ஓசைகளும் சமீபத்தில் ஈனஜாதி ஸ்திரீகளுக்குள் உண்டான சச்சரவுகளின் சப்தமும் அதைக் கெடுத்துவிட்டன.

31

பிள்ளையவர்களின் கல்வித் திறமையும் புத்தி நுட்பமும்

இங்கே முத்துஸ்வாமியய்யர் இப்படி ஆனந்தித்துக் கொண்டிருக்க, கமலாம்பாள், லட்சுமி, அம்மையப்ப பிள்ளை முதலியவர்கள் சிதம்பரம் விட்டுப் புறப்பட்டு பட்டணம் வந்து ஸ்ரீநிவாசன் முன்னேயிருந்த ஜாகையிலேயே தங்கினார்கள். கமலாம்பாள் 'தெய்வமே உன் திருவுள்ளம் இப்படியா! நான் துன்பப்படுவது போதாதென்று என் பெண்ணையுமா இப்படிச் சீரழிக்கிறாய்' என்று ஓயாமல் கவலைப் பட்டாள். லட்சுமி, 'தகப்பனையும் புருஷனையும் பறிகொடுத்து உயிர்வைத்துக் கொண்டிருக்கிற கள்ளச்சி நானல்லவோ' என்று ஏங்கினாள். அம்மையப்ப பிள்ளை ஊரெங்கும் அலைந்து பார்த்துக் கொண்டிருந்தார். இப்படியிருக்கும்போது அடுத்த வீட்டுப் பாட்டியம்மாள் கமலாம்பாளிடம் வந்து அவளுடைய நிலைமையைக் கண்டு பரிதபித்து 'அம்மா திருவொற்றியூர் என்ற இதற்குச் சமீபத்தில் மகாக்ஷேத்திரம் ஒன்று இருக்கிறது. அங்கேதான் பட்டினத்தார் சமாதியடைந்தார். அவருடைய கோயிலில் ஒரு பெரியவர் வந்திருக்கிறார், அவருக்கு ஐந்நூறு வயதாய்விட்டதாம்; அன்ன ஆகாரம் கிடையாதாம். நடந்தது, நடக்கப் போகிறது, நடக்கிறது எல்லாவற்றையும் கொஞ்சங்கூடத் தவறாமல், சொல்லக்கூடியவராம், ஒரு மனிதனைப் பார்த்தால் அவனைப் பார்த்தவுடனேயே அவன் இன்ன காரியமாய் வந்திருக்கிறான் என்று சொல்லி அது பலிக்கும் பலிக்காது என்றும் சொல்லிவிடுகிறாராம். வெகு லட்சணமாயிருக்கிறாராம். தொண்டு கிழவராம். நிரம்ப சாந்தமுள்ளவராம். அவர் பெயர் என்னவோ ஒரு 'ஆனந்த சுவாமிகள்' என்று வரும் - ஆமாம் சரிதான்.

சச்சிதானந்தசுவாமிகள். அவரைப் போய்க் கண்டால் உன் துக்கம் இந்த க்ஷணத்திலேயே நிவர்த்தியாகிறது அம்மா. ஆனால் அவர் இப்போது அங்கேதான் இருக்கிறாரோ என்னவோ. முதலிலேயே யாரையாவது போய்ப் பார்த்துக்கொண்டு வரச்சொன்னால் அப்புறம் நீங்கள் எல்லோரும் போகலாம்' என்று சொல்ல, கமலாம்பாள் 'அம்மா பெரிய உபகாரம் செய்தீர்கள். இந்த உதவி யார் செய்வார்கள். இந்தக் காலத்தில் ஏதோ எங்கள் நிலைமையைக் கண்டு இரக்கப்பட்டு இவ்வளவு நல்ல செய்தியைச் சொன்ன உங்களுக்கு நான் என்ன உபகாரம் செய்யப் போகிறேன்' என்று உபசாரம் சொல்லிவிட்டு, அம்மையப்ப பிள்ளை வந்தவுடன் அவருக்குத் தெரிவிக்க, 'அவர் இதோ நான் போய்ப் பார்த்து வருகிறேன்' என்று புறப்பட்டார்.

பிள்ளையவர்கள் திருவொற்றியூரையடைந்து பட்டினத்தார் கோயிலுக்கு வழி விசாரித்துக்கொண்டிருந்தார். ஆய்விட்டது, கால் மணி சென்றால் கமலாம்பாளுடைய கவலை ஒழியும். அம்மையப்ப பிள்ளை தீவிரமாக வந்துகொண்டிருக்கிறார். அவ்வாறு வரும் வழியில் பண்டாரம் ஒருவன் உட்கார்ந்திருந்தான். அவர் அவனைப் பட்டினத்தார் கோயிலுக்கு வழிகேட்க, அவன் அவர் மடியிலிருந்த பணப்பையைப் பார்த்து அவரைப் 'புதுக்கோழி' விசாரிக்க ஆவல்கொண்டு எழுந்திருந்து அவரைச் சேவித்து 'சுவாமி அடியேன் இட்டுப் போகிறேன் வாருங்கள். இந்த நாய் இன்றைக்கு நல்ல பூஜை பண்ணிற்று. தங்களைப்போல பெரியவர்கள் சேவை எனக்குக் கிடைத்தது. சுவாமி ஏதோ தங்களிடம் வசிய சக்தி இருக்கிறது. 'ஊசியைக் காந்தம் இழுக்கிறது' போல் என்னை இழுக்கிறது' என்று ஸ்தோத்திரம் செய்தான். வாஸ்தவத்திலேயே அவரிடத்தில் வெள்ளிக் காந்தம் மடியில் பைக்குள் இருந்தது. (பண மில்லாமல் பிள்ளையவர்கள் வெளியேறுகிறதில்லை.) பிள்ளையவர் களுக்கு அந்த ஞாபகம் கிடையாது. 'யதார்த்தத்திலேயே ஏதோ தன்னிடத்தில் அற்புதமான வசீகர சக்தி ஒன்று இருக்கிறதாக அவர் எண்ணிக்கொண்டு சந்தோஷித்தார். இதுதான் சமயம் என்று கண்ட அந்தப் பண்டாரம் 'சுவாமி தங்கள் ஊர் பேரையறிய இந்த நாய் ஆசைப்பட்டது' என்று கைகட்டி வாய் பொத்தி விநயமாய்க் கேட்க, அம்மையப்ப பிள்ளையவர்கள் அம்மை தவழ்ந்த தன் இருள் முகத்தில் புன்சிரிப்பு உலவி நிலவு வீச, தான் ஆடுசாபட்டியில் அவதரித்த புண்ணிய சரித்திரத்தை நன்கு உணர்த்தி தற்காலத்தில் அண்டர் புகழும் அஷ்டாவதானம் ஆடுசாபட்டி அம்மையப்பக் கவிராயராய் விளங்கு வதைச் சூட்சுமமாகச் சூசிப்பித்தார். அதைக் கேட்ட ஆஷாடபூதிப் பண்டாரம் கைகட்டி (வந்த சிரிப்பையடக்க) வாய் பொத்தி நின்று, கீழே விழுந்து நமஸ்கரித்து 'சுவாமி, இந்த நாய் இனி தங்களுக்கு அடிமை. இந்த நாயும் தமிழில் கொஞ்சம் எழுதப் படிக்கச் செய்யும்.

கொஞ்சம் கொஞ்சம் படிக்கும். தங்களைப்போல வித்வான்களைக் கண்டுவிட்டால் இந்த நாய்க்குத் தலைகால் தெரிகிறதில்லை'யென்று சொல்லி அவர் மடியில் பையில் பத்திரம் செய்யப்பட்ட லட்சுமி தேவியை அந்தரங்க பக்தியுடன் தியானித்து மறுபடியும் தெண்டனிட, வித்வான் அம்மையப்ப பிள்ளை அந்த நமஸ்காரங்களனைத்தையும் தனக்கே அர்ப்பிதம் செய்துகொண்டு பெருந்தன்மையான மந்தகாஸத் துடன் அவனைக் கைகொடுத்து எழுப்பினார். அப்படி எழுந்திருக்கும் போதே ஞானக் கண் படைத்த அப்பண்டாரத்துக்கு பைக்குள் இவ்வளவு பணம் இருக்கலாம் என்று மதிப்புப்போட சௌகரியமாயிருந்தது. பிள்ளையவர்கள் அந்த ஏழைப் பண்டாரத்துக்கு அபயஸ்தம் அளித்து அவனுடைய கல்வித் திறமையைப் பரீட்சை செய்ய ஆவல்கொண்டு நீர் ஏதாவது பாடல்கள் பார்த்ததுண்டோ' என்று கம்பீரமாய்க் கேட்க, அவன் முருகையா வேலாயுதம் சுவாமி, அவன்தான் எனக்குத் தெய்வம். அவன் ஓர் ஆண்டி, நான் ஓர் ஆண்டி; அவன் மலைமேலே ஆண்டி, நான் கீழே ஆண்டி அவனைப் பற்றித்தான் இந்த நாய் ஏதோ இரண்டு ஒன்று உளறியிருக்கிறது; வேறென்னத்தை அறியப்போகுது' என்று வணக்கமாய்ச் சொல்ல; கவிராயர் 'எங்கே அதைக் கேட்போம் சொல்' என்று ஆக்ஞாபிக்க, அவருடைய கட்டளையைச் சிரமேற்கொண்டு,

ஆறுமுகமாறு முகமாறு முகமாறுமுக
மாறுமுக மாறுமுக மாறுமுக மாறுமுகம்
ஏறுமயி லேறுமயி லேறுமயி லேறுமயில்
ஏறுமயி லேறுமயி லேறுமயி லேறுமயில்

என்று பாடி முடிக்கக் கவிராயர் பாடு சங்கடத்தில் வந்துவிட்டது. அந்தப் பாட்டுக்கு அர்த்தம் கேட்டுவிட்டால் என்ன பண்ணுகிறது என்று அவருக்கு பயம். ஆனாலும் அர்த்தம் அவன் கேட்கிற வரையில் இடங்கொடுக்கப்படாதென்று தீர்மானித்து 'பாட்டு நன்றாயிருக்கிறது, எமகம் நன்றாயிருக்கிறது. சொற்பொலிவு பொருட் பொலிவு நிரம்பி யிருக்கிறது' என்று உபசாரம் சொல்ல அவன் 'இந்த நாய் குளிகை, கூடப்பாடும். குளிகை, பின்குளிகை, முன்குளிகை, அடி முடக்கு, ஜனி முடக்கு, நொண்டிச் சிந்து, சப்பாணிச் சிந்து, சிவகாமிப்பண், காமாட்சிப் பண், ஒட்டக்கிடாரம், வட்டக்கிடாரம், சங்கக்கிடாரம், சக்கரைக் கிடாரம், திருக்குறிஞ்சி, முல்லைக் குறிஞ்சி இப்படிச் சில்லரையாக பாடும்' என்று சண்டப் பிரசண்டமாய்ச் சொல்ல, கவிராயர் 'இதென்ன நாம் கனவிலும் கேளாத சங்கதிகளாயிருக்கிறதே; கிணறு வெட்ட பூதம் புறப்பட்டது' என்று பயந்து, தான் நிரம்ப புத்திசாலி யானதினால் தந்திரமாய்த் தப்பிக்க வழி யோசித்துத் தன் கவிக்கடையை அவிழ்த்து விட்டார். அர்த்தமோ அர்த்தமில்லையோ அது அவருக்கு லட்சியமே

யில்லை. இலக்கண விதியைக் கவனித்தே கட்டி வருகிறதில்லை. எமகம் திரிபுக்குக் குறைந்த பாட்டு அவர் அபிப்பிராயத்தில் பாட்டேயில்லை.

* 'மலரிடைவைகும் மதியிலர்காள்
டுடுடுடுடுடுடுடு
மலரிடைவைகும் மதியிலர்காள்
டுடுடுடுடுடுடுடு'

என்று டுகர வர்க்கத்திலும்

* 'சேர்சிசூசா சீசுசச்சைசூ சோசாசு'

என்று சகர வர்க்கத்திலும் பாட்டுக்களை வாரி வீசத் துவக்கினார். அவர் இவ்வித வித்யா வெறியிலிருக்கும்போது இதுதான் சமயம் என்று கண்ட அந்தப் பண்டாரம் பேசிக்கொண்டே அவரை வழியை விட்டு இழுத்துக்கொண்டு போனான். அம்மையப்ப பிள்ளைக்கு இருந்த ஆவேசத்தில் எங்கே போகிறோம், வருகிறோம் என்கிற நினைவுகூட இல்லை. அவர் வெறும் சித்திரக் கவிகளுடன் நிறுத்தாமல் உத்பிரேட்சை முதலிய அலங்காரக் கவிகளிலேயும் புகுந்துவிட்டார். ஒரு ஸ்திரீ விரகதாபத்திலிருந்தாளாம். அவ்பொழுது நாழிகையாய்விட்டதால் சூரியன் தன் வழக்கப்படி கிரமமாக அஸ்தமித்தான். அப்படிச் சொல் வதற்குப் பதிலாக நமது வித்வான் 'சூரியனாகிய காற்றாடியானது அந்த ஸ்திரீயினுடைய பெருமூச்சாகிய சண்டமாருதத்தால் அடிபட்டுக் கீழே விழுந்தது. விழுந்து மேலெல்லாம் காயம்பட்டு இரத்தம் வந்ததால் ஆகாயமெல்லாம் செவ்வானமாய்விட்டது' என்று திவ்யமான சிருங்கார ரசத்தோடு கூடிய பாட்டுகள் அநேகம் பாடினார். இன்னும் வசந்த காலத்தை வர்ணிக்கும்போது வசந்தகாலம் கார் காலத்தை யொத்தது என்று பாடினார். ஏனென்றால் கார்காலத்தில் மேகங்கள் நிறைந்திருக்கும். வசந்த காலத்திலும் ஸ்திரீகளுடைய கூந்தல்களாகிய மேகங்களுண்டு. மேலும், கார்காலத்தில் மழை பெய்யும். அப்போது வசந்த காலத்திலும் ஸ்திரீகள் நாயகர்களுடன் கோபித்துக்கொண்டு அழுகிறார்கள். கார்காலத்தில் பெருங்காற்று அடிக்கும். அது போலவே வசந்த காலத்திலும் ஸ்திரீகள் பிரிவாற்றாமையாற் பெருமூச்சு விடுகிறார்கள். கார்காலத்தில் மயில்களாடும், அதுபோல வசந்த காலத்திலும் ஸ்திரீகளாகிய மயில்கள் ஆடுகின்றன - என்றிப்படி அபூர்வமான உபமானங்கள் அநேகம் எடுத்துச் சொன்னார்.

இங்கே இவர் இப்படிப் பிரசங்கம் செய்துகொண்டு போகும் போதே பட்டினத்தாருடைய சமாதியில் சுவாமிகள் முத்துஸ்வாமி

---

* இப் பாட்டுகளின் பொருள் நான் எங்கு விசாரித்தும் கிடைக்கவில்லை. யாரேனும் தயவுகூர்ந்து சொல்வரேல் வந்தன முள்ளவனாயிருப்பேன்.

யய்யரை அழைத்து 'இனி நமக்கு இங்கே அலுவல் இல்லை' என்று சொல்லி அவருடன் அவ்விடம் விட்டுப் புறப்பட்டுவிட்டார். இவ் விடத்தில் அம்மையப்ப பிள்ளையவர்கள் அந்த ஏழைப் பண்டாரத்துக்கு வித்வத் லட்சணத்தையும், சித்திரக் கவிகளின் ஒழுங்கையும் உபமானங் களின் சாதுர்யத்தையும், இவைகளெல்லாம் தன்னிடத்தில் ஒருங்கே அமைந்திருக்கும் உண்மையையும், முன் ஒரு காலத்தில் வீரன்பட்டிக் கவண்டயன் கோட்டைக் கவிராயருடன் கைகலந்து யுத்தம் செய்து காக்கைதான் அன்னப் பட்சியென்று சாதித்ததையும், இன்னும் அனேக விஷயங்களையும் பற்றிப் பிரசங்கம் பண்ணிக்கொண்டே அவனுடன் போனார். அவனும் இவரை நிரம்ப ஆதரவுபண்ணித் தனிமையான ஓரிடத்துக்கு அழைத்துச் சென்று சுற்றுமுற்றும் பார்த்துக்கொண்டு அவர் மடியில் கைபோட எத்தனித்தான். பிள்ளையவர்கள் தான் செய்த பிரசங்கத்தினால் உருகி தன்னை அன்புடன் ஆலிங்கனம் செய்கிறான் என்று எண்ணி மனமகிழ்ந்து முன்னிலும் அதிக உற்சாகத்துடன் நாய்க்கும் திருடனுக்கும், ஜலத்துக்கும், நெருப்புக்கும், கொக்குக்கும், கழுதைக்கும் சிலேடைகளை எடுத்து விசித்திரமான விருத்தங்களினால் விளக்கத் துவக்கினார். பண்டாரம் அவர் மடியில் அன்புடன் கை போட்டு அங்கிருந்த பணப்பையை மெதுவாய் உருவினான். பணப் பையை உருவினவுடன் பிள்ளையவர்களுக்கும் பிரக்ஞை வந்து விட்டது. 'அடேடே என்னடாப் பயலே பண்ணுகின்றனை!' என்று அவர் அதட்ட, அந்தப் பண்டாரம் 'ஒன்றும் விசேடமில்லை சுவாமி; தாங்கள் இன்னும் சொல்லவேணும், நிரம்ப நன்றாயிருக்கிறது; நாய்க்கும் திருடனுக்கும் சிலேடை வெகு நன்றாயிருக்கிறது. இவ்வளவு அருமையாயறிந்து யார் சொல்லப் போகிறார்கள். நாய் தன்பாட்டில் குலைக்கிறது. திருடனும் தன்பாட்டில் திருடுகிறான்., நன்றாயிருக்கிறது, நன்றாயிருக்கிறது உபமானம். ஐயோ தெய்வீகப் புலமை! தங்களுக்கு சரஸ்வதி நாவில் நர்த்தனம் செய்கிறாள்' என்று சொல்லித் தன் மடியில் அந்தப் பையை சமர்ப்பிக்கும்போது வித்வான் அம்மையப்ப பிள்ளையவர்கள் முற்றிலும் விழித்துக்கொண்டு 'ஏனடா பயலே! வஞ்சகக்கள்வோய்!- எனது தனத்தை வெளவுகின்றனையா?' என்று கூவ, அவன் 'இனிமேலெடுக்கவில்லை, சலாம், போய் வருகிறேன்' என்று சொல்லி ஓட்டமெடுத்தான். அம்மையப்ப பிள்ளைகூடத் துரத்தினார். கொஞ்சதூரம் போனவுடன் அவன் திடீரென்று திரும்பி இவர் முகத்தில் பளீரென்று ஒரு பலமான அறை அறைந்து கீழேவிழத் தள்ளிவிட்டு ஒரே ஓட்டமாக ஓடியே போய்விட்டான். அம்மையப்ப பிள்ளை எழுந்திருக்கமாட்டாமல் எழுந்து 'ஐயோ தெய்வமே, இன்றைக்கு யார் முகத்தில் விழித்தோமோ நம்மை இந்தப் போக்கிரிப் பயல் பாட்டுக் கேட்கிற பாவனையாய் மோசம் செய்துபோய்விட்டான்.

அடடா, இப்படியுந்தான் உலகத்தில் உண்டா. செவிடன் காதில் சங்கூதின கதையாய் இவனிடத்தில் போய் நம்முடைய அருமையான பாட்டுக்களைப் பாடினோமே என்று நிரம்பத் துக்கித்தார். பாவம், அவருக்குப் பணம்போனதுகூட உறுத்தவில்லை. அனுபவிக்கத் தெரியாத மூடனிடத்தில் தம்முடைய பாட்டைப் பாடிக் கொண்டிருந் தோமே என்பதில் நிரம்ப வருத்தம். 'இனிமேல் அந்தப் பயல் வரட்டும், சொல்லுகிறேன் பார்' என்று சொல்லி அவர் பல்லைக் கடித்துக் கொண்டார். இனிமேல் இவரிடம் வர அவனுக்கு என்ன பயித்தியமா பிடித்திருக்கிறது. அவன் ஓடியே போய்விட்டான். இவரும் தன் மேலிருந்த புழுதியைத் துடைத்துவிட்டு தன் காலில் பட்ட காயத்தைப் பார்த்துக் கண்ணீர்விட்டு, கடைசியாக 'நாம் விழுந்ததும் மோசமானதும் நல்ல வேளையாய் நம்மைத் தவிர ஒருவருக்கும் தெரியாதே' என்று தன்னைச் சமாதானம் பண்ணிக்கொண்டு 'ஏதோ வேளைப் பிசகு' என்று வேதாந்தம் பேசி மறுபடி திருவொற்றியூரைத் தேடிச் சென்றார். கடைசியாய்க் கண்டுபிடித்து பட்டினத்துப் பிள்ளையின் சமாதியைப் போய்ப் பார்க்க, அங்கே ஒருவருமில்லை. சுற்றும் முற்றும் பார்த்தார். எவரையும் காணோம். தனியேயிருந்த லிங்கத்தை மட்டும் தரிசனம் செய்துவிட்டு பட்டபாடு போதும் என்று வெயிலில் அலைந்து, உழன்று, வியர்த்து, வெறுங்கையாய் வீடுவந்து சேர்ந்தார். இவர் ஏதோ நல்ல சமாசாரங்கள் கொண்டுவரப் போகிறார் என்று காத்திருந்த கமலாம்பாள் முதலியவர்களும் வெறும் ஆளாய்வந்து சேர்ந்ததைப் பற்றி விசனித்தார்கள். அன்று மறுநாளே அங்கே காலதாமதம் செய்வதில் பயனில்லையென்று கண்டு அவ்விடம் விட்டு வடக்கே போக அவர்கள் எல்லாருமாகப் புறப்பட்டார்கள்.

32

ஆசை நோய்க்கு மருந்துமுண்டோ?

இங்கே இப்படியிருக்க, புதுச்சேரியில் ஒரு காராக்கிரஹத்தின் மெத்தையில் ஒரு யௌவன புருஷன் அங்கவஸ்திரத்தால் தனது முழந்தாளைச் சேர்த்துக்கட்டிக் கொண்டு தனியே உட்கார்ந்திருந்தான். நேரம் நடுநிசி. நிலவு வீசியடித்தது. ஊர் முழுவதும் நிசப்தமாயிருந்தது. உலகமாந்தர் உண்ணுந்தொழிலை மறந்து உறங்குந் தொழிலிலிருந்தனர். பட்சிகளெல்லாம் ஆடிப்பாடித் தமது கூட்டிலமர்ந்திருந்தன. மரங்கள் கூட அசைவற்று வாயடக்கி மௌனமாயிருந்தன. இப்படிப் பூலோகம் முழுவதும் நித்திராதேவியின் மோக வலையிலடங்கிச் சிறிதும் செயலற்று உறங்கிக்கொண்டிருக்க ஆகாயத்தில் நட்சத்திரங்கள் பேசாது ஒளிர்ந்தன.

மேகங்கள் அரவமற்றுத் தனி வழி நடந்தன. எங்கும் பயங்கரமான நிசப்தம் குடிகொண்டிருந்தது. பேய்கூடத் தனிவழி செல்ல அஞ்சும் இந்நடுராத்திரி வேளையில் ஸ்ரீநிவாசன் மாத்திரம் சோர்ந்த முகத்துடன் சந்திரனைப் பார்த்துக்கொண்டு பெருமூச்சுவிடுவதும், தன்னையறியாமல் ததும்பி வரும் கண்ணீர்த் துளிகளை விரலால் சுண்டியெறிவதுமா யிருந்தான். 'எமதூதர்கள் போல் நம்மை வஞ்சித்த போக்கிரிகள் இன்ன காரணத்திற்காக நம்மைச் சிறையிலிட்டிருக்கிறார்களென்று கூடத் தெரியவில்லையே' என்று ஏங்கினான். 'நாம் எங்கேயோ ஓர் இடத்திலும், அவள் எங்கேயோ ஓர் இடத்திலுமாக இருக்க நேரிட்டதே! ஐயோ அவள் நினைந்து நினைந்து உருகி உயிரை மாய்த்துக் கொள்ளுவளே' என்று கவலைப்பட்டான். 'ஐயோ அவளை எலும்பும் தோலுமாகமாவது நான் காண்பேனோ தெய்வமே, முன்னே நாலு நாள் அவளைவிட்டுப் பிரிந்து நான் காஞ்சிபுரம் போய் வருவதற்குள் அவள் உடம்பு அரையுடம்பாயிருந்ததே. ஐயோ இப்பொழுது என்ன செய்கிறாளோ' என்று பெருமூச்செறிந்தான். 'ஏது அவள் உயிரை வைத்துக் கொண்டிருப்பாள் என்று தோன்றவில்லை. எனக்காவது அவளை விட்டுப் பிரிந்த ஒரு துன்பம். அவளுக்குத் தகப்பனார், தம்பி, போதாக்குறைக்கு நான், எங்கள் மூன்று பேரையும் விட்டுப் பிரிந்த துன்பம். அத்துன்பத்துடன் அவள் உயிர்தரிக்கவா!' என்று கண்ணீர் பெருக்கினான். 'நான் இவ்விதமாகப் போனேன். நான் இவ்விதமாகப் போனேன், வந்தேன் இவ்விடத்திலிருக்கிறேன்,' என்றுகூட அவளுக்குச் சொல்வாரில்லையே. அவள்தான் எங்கேயிருக்கிறாளோ, சிதம்பரத்துக்கே போனாளோ. அல்லது மறுபடி சிறு குளத்துக்கே போனாளோ, தகப்பனாரைத்தான் கண்டாளோ, அதுவுமில்லையோ. எந்தக்காடோ, செடியோ, யார் கையிலோ எங்கே தவிக்கிறாளோ' என்று உருகினான். இதே தருணத்தில், இதே நிலவில், அவளும் என்னை நினைத்து ஏங்கிக் கொண்டிருந்தாலுமிருக்கலாம். அப்படியிருந்துமென்ன; இந்தச் சந்திரன் நமக்காக சாட்சி சொல்லப் போகிறதா? அன்னத்தைத் தூதுவிட்டதும், மேகத்தைத் தூதுவிட்டதும் கைக்கெட்டாத கதையா யிருக்கிறதே!' என்று கண்ணீர்விட்டான். ஐயோ நாங்கள் சேர்ந்திருந்த காலத்தில் இந்த மாதிரி நிலவைக் கண்டுவிட்டால் என்ன பாடுபட மாட்டாள். அன்றைக்கு சமுத்திரக் கரையிலே சந்திரன் கலந்தவர்க்கினிய தோர் கள்ளாய்' இருக்கிறது என்று பாடினாளே; இப்பொழுது 'பிரிந்தவர்க்கு உயிர்சுடு விஷமுமாய்' என்று அடுத்த வரியைப் பாடியழுகிறாளோ!' என்று தானுமழுதான். 'இந்த மேகங்கள் ஒன்றோ டொன்று பேதமில்லாமல் கலப்பதுபோல் நம்மிருவர் மனதும் கலந்துவிட்டது என்று களித்தாளே; அதற்குத் தண்டனையா இது தெய்வமே!' என்று தவித்தான். 'இந்த ஆகாசம்போல் கடவுள் கிருபை

அளவற்றிருக்க நமக்கு என்ன குறை!' என்று கர்வித்தவளுக்கு இது வேண்டியதுதான்' என்று தலையசைத்தான். 'நாமிருவரும் சந்திரனும் ரோகிணியும் போல ஒரு நாளும் பிரியவே மாட்டோம். சாகிறபோது கூட இரண்டுபேரும் சேர்ந்து ஒரே நாளிலேதான் சாவோம். செத்த பிறகு துருவன், அருந்ததி, ரோகிணி இவர்கள் இருக்கிறபோது நாமிருவரும் ஜோடியாக அடுத்தடுத்து இரண்டு நட்சத்திரமாக சுக்கிரனைப்போல ஆகாயத்தில் பளீர் என்று மின்னிக்கொண்டு வேடிக்கையாக இருப்போம் என்று பிதற்றினையேடி பயித்தியக்காரி. இவ்வளவு கர்வம் ஆகுமா என்று கடவுள் கண்டிக்கிறார் பார்த்தாயா! கண்டிக்கட்டும், கண்டிக்கிறதெல்லாம் கண்டிக்கட்டும்' என்று பெருமூச்சுவிட்டான்.

பிறகு உட்கார இருப்புக்கொள்ளாமல் எழுந்து 'இந்த நிலாவையும், தென்றலையும் போலிருக்கிறது நம்முடைய அன்பு என்று உபமானங்கள் கொண்டுவந்தாயேடி, ஐயோ நாம் அனுபவித்ததும், விளையாடினதும், ஆனந்தம்பட்டதும் எல்லாம் கனவாகப் போய்விட்டதே' என்று சொல்லி அங்கு மிங்கும் உலாவினான். பிறகு தன்னைப் 'பாரா'க் காக்கும் காவலாளரின் குரல் காதில்பட, போக்கிரி, கவர்ண்மெண்டு இதுவும் ஒரு கவர்ண்மெண்டா! காமாட்டி சர்க்கார், அயோக்கியப் பயல்கள்; அநியாய ராஜ்ஜியம், தொலையக் காலம் வந்துவிட்டது. இந்த கவர்ண்மெண்டுக்கு சொல்லுகிறேன் வழி. கேள்விமுறை கிடையாதா? விசாரணை, இழவு, என்று ஒன்றுமா கிடையாது. நான் எழுதின விண்ணப்பத்துக்குக் கூடவா பதில் கிடையாது. அடா, இன்ன குற்றத்திற்காக நீ சிறைச்சாலையில் வைக்கப்பட்டிருக்கிறாய் என்று சொல்லித் தொலைக்க வேண்டாமோ! இப்பொழுது ஒன்றும் பேசப் படாது. இவர்கள் கையை விட்டு வெளியேறினவுடனே சொல்லுகிறேன் வழி. சுப்பராயனுக்கு எழுதின கடிதம் நாளை போய்ச் சேரும். அவன் நாளையே பதில் எழுதினால் இரண்டு மூன்று நாளிலேயாவது வந்து விடாதா. ஒருவேளை அவனே வந்தாலும் வரலாம். ஐயோ என் மாமியார் ஒரு மகாலட்சுமி; அவளுக்கு வந்த கஷ்டங்களைப் பார். என் மாமனார் அவர் பெருந்தன்மையும், புத்தி விசாலமும் அவர்கள் ஒருவரோடொருவரிருந்த அன்பும், ஐயோ! அவர்களுக்குக்கூட இப்படி வருமா! அப்பப்பா! இந்த உலகம் வெகு கெட்ட உலகமப்பா!' என்று வெறுத்தான். பிறகு சந்திரனும் ரோகிணியும் மற்ற எண்ணிறந்த நட்சத்திரக் கூட்டங்களால் சூழப்பட்டு ஆகாயத்தில் சிங்காரமாய் கம்பீரமான அழகுடன் மெதுவாய்ப் பவனி செய்வதைச் சிறிது நேரம் உற்றுப்பார்த்து 'ஐயோ லட்சுமி, உன்னை விட்டும் நான் பிரிந்திருப்பேனோ; அமெரிக்கா தேசத்தவர்களுக்கு கடிதம் எழுத

வேண்டுமென்று சொன்னாயே, எப்படி அந்தக் கடிதம்! *'மகா-ராஜ-ராஜ ஸ்ரீ அமெரிக்கா தேசத்து மகா ஜனங்கள் அவர்களுக்கு அநேக ஆசீர்வாதம். க்ஷேமம். க்ஷேமத்துககு எழுதக் கோருகிறோம். எங்கள் தேசத்து சக்கரவர்த்தியாகிய சந்திர மகாராஜாவும், பட்ட மகிஷியாகிய ரோஹிணி மகாராணியும் உங்களுடைய தேசத்துக்குப் பவனி வந்திருக்கிறார்கள். இவ்விடத்தில் நாங்கள் ஏழைக்குடிகள் அவர் களுடைய தரிசனமில்லாமல் தவிக்கிறதினாலே, அவர்கள் இவ்விடம் விஜயம் செய்யும்படி நாங்கள் வேண்டுகிறதாய் எங்கள் விண்ணப்பத்தை அவர்களுக்குத் தெரிவிக்கக் கோருகிறோம்.

இப்படிக்கு (இத்தேசத்துப் பிரஜைகளுக்காக)
ஸ்ரீநிவாசனும் லட்சுமியும்

என்று இப்படியெல்லாம் விளையாடினாயே,' என்று சொல்லி அவளுடைய அழகையும், அவளுடைய குரலையும், அவளுடைய பாட்டையும், படிப்பையும், புத்திவிஸ்தாரத்தையும் அவளுடன் தான் விளையாடின விளையாட்டுக்களையும் நினைத்து, நினைத்து, வாயும், நெஞ்சம், உலரமயங்கி, தன்னையும் தனக்குப் பலமுறை உருவெளியாகத் தோன்றிய தன் மனைவியையும், உயர விளங்கும் சந்திரனையும், தன்னைக் காக்கும் காப்பாளரையும் முறை முறையே நோக்கி, இரவு முழுவதும் வாடும் சந்திரனுடன் தானும் வாடிச் சோர்ந்திருந்தான்.

பொழுது விடிந்து சிறிது நேரத்துக்கெல்லாம் இரண்டு காவலாளிகள் உருவின கத்தியும் கையுமாய் ஸ்ரீநிவாசனைக் கச்சேரிக்கு விசாரணைக்காக இட்டுச் சென்றார்கள். குற்றம் பெரிய குற்றமான தினாலும், விசாரணை பெரிய விசாரணை யானதாலும், ஐந்து நியாயாதிபதிகள் உட்கார்ந்து விசாரணை செய்தார்கள். இவ்வேடிக் கையைப் பார்க்க ஊர் முழுவதும் கச்சேரியில் வந்து கூடியிருந்தது. கைதி கூட்டிலடைபட்டு நிற்கிறான். இரண்டு பக்கத்திலும் இரண்டு போர் வீரர்கள் உருவின கத்தியும் கையுமாய்க் காவல் நிற்கிறார்கள். சர்க்கார் தரப்பு வக்கீலாகிய பெரிய துரையவர்கள் கால் வரையில் தொங்கவிட்ட சட்டையும் கம்பீரமாய் எழுந்து, மூக்கில் கண்ணாடி தரித்து, குற்றப் பத்திரிகை படிக்கத்துவக்கினார். அதன் விவரம் யாதெனில்: 'புதுச்சேரி ராஜ்ஜியத்தின் முதல் மந்திரி திவான் சங்கரய்யர் என்று ஒருவர் இருந்தார். அவர் சர்க்கார் திரவியங்கள் சிலவற்றை அபகரித்துப் பட்டணத்தில் தன் பிள்ளைக்கு அனுப்பிவிட்டார். குற்றம் வெளிப்பட இருந்த தருணத்தில் குடும்ப சகிதமாய் ராஜ்ஜியத்தை விட்டுப் புறப்பட்டுவிட்டார். ஸ்ரீநிவாசன் ரூபத்திலும், நிறத்திலும்,

* சந்திரன் இங்கே மறைந்திருக்கும்போது அமெரிக்கா தேசத்தில் பிரகாசிக்கிற தென்பது யாவருக்கும் தெரியும்.

சங்கர அய்யருடைய மகனைப்போல் இருந்தான். ஆதலால் அவனைச் சங்கரய்யருடைய மகனெனவே சிறைசெய்து விசாரணையிலிட்டார்கள்.' ஸ்ரீநிவாசன் கடவுள்மேல் பாரத்தைப் போட்டுவிட்டு குற்றமறியாத மனதானதால் கொஞ்சமும் கலங்காமல் சிங்கக்குட்டிபோல் நின்று கம்பீரமாய்க் கேட்ட கேள்விகளுக்குப் பதிலளித்தான்.

வக்கீல்துரை - உன் பெயரென்ன?

ஸ்ரீநிவாசன் - ஸ்ரீநிவாசன்.

வக்கீல் - உண்மையான பெயர்?

ஸ்ரீநிவாசன் - ஸ்ரீநிவாசன்.

வக்கீல் - ஒளியாமல் சொல்லு!

ஸ்ரீநிவாசன் - ஸ்ரீநிவாசன்.

வக்கீல் - வெங்கட்ராமன் என்று உனக்கு ஒரு பெயருண்டா?

ஸ்ரீநிவாசன் - அப்படி எனக்கு இதுவரையில் ஒருவரும் பெயரிடவில்லை.

வக்கீல் - உன் தகப்பனார் பெயர்?

ஸ்ரீநிவாசன் - நாராயண அய்யர்.

வக்கீல் - அவர் உத்தியோகம்?

ஸ்ரீநிவாசன் - தாசில்.

வக்கீல் - நீ திவான் சங்கரய்யர் மகனல்லவா?

ஸ்ரீநிவாசன் - அவ்வளவு பெரிய பாக்கியத்தை நான் அடைய வில்லை.

வக்கீல் - நீ அவர் மகனைப் போலவே இருக்கிறாயே!

ஸ்ரீநிவாசன் - அதுவும் என் குற்றமா!

வக்கீல் - நீ நல்ல பால்யம்; நிரம்ப லட்சணமாயிருக்கிறாய்.

ஸ்ரீநிவாசன் - அது என் குற்றமல்லவே!

வக்கீல் - நான் சொல்லுவதைக் கேள்; அவ்வளவு வயதையும் லட்சணத்தையும் வீண் போக்காதே!

ஸ்ரீநிவாசன் - வீண் போக்கவில்லை. எனக்கு தக்கபடி கல்யாணம் ஆகியிருக்கிறது.

வக்கீல் - நான் சொல்வதைக் கேள்! நீ சங்கரய்யர் மகன் போலவேயிருக்கிறாய், குற்றத்தை ஒப்புக்கொண்டுவிடு.

ஸ்ரீநிவாசன் - சங்கரய்யர் மகனைப்போல் இருக்கிற குற்றத்தை நான் வேணுமென்று செய்யவில்லை.

வக்கீல் - நீ உண்மையை ஒப்புக்கொண்டுவிடு!

ஸ்ரீநிவாசன் - தங்களுடைய ஆத்திரத்திற்காக பொய் சொல்ல எனக்குச் சம்மதமில்லை.

வக்கீல் துரையவர்களுடைய, கேள்விகளுக்குத் திருப்தியான உத்தரம் அவருக்குக் கிடைக்காததால் சாட்சிகளையழைத்து இந்த மனிதன் சங்கரய்யர் மகன்தானா அல்லவா என்று விசாரித்தார்கள். ஸ்ரீநிவாசனைச் சிறைபிடித்து வந்தவர்கள் ஆமென்றும், மற்றவர்கள் அல்லவென்றும், பின்னும் சிலர் சந்தேகமாயிருக்கிறது என்றும், சரீரப் பரீட்சையின்மேல் அபிப்பிராயம் கொடுத்தார்கள். பிறகு ஸ்ரீநிவாசன் தன் தரப்பு சாட்சிகளாகத் தன்னுடைய 'டயரி' புஸ்தகம், தன் கையிலிருந்த சில கடிதங்கள் இவைகளை ஆஜர் செய்தான். நியாயாதிபதிகள் அவைகளைப் பரிசோதனை செய்துகொண்டு ஸ்ரீநிவாசன் குற்றவாளியல்லவென்று தீர்ப்புச் செய்தார்கள். ஸ்ரீநிவாசன் 'தன் தாயார், தகப்பனாருக்குத்தான் பிறந்தவன் என்ற செய்தியைக் கோர்ட்டு முன்பாக ருசுப்படுத்தினவன் நான் ஒருவன்தான் உலகத்தில். அதைத் தாங்கள் ஒப்புக்கொண்டதற்காக வந்தனமளிக்கிறேன்' என்று சொல்ல கோர்ட்டார் அவனுடைய மனோதைரியத்தையும் பெருந்தன்மையையும் மெச்சி இதுவரையில் சிறையில் வைத்ததற்காகவும், மான நஷ்டத்திற்காகவும் பதினாயிரம் பாய் சர்க்காரிலிருந்து கொடுக்கும்படி உத்தரவிட்டார்கள்.

33

கமலாம்பாள் கண்ட அதிசயக் கனவு

அம்மையப்பபிள்ளை முதலானவர்கள் திருவொற்றியூரை விட்டுக் காசியை நோக்கியே புறப்பட்டார்கள். கமலாம்பாள் தான் முன்னிருந்த நிலைமையையும், தன் கணவர் நிரபராதியான தன்னை விட்டுப் பிரிந்ததையும் நினைத்து பின்வருமாறு துக்கிக்கிறாள்; இவ்வுலகில் கடவுள் ஒருவரை நம்பலாமேயன்றி மனிதரில் யாரையும் நம்பக்கூடாது. எவ்வளவு உத்தமமான மனிதனானாலென்ன! அவனும் கடவுளுடைய கிருபை இருந்தால் நமக்கு ஒரு குறையும் வராது. ஏதோ நாம் செய்த பாவம் அனுபவிக்கிறோம். பகவானுடைய சங்கல்பம்

அப்படியிருக்கு மானால் அதற்கு நாம் செய்யத்தக்கது என்ன? புருஷனைத் தியானித்தாலாவது பயனுண்டு. மற்ற ஸ்திரீகள் அனுபவியாதபடி நாம் சுகம் அனுபவித்தோமே, அது போதாதா? ஆசைக்கு அளவில்லையென்பது சரியாகத்தான் இருக்கிறது. மேலும் இந்தத் துன்பமே கடவுளைப் பற்றி நினைக்கச் செய்வதினால் நமக்கு ஒரு பெரிய அனுகூலமாக இருக்கிறது. 'வெங்காரம் வெய்தெனினும் நோய் தீர்க்கும், சிங்கி குளிர்ந்ததும் கொல்லும்' என்றது போல மனிதன் அனுபவிக்கிற சுகமெல்லாம் உண்மையான நன்மையாகவும் இருக்கிறது வாழ்வு வந்துவிட்டால் மனிதனுக்கு உள்ள கண், காது எல்லாம் அடைத்துப் போகிறது. நான், நான் என்று 'சர்வம் அஹம்மயம் ஜகத்' என்றபடி உலகமெல்லாம் நானாகவே நிறைந்திருக்க, பெரியோர் சிறியோர் கடவுள் ஒருவருமே இல்லாமற் போய்விடுகிறது. துன்பம் வந்தாலோ எவ்வளவு கேவலமான மனிதனானாலும் கடவுளைப் பற்றி ஒரு க்ஷணமாவது நினைக்கிறான். 'மரண காலத்தில் என்னைத் தியானித்தவனுக்குக்கூட நான் மோக்ஷம் கொடுக்கிறேன்' என்று வாக்களித்திருக்கும் எளியார்க்கெளியனாகிய பகவான் துன்பம் வந்த காலத்து நினைப்பவர்களுக்கு ஈடுபடமாட்டானா! பகவானே உன் இஷ்டப்படி நடத்து; நான் ஒன்றும் முணு முணுப்பதில்லை. உன்னை யன்றி யிவ்வுலகில் ஒரு துணையும் காணேன். இன்பமானாலும், துன்பமானாலும் கொடுக்கிறவன் நீ என்பதை நினைத்தால் எனக்கு ஆனந்தமாயிருக்கிறது' என்றிவ்வாறு தன் மனதில் எண்ணியெண்ணிக் கணவனைப் பற்றிக் கவலைப்படுவதைவிட்டு பர்த்தாமீது வைத்திருந்த பக்தியையும், அன்பையும் உருக்கத்தையும் மெள்ள மெள்ள பகவான் மீது கமலாம்பாள் வைக்கத் தொடங்கினாள். ராம் ராம், என்று ராம நாம ஸ்மரணை செய்யத் தொடங்கினாள். 'சாக்ஷாத் ஸ்ரீராமனே சீதையை விட்டுப் பிரிந்து வருந்தினானே. அவன் காட்டின மாயையிலகப் பட்டுப் புழுவினுங் கேடான நான் புருஷனை விட்டுப் பிரிந்து வருந்துகிறதும் ஓர் அதிசயமா' எனச் சிரிப்பாள் ஒரு சமயம். 'புருஷனேன், பெண்டேன், பிள்ளையேன், குட்டியேன்! நீ ஒருவன் இருக்க உன்னிலும் பெரியவராய் ஒருவரை மதிக்கவும் கூடுமோ? நீ நிறைந்த உலகத்தில் எதுவும் இல்லை யென்று குறைபடுவதும் எங்கள் பாவமன்றோ!' என்று எண்ணுவாள் ஒரு சமயம். 'நீ இருப்பது மெய்; நான் இருப்பது பொய். உன் இச்சை வெல்லுமோ, என் இச்சை வெல்லுமோ? உன் திருவுளப்படியே நடத்து; உன்னிடத்தில் இன்னதுதான் கேட்பதென்றுகூட நான் அறியேன்; எனக்கு எது நன்மையென்று உன் திருவுளத்திற்குத் தோன்றுகிறதோ அது எனக்கு சித்திக்கட்டும்' என்று கோருவாள் ஒரு சமயம். 'ஐயோ என் கணவரைத்தான் இன்னும் ஒரு தடவை நான் காணவும் கூடுமோ! உன் கிருபை அப்படிக்கில்லையோ' என்றேங்குவாள் ஒரு சமயம்.

இப்படிப் பலவாறு சிந்தித்தழியு நாட்களுள் ஒரு நாள் இரவில் கடைச் சாம சமயத்தில் திடீரென்று கமலாம்பாளுக்கு வெகு விசித்திரமான கனவொன்று நேர்ந்தது. மலைகளும், நதிகளும், யானைகளும், புலிகளும், ரிஷிகளும், முனிவர்களும் நிறைந்த ஒரு பெருங் காடொன்று அவள் கண்ணுக்குத் தென்பட்டது. அக்காட்டில் பளீர் என்று மின்னும் மின்னற்கொடி போன்ற தேஜோ ரூபத்துடன் பார்க்கப் பதினாயிரம் கண்ணும் போதாத திவ்ய சௌந்தரியத்துடன் கூடிப் புன்னகை தவழ்ந்த உதடும், மலரென மலர்ந்த முகமும், வண்டெனக் கரிய குழலும், பிறையென வளர்ந்த நுதலும், வில்லெனக் கோடிய புருவமும். நஞ்சிடையமிழ்தங்கூட்டி, கஞ்சத்தினளவிற்றேனும் கடலினும் பெரிய தாய், 'சேயரிசிதறித் தீய வஞ்சமும் களவுமின்றி மழையென மதர்த்த' கண்களும்கொண்டு 'அன்னமும் அரம்பையரும் ஆரமழ்து நாண

'கற்றைவிரி பொற்சடை மயிர்த்துறுகலாபம்
சுற்றுமணி புக்கவிழை மிக்கிடைதுவன்றி
விற்றவிழ வாணிமிர மெய்யணிகள் மின்னச்
சிற்றிடை துடங்கவொளிர் சீரடி பெயர்த்து'

ஒரு பெண்ணரசி அயலேவர, அவளுடன் கைகோர்த்து.

'நாணுலாவு மேருவோடு நாணுலாவு பாணியும்
நாணுலாவு தோளும்வாளி யூடுலாவு தூணியும்'

கொண்டு மையோ மரகதமோ மறிகடலோ மழை முகிலோ அய்யோ இவன் வடிவென்பதோர் அழியா அழகுடையான்,' என்ற கற்பனை கடிந்த வடிவத்துடன் ஒரு மகா புருஷன் தன்னெதிரே வந்ததாகவும், வரும்போதே, 'ராமனும் சீதையும் வருகிறார்கள்; ராமனும் சீதையும் நான் காண வருகிறார்கள்' என்று அவளுக்கு ஒரு எண்ணம் உண்டான தாகவும், அவர்கள் வந்தவுடனே கீழே விழுந்து தெண்டனிட்டு அவரிருவருடைய பாதத்தையும் கெட்டியாய்ப் பிடித்துக்கொண்ட தாயும் அந்த மகாபுருஷர் பயப்படாதே! இவளைத் தேடி நானலைந்தது உனக்குத் தெரியுமோ என்று சொல்லித் தேற்றித் திடீரென்று மறைந்த தாயும், கமலாம்பாள் கண்டாள் ஒரு கனவு. கண்டு திடுக்கிட்டு விழித்து 'கடவுளே உன் மகிமையே இது, கனவிலாயினும் கண்டேனே' என்று களித்துச் சந்தோஷத்தால் கண்ணீர் பெருகி விம்மியழுதாள். அவள் கண்டது கனவேயன்றி நனவல்ல. ஆயினும் அவளுடைய பெண் புத்திக்கு அது போதுமானதாயிருந்தது. அந்தக் கனவை மறுபடி மறுபடி ஞாபகத்துக்குக் கொண்டுவந்து அமிர்தபானம் பண்ணினாற்போல் அவள் ஆனந்தித்தாள். மறுபடியும் வருமோ அந்தக் கனவு என்று முயற்சித்தாள். வராததைக் கண்டு கண்ணீர் பெருக்கினாள். ராமா,

ராமா, ராமா என்று ராம நாமஸ்மரணையை முன்னிலும் பதின்மடங்கு அதிகமாகச் செய்தாள். கணவனையிழந்த கவலையினும் கனவினை யிழந்த கவலையதிகமாயிற்று. 'கடவுளே உன் மகிமையே மகிமை! நானும் ஒரு பொருட்டென உன் திருவுளம் நினைத்ததே' என மகிழ்ந்தாள். 'பயப்படாதே' என்றா சொன்னாய்; 'நீயிருக்க எனக்கென்ன பயம்' என்று நகைத்தாள். 'வந்தவர்கள் இன்னும் சிறிது நேரம் இருந்தனர்களா' என ஏங்கினாள். வெளிவந்தவரோ போய் மறைந்தார் விலக்கவொருவர் தமைக் காணேன்' என விம்மினாள். 'ராமன் சீதையைக் கண்டதுபோல் நானும் என் கணவனைக் காண்பேன், என் புருஷநாயகத்தைக் காண்பேன்' எனக் களித்தாள். கமலாம்பாளாவது இப்படியழுவதும், சிரிப்பதுமாக இருந்தாள். லட்சுமியோ முற்றிலும் அழுதவண்ண மாகவே இருந்தாள், ஏதாவது சில சமயம் சிரித்தால்தான் முன்னிருந்த நிலைமையையும், இப்பொழுது இருக்கும் நிலைமையையும் குறித்து இரங்கும் இரக்கச் சிரிப்பாகவே இருக்குமன்றி சந்தோஷச் சிரிப்புக் கிடையாது. புருஷனைக் கண்டதுபோலவும், காணாமல் தேடுவது போலவும், கனவுகள் கண்டு துயிலுற்று வருந்தியதுமன்றி நேரில் சில சமயங்களில் உருவெளித் தோற்றமாகக் கண்டு விரைந்தோடி ஆலிங்கனஞ் செய்யப் போய் வெறுவெளியைக் கண்டு வெட்கித்தாள். மலர்ந்த செந்தாமரை போன்ற முகம் சதா வாடியேயிருந்தது. சரீரம் மாசுபடிந்து அங்கமெல்லாம் துரும்பாய் மெலிந்தது. கூந்தல் சடையாய்த் திரண்டது. கண் உருகிய செம்பாய் உருகுகிறது. பவள வாய் ஒளி மழுங்கி உரையிழந்தது. கைகால் செயலற்றுச் சோர்ந்து கிடந்தன.

கை வளையல்கள் நழுவி முழங்கை மட்டும் ஓடின. கழுத்தில் மாங்கல்யம் ஒன்றன்றி மற்ற நகை யாவும் கிடையாது. தாம்பூல புஷ்பம் சந்தனாதிகள் வாடையும் உதவாது, லட்சுமி.

உண்டென வுறையிற் கேட்டாருயிருறு பாவமெல்லாங்
கண்டினித் தெளிகவென்று காட்டுவாள் போலவாகி'

தன் மனோவேதனையைச் சகிக்கமாட்டாது தீயிடையிட்ட பூங்கொடிபோலச் சோம்பினாள்.

34

பிரமானந்த சுகம் - ஓர் அதிசய சம்பவம்

இவர்கள் நிலைமையிவ்வாறாக, சச்சிதானந்த சுவாமிகளும் முத்துஸ்வாமியய்யரும் பின்னும் சில சிஷ்யர்களுமாக ஜீவன் முத்தி

க்ஷேத்திரமாகிய காசிமா நகரையடைந்து அங்கே ஹனுமந்த கட்டத்தினருகே ஒரு மடத்தில் தங்கினார்கள். சச்சிதானந்த சுவாமிகள் காசியில் வெகு பிரபலம். அவ்விடத்தில் அவருடைய சேவைக்காகக் காத்திருப்பவர்கள் அநேகர். அவர் மத்தியில் காணப்படாது, மறுபடி வந்திருக்கிறார் என்ற செய்தி பரவினவுடனே திரள் திரளாய் ஜனங்கள் வந்து சேவித்தார்கள். அவ்வாறு சேவித்தவர்களில் சச்சிதானந்த சுவாமிகளுடைய வைபவத்தையும் முத்துஸ்வாமியய்யருடைய ஆனந்த நிலைமையும் கண்டு புகழாதவர்களில்லை. குழந்தைகளுக்கெல்லாம் பிரம்மானந்த ஸ்வரூபராகிய சுவாமிகளிடத்தில் வெகுபிரியம். குழந்தைகள் பள்ளிக்கூடம் போகும்போதும், வரும்போதும் அவரிடம் வந்து அவர் அவர்களுக்காகச் சேகரித்து வைத்திருக்கும் தேங்காய் பழங்களை வாங்கி வழி நெடுகத் தின்றுகொண்டே போகும். மற்ற வேளை மடத்தில் வந்து கூச்சலிட்டு விளையாடும். அப்படி விளை யாடியும் அந்த மகானுடைய நிஷ்டை கலையாது இருப்பதைக் கண்டு ஆச்சரியப்படும். இரண்டு வயது, மூன்று வயது, நாலு வயதுக் குழந்தை களெல்லாம் அவர் தோள் மேலும், தலை மேலும், கால்மேலும், கை மேலும் ஊரிக்கொண்டேயிருக்கும். அவரை அந்தக் குழந்தைகள் ‘தாத்தா’ என்று அழைப்பது வழக்கம். முத்துஸ்வாமியய்யரும் அவர் களிடத்தில் சுவாமிகள் போலவே பட்சம் பாராட்ட, அவரும் அவர்களுக்கு ‘மாமா’ ஆய்விட்டார். குழந்தைகள் அவருடைய தோள் மேலுமேறிக் குதிக்கத் தொடங்கின. சுவாமிகளுடைய உபதேச பலத்தினால் குழந்தைகளெல்லாம் அவருக்கு பிரம்மஸ்வரூபமாய்த் தோன்றும். அவ்வாறு தோன்ற கடவுளுடன் பிரத்தியட்ச ஸரஸம் செய்வதுபோல் அவர் அவர்களுடன் விளையாடி வந்தார். அக் குழந்தைகள் எல்லாரிலும் துரைசாமி என்னும் ஒரு குழந்தைமேல் அளவிலா பிரியம் ஏற்பட்டது. அக்குழந்தை லட்சணமாயிருந்ததினால் மாத்திரமல்ல, அதனுடைய முகவிலாசத்திலும் செய்கையிலும் பிர்ம்ம தேஜஸ் தீர்க்கமாய்ப் பிரதிபலித்ததால் அக்குழந்தையுடன் அவர் ஸாட்சாத் கோபாலனைக் குழந்தையாய்ப் பெற்ற வசுதேவர் போலக் களித்து விளையாடினார்.

இப்படியவர் நிஷ்டையிலும் வியவகாரத்திலும் தன்னை மறவாது சுகப்பட்டுக்கொண்டு இருக்கும் நாட்களுள் ஒருநாள் திடீரென்று அவருடைய மடத்துக்குள் இரண்டு பிராமணரும் ஒரு சூத்திரனுமாக மூன்று பேர் சேர்ந்துவந்து அவரைச் சேவித்தார்கள். அவர்களைக் கண்டு முத்துஸ்வாமியய்யர் ஆச்சரியப்பட்டு நிற்க, அவர்கள் மூவரும் ‘சுவாமி, நாங்கள் செய்த அபராதத்தை மன்னித்தருள வேண்டும்.’ என்று வேண்டினார்கள். அவர்களுள் சூத்திரனாயிருந்தவன் ‘சுவாமி, நான் செய்த குற்றத்துக்கு இது ஒரு பரிகாரமாகாது, என்று சொல்லி கூட வந்த

பிராமணர்களிடம் வாங்கி பாங்கு நோட்டுகளாக ஒரு பெரிய திரவியக் குவியலை அவருடைய பாதத்தில் சமர்ப்பித்தான். அவ்வாறு சமர்ப்பித்தவன் நமது பழைய சினேகிதனாகிய பேயாண்டித்தேவனே. அவன் வட தேசங்களில் சென்று கொள்ளையிட்டுச் சில வருஷங் களுக்குப் பின்னர் தன்னுடைய எதிராளியான முத்துஸ்வாமி அய்யருடைய நிலைமையைக் கண்டு வருவோம் என்று சிறுகுளத்துக்கு வர, ஊர் முழுவதும் மதியையிழந்த இரவு போலவும், கணவனையிழந்த கைம் பெண்ணெனவும் ஒளி மழுங்கி, அருளிழந்துகிடக்கக் கண்டு ஆச்சரியப்பட்டு அதன் காரணத்தை விசாரிக்க, அவ்வூருக்கு அரசர் போல விளங்கிய அய்யரவர்களுடைய குடும்பம் நிலைகுலைந்து, சின்னாபின்னப்பட்டுப் போனதைக் கேட்டு, அதற்குத் தான் காரண மானதையும் நினைத்து, மிகவும் மனவருத்தமடைந்து, எவ்விதமும் தான் செய்த தீங்குக்குப் பரிகாரம் செய்துவிடுவதென்று பெருந்தன்மையான வைராக்கியத்துடன் முத்துஸ்வாமி அய்யரைத் தேடிப் புறப்பட்டான்.

ஊருக்கு ஊர் உளவு விசாரித்துக்கொண்டு செல்லுகையில் ஒரு நாளிரவில் ஒரு வீட்டு வாசற்றிண்ணையில் படுத்து உறங்கிக்கொண் டிருந்தார்கள். நடு நிசிக்கு மேல் அவ்வீட்டுள் இருவர் ஒருவர்மேல் ஒருவர் கடுங்கோபத்துடன் கலகப்படுவது அவன் காதில் விழ, அவன் தூக்கத்தை உதறிவிட்டு கவனிப்பானாயினான் கவனிக்கவே அவ்விரு வரும் பம்பாயில் முத்துஸ்வாமி அய்யருடைய பெருந்திரவியத்தைக் கூட்டுக்கொள்ளையடித்து ஊர் விட்டோடிய திருட்டுப் பிராமணர் களென்றும், அத்திரவியத்தைப் பங்கிட்டுக்கொள்வதில் அவ்விருவரும் தர்க்கித்துக் கொண்டிருப்பதாயும் அறிந்து தந்திரமாய் அக்கணமே அவ் வீட்டுள் புகுந்து போலீஸ் உத்தியோகஸ்தனைப் போல நடித்து அவர்களைக் கலக்க, அவர்கள் கலங்கி அவன் கையிலகப்பட்டார்கள். பிறகு பணத்தைச் சொந்தக்காரரிடம் சேர்த்துவிட்டால் அவர்களை சர்க்கார் தண்டனைக்குக் காட்டிக் கொடுப்பதில்லை என்று அவர் களுக்கு சத்தியம் செய்துகொடுத்து அவர்களையிட்டுக் கொண்டுபோய் பணம் புதைத்து வைக்கப்பட்டிருந்த இடம் சென்று அதைக் கைப் பற்றிக்கொண்டு மூவருமாகக் காசியையடைந்து, முத்துஸ்வாமியய்யர் தங்கியிருந்த மடத்துக்கே வந்து சேர்ந்தார்கள். திடீரென்று இழந்த திரவியமனைத்தும் குவியலாய்த் தன்னெதிரே வரப்பெற்றும் முத்து ஸ்வாமி-யய்யர் நிர்விகற்பமான மனோ லட்சணத்தையடைந்த முக்தரானதினால் கடவுளுடைய அருளை வியந்து திரவிய முழுவதையும் தானம் செய்துவிடும்படி பேயாண்டித் தேவனுக்கு அனுமதி கொடுத்தார். அதைக் கேட்டு உள்ளேயிருந்த சச்சிதானந்த சுவாமிகள் 'அது உன் செல்வமல்ல, மற்றவர்களுக்காக நீ அதைப் பத்திரப்படுத்தும்படி கடவுள் உனக்கு அனுப்பியிருக்கிறார். அதை எடுத்துவை' என்று ஆக்ஞாபிக்க, குரு ஆணையை வகித்து அவரும் அப்படியே செய்தார்.

சிறிது நேரத்துக்கெல்லாம் முத்துஸ்வாமி அய்யருடைய முக்கிய சினேகிதனாகிய குழந்தை துரைசாமியும், அவனுடைய தகப்பனார் ராமசேஷய்யரென்பவரும் அவ்விடம் வந்து அவரைச் சேவை செய்து உட்கார்ந்தனர். அருகிலிருந்த பேயாண்டித் தேவன் அவ்விருவரையும் சிறிது நேரம் கூர்ந்து பார்த்துப் பிறகு ராமசேஷய்யரை நோக்கி 'சுவாமி, அடியேன் வந்துவிட்டேன். குழந்தைக்கு உரியவர் எதிரவே இருக்கிறார். தங்களுக்கு அவ்வளவுதான் பிராப்தம்' என்று சொல்ல, ராமசேஷய்யர் திடுக்கிட்டு, தன்னுடன் பேசியது பேயாண்டித்தேவனென உணர்ந்து அவனுடைய யோகக்ஷேமத்தையும் எதிர்பாராத வரவையும் விசாரித்து, கிலேசத்துடன் 'யார் குழந்தைக்கு உரியவர்? என்று கேட்க, 'குழந்தை யார் மடியில் இருக்கிறதோ அவர்கள்தான்' என்று பேயாண்டி முத்துஸ்வாமி அய்யரைக் காட்டி மறுமொழி சொன்னார். இவ்வுரை காதில் படுமுன்னமே ராமசேஷய்யருக்குக் கண்ணீர் பிரவாகமாகப் பெருகியது. அழுதுகொண்டே அவர் முத்துஸ்வாமியய்யரைப் பார்த்து 'சுவாமி தங்களுடைய குழந்தையாம். வளர்த்த வாஞ்சை என்னை விடவில்லை. குழந்தையைப் பெற்றுக்கொள்ளுங்கள்' என்று சொல்லி வெளியே போக ஆரம்பிக்க, முத்துஸ்வாமியய்யர் கடவுளுடைய நாடகத்தையும், மனிதரது அக்ஞானத்தையுங் கண்டு வியந்து அவரைக் கைப்பற்றியிழுத்து 'முன்போலும் தங்கள் குழந்தையேதான்; என்னுடையதானாலென்ன தங்களதானால் என்ன' என்று உபசாரங்கள் சொல்லி அவரைத் தேற்றி துரைசாமியை 'நடராஜா' என்று அருமையாய் அழைத்து, பெற்ற என்னைக்காட்டிலும் வளர்த்த அவர் பெரிய பிதா என்று நயந்து சொல்லி தன் மனத்துக்குள் 'சுவாமி! என்ன காரியத்துக்கோ இந்த உன் தந்திரம்' என்று எண்ண, உள்ளேயிருந்த சச்சிதானந்த சுவாமிகள் வெளியே வந்து குழந்தை நடராஜனையும் முத்துஸ்வாமி அய்யரையும் பார்த்து கடவுள் செயலுக்கு 'ததாஸ்து' சொல்லுவதே நம்முடைய தொழில், நமக்காக வேண்டியதொன்றுமில்லை' என்று தன் சிஷ்யருக்கு எடுத்துக் கூறினார். பிறகு பேயாண்டித்தேவன் தான் சொக்குப்பொடிகாரி ஒருத்தியை அனுப்பிக் குழந்தையைத் தந்திரமாய்க் கைப்பற்றிக் குதிரை மீது வைத்தோடியதையும், குழந்தையில்லாமல் தவித்துக்கொண்டிருந்த ராமசேஷய்யருடைய வேண்டுகோளுக்கிசைந்து ஆயிரம் பொன்னுக்கு அவ்வருமைக் குழந்தையை விக்கிரயம் செய்ததையும் தற்செயலாய் அவர்களை இங்கு சந்தித்ததையும் சவிஸ்தாரமாய்ச் சொல்ல, எல்லோரும் கடவுளுடைய திருவருளைக் கொண்டாடினார்கள். பேயாண்டித் தேவன் ராமசேஷய்யரை நோக்கி 'தங்களுடைய ஆயிரம் பொன்னையும் திருப்பிக்கொடுத்துவிடுகிறேன் யோசிக்க வேண்டாம்' என்று சொல்ல, அவர் நானுள்ள வரையில் இந்தக் குழந்தையை விட்டுப் பிரியாதிருக்க வரம் வாங்கித் தருவாயாகில் ஆயிரம் பொன்னுக்கு

ஆயிரம் லட்சம் பொன்னாகக் கொடுத்தது போல' என்று அழுது சொல்ல, முத்துஸ்வாமியய்யர் 'பயப்படாதேயுங்கள், குழந்தை தங்களதே, தங்களதே' என்று தைரியம் சொன்னார்.

35

'பிரிந்தவர் கூடினால் பேசவும் வேண்டுமோ'

அம்மையப்ப பிள்ளை, கமலாம்பாள், லட்சுமி, சுந்தரம் முதலானவர்கள் பல ஊர்களிலலைந்து காசிக்கே கடைசியாய் வந்து ஒரு வீட்டில் தங்கியிருந்தார்கள். சிலநாள் தங்கியிருந்த பிறகு, ஒருநாள் கமலாம்பாள் அவ்வீட்டில் வீணை யொன்றிருந்ததைக் கண்டு, பகவானைப் பற்றிப் பாடவேண்டு மென்று ஆசையுண்டானதால், லட்சுமியைக் கொஞ்சம் தேற்றி, உபசாரம் சொல்லி, அந்த வீணையை யெடுத்துப் பாடும்படி வேண்ட, அவளும் அரைமனதுடன் இசைந்து, *வீணையைக் கையிலெடுத்து, சுருதிகூட்டி பாடத் தொடங்கினாள்.

அகமேவு மண்ணலுக்கென் னல்லலெல்லாஞ் சொல்லி
சுகமான நீபோய்ச் சுகம்கொடுவா பைங்கிளியே.
ஆருமறியாமலெனை யந்தரங்கமாக வந்து
சேரும்படி யிறைக்குச் செப்பிவா பைங்கிளியே.
ஆறாத கண்ணீர்க்கென் னங்க பங்கமானதையும்
கூறாததென்னோ குதலைமொழிப் பைங்கிளியே.
என்று விடியுமிறைவாவோ வென்றென்று
நின்ற நிலையெல்லாம் நிகழ்த்தாயோ பைங்கிளியே.
எந்த மடலூடுமெழுதா வென்னிறை வடிவைச்
சிந்தைமடலாலெழுதிச் சேர்ப்பேனோ பைங்கிளியே.
கண்ணின் மணிபோலின்பங் காட்டியெனைப் பிரிந்த
திண்ணியருமின்னம் வந்து சேர்வாரோ பைங்கிளியே.

என்றிப்படிப் பாடி வரும்பொழுதே கமலாம்பாள் கனவில் தோன்றிய ராமனைக் குறித்துக் கண்ணீர் பெருக்கினாள்.

பாட்டைக் கேட்டவர்கள் பைங்கிளிக் கண்ணியினி னிமைக்கும். பாட்டின் திறமைக்கும், உருகியழுதார்கள். பாடிக்கொண்டிருந்த

---

* குறிப்பு: வீணை பூரண வாத்தியம் என்பது பிரசித்தம். சுத்த சத்வமான அதனுடைய அழகிய நாதத்துக்கு எதுவும் ஈடில்லை. இவ்வாத்தியம் நமது ஸ்திரீகளுக்குள் அருமையாகி வருவது மிகவும் பரிதாபமான விஷயம்.

லட்சுமியோ தன் கணவனுக்குக் கண்ணிதோறும் கண்ணிதோறும் தூதுவிட்டுத் தூதுவிட்டு துக்கத்தால் பாடமாட்டாது முகமீது துணி போட்டுக் கண்ணீரால் நனைந்திருந்த வீணையைக் கைவிட்டுக் கீழே வைத்து கோவென்று அலறி அழுதாள். இப்படியிவர்கள் கரை தெரியாததுக்குக் கடலுள் மூழ்கியிருக்கும் காலத்தில் ஒருநாள், தாங்கள் தங்கியிருந்த ஜாகைக்கு கொஞ்ச தூரத்துக்குள் திரிகால ஞானியாகிய சச்சிதானந்த சுவாமிகள் என்று ஒரு பெரியவர் இருப்பதாகக் கேள்விப்பட்டு அவரைத் தரிசிக்கும் பொருட்டு அம்மையப்ப பிள்ளை, ஜானகியம்மாள், கமலாம்பாள் இம் மூவருமாகப் புறப்பட்டுச் சென்றார்கள். இவர்கள் போய்ச் சிறிது நேரத்துக்கெல்லாம் அவர்களுடைய ஜாகையின் வாசற்றிண்ணையில் இரண்டு சிறுவர் வழிப் போக்காய் வந்து உட்கார்ந்தார்கள்.

அவர்களுள் பெரியவன்: 'காசிக்கு வந்திருப்பது மெய்யானால் இவ்வளவு அலைந்துமா அகப்படமாட்டார்கள்? சிதம்பரத்தில் நமக்குக் கொடுக்கப்பட்ட கடிதங்கள் பொய்யென்றல்லவோ ஆய்விட்டது. கல்யாணகாலத்தில் எப்பொழுது அவ்வளவு கெட்ட சகுனங்கள் நேரிட்டதோ அப்பொழுதே எனக்கு நம்பிக்கையில்லை. இனி ஊருக்குத் திரும்வேண்டியதுதான்.'

மற்றவன்: 'ஊரிலென்ன வைத்திருக்கிறது எனக்கு 'நீ மட்டும் போ. பாவம், எனக்காக நீயும் வீணலைச்சலலைகிறாய். நான் அவர்களுக்காக கயாவில் சிராத்தம் செய்துவிட்டு எனக்கும் சிராத்தம் செய்துகொண்டு விடுகிறேன், நீ சீக்கிரம் புறப்படு.'

முன் சொன்னவன்: 'உன்னைவிட்டு ஊரில் எனக்கு வெகுவாழ்வோ! இரண்டுபேரும் இவ்வூரிலேயே இறப்போம். காசியிலிறந்தாலும் கதியுண்டு.'

மற்றவன்: 'ஏற்கெனவே உள்ளபழி ஒன்று போதாதென்று உன் தாய், தகப்பனார், பெண்டாட்டி இவர்கள் பழியும் எனக்கு வேண்டுமோ?'

முன் சொன்னவன்: 'உன்னைவிட அவர்கள் இருவரும் எனக்குப் பெரிதில்லை; இங்கேயே இருவரும் இறப்போம் வா.'

மற்றவன்: 'சுவாமி விசுவேசுவரா, உனக்கு இது சம்மதமா!' என்று உரக்கக் கூவி 'சரி இங்கே உட்கார்ந்திருந்தால் எப்படி!' என்று சொல்ல இருவருமாய்க் கீழேயிறங்க ஆரம்பித்தார்கள்.

அப்பொழுது உள்ளேயிருந்த லட்சுமி தமிழ்ப் பேச்சாயிருக்கிறது, தன் நாயகன் குரல்போலுமிருக்கிறது என்று திடுக்கிட்டு, சுந்தரத்தை

யழைத்து 'வாசலில் யார் பார்' என்று சொல்ல, சுந்தரம் ஓடிவந்து வாசலில் பார்க்க தனது அத்திம்பேர் ஸ்ரீநிவாசனாயிருக்கக் கண்டு, சந்தோஷத்துடன் 'அத்திம்பேரே' என்று கூவினான். அதைக் கேட்டு ஸ்ரீநிவாசனும், சுப்பராயனும் திடுக்கிட்டு திரும்பி சுந்தரத்தைக் கண்டு அவனைத் தட்டிக்கொடுத்து 'இங்கேயா இருக்கிறீர்கள், அக்கா எங்கே?' என்று கேட்க, சுந்தரம் சந்தோஷப் பெருக்கால் பேசமாட்டாது, உள்ளே கைகாட்டினான். உடனே ஸ்ரீநிவாசன் விரைந்து உள்ளே செல்ல, லட்சுமி எதிர்கொண்டு ஓடிவந்து அவனை இறுகத் தழுவி மூர்ச்சித்தாள். ஸ்ரீநிவாசன் அவளை இறுக மார்புறத் தழுவி ஆனந்தத்தால் கண்ணீர் பெருக்கினான். சுப்பராயன் சுந்தரத்தைத் தழுவிக்கொண்டு விம்மினான். நெடுநேரம் சென்றபிறகு, லட்சுமி மூர்ச்சை தெளிந்து, பிரக்ஞை வந்து, தன் நாயகரத்தினத்தை மறுபடியும் மறுபடியும் பார்த்துப் பார்த்து, இப்பொழுது மறுஜனனமும், மறு கல்யாணமுமாதலால் தனது பரிமளமான அதரத்தின் முத்தங்களால் மறுபடியும் மணமாலையிட்டு, தன்னைத் தேடி நொந்துவந்த அவயவங்களுக்குக் கண்ணாலும், கையாலும், முகத்தாலும் ஒற்றி ஒற்றி வேது செய்தாள். 'பிரிந்தவர் கூடினால் பேசவும் வேண்டுமோ' என்றபடி ஒருவரை ஒருவர் தன்னிலும் அன்னியமாக முன்னிலையில் வைத்துப் பேசக் கூடாதபடி, முகதோடு முகமும், கண்ணோடு கண்ணும், கையோடு கையும், உடலோடு உடலும், மனதோடு மனமும் ஒன்றுபட்டு இருவரும் மாறிப் புளகாங்கிதமடைந்து ஈருடலுக்கு ஓருயிராகிய ஸ்ரீநிவாசன் லட்சுமி இவர்களின் நிலைமையை என்னென்று சொல்வேன்!

இறந்தனர் பிறந்த பயனெயதினர் கொலென்கோ!
மறந்தனரறிந்துணர்வு வந்தனர் கொலென்கோ!
துறந்தவுயிர்வந்திடை தொடர்ந்தது கொலென்கோ!

அல்லது கண்களையிழந்து குருடாய் உழல்பவர் திடீரென்று காட்சி பெற்றார்கள்; எனவோ, அல்லது பகவானுடைய கிருபைக்காக நெடுநாள் கொடூர தபசு செய்பவர் திடீரென்று சாட்சாத்காரமாய் அக்கடவுளைக் கண்ணாரக் கண்டார்க ளெனவோ!

இவர்களுடைய நிலைமையிவ்வாறாக, சச்சிதானந்த ஸ்வாமிகள் கமலாம்பாளைக் கண்டவுடனேயே அவளுடைய முகவிலாசத்தையும், கம்பீரத்தையும், சாந்தத்தையும் பார்த்து அவள் தன் சீஷருடைய பத்தினியென ஏதோ எண்ணம் எழ, விரைந்து வந்து, தனது இரு கையையும் அவள் சிரமேல் வைத்து 'தீர்க்க சுமங்கலிபவா' என வாழ்த்தி மகாலட்சுமியென்றால் உன்னைத் தவிர வேறில்லை' என்று கெண்டாட, வணங்கி நின்ற கமலாம்பாள் சுவாமிகளை நிமிர்ந்து

பார்த்தாள். அருகே நின்ற முத்துஸ்வாமியய்யருடைய முகம் தென் பட்டது. உடனே கமலாம்பாள் விரைந்தோடி அவர் பாதத்தில் வீழ்ந்து மூர்ச்சித்தாள். முத்துஸ்வாமியய்யரோ ‘கடவுளே, உன் மாயை அகாதமாயிருக்கிறது. சிரிப்பதென்றும், அழுவதென்றும் எனக்குத் தெரியாது. நான் இரண்டும் செய்யாமல் உன் பிரபாவத்தையே புகழ்வேன்’ என்று ப்ரம்மத்தில் லயித்துப் பரவசமானார். இவர்கள் இப்படி ஆனந்தப்பட்டுக் கொண்டிருக்கும்போதே ஸ்ரீநிவாசன், லட்சுமி, சுந்தரம், சுப்பராயன் முதலியவர்களும் மடத்திற்கு வழியை விசாரித்துக் கொண்டுவந்துவிட்டார்கள். வரவே ஏக கல்யாணமாய் விட்டது. பல பேருடைய பல நாள் துயரம் பகவானுடைய கிருபையால் ஒரே இடத்தில் ஒரு நாழிகையில் நிவர்த்தியாக, சச்சிதானந்த மடம் சாக்ஷாத் சச்சிதானந்த மடமாகவே முடிந்தது. அலைந்ததும் திரிந்ததும். அழுததும் ஏங்கியதும், ஊரூராய் ஓடியதும், வீடு வீடாய்த் தேடியதும் எல்லாம் ஏதோ கனவுபோல் மாற, யாவரும் அடங்காத குதூகலத்துடன் ஆனந்தத் தாண்டவமாடினார்கள்.

36

பொறுமையுடையோர் சிறுமையடையார்

ஸ்ரீநிவாசன் - லட்சுமிக்கு வடக்கே ஹிமோத்பர் வதத்தைப் போய்ப் பார்த்து வரவேண்டுமென்ற ஆசை. உலகத்திலுள்ள மலைகளெல்லா வற்றிற்கும் பெரியதாய், பயங்கரமான காம்பீரியத்துடன், சிருஷ்டியின் காட்சிகளில் ஒன்றாகி மகோன்னதமான வைபவத்தோடு விளங்கா நிற்கும் தேவர்கள் வசிக்கத்தக்க ஹிமாலயத்தைக் கண்குளிரக் கண்டுவர அவ்விருவருக்கும் அதிக ஆசை. ஆனால் சமயம் சரியாக இல்லை. ஆனாலும் அம்மலையிற் பிறந்து, பிறந்த இடத்திற்கியைந்த பெருமை யுடன் இருகரையும் அலை வீசி, ஆர்த்திரைத்து மயிரடர்ந்த சிம்மம் போலவும், திமிள் பெருத்த ரிஷபம் போலவும், மலைக்குணம் நிரம்பிய மதயானை போலவும், கம்பீரமான கதியுடன் அரசன் பவனி சென்றாற் போல, ஊரூரும் சென்று கடலில் கலக்கும் கடவுள் நதியாகிய கங்கையைக் கண்டு அவர்கள், ‘தங்களை ஒருவாறு திருப்தி செய்து கொண்டார்கள். மணல் வீடு கட்டி, அதினடு சோற்றையுண்டுண்டு தேக்கு சிறியார்கள் போல’ அற்ப விஷயங்களில் ஆயுள்களைச் செலவிட்டு ‘ஊன் கந்தனதாக உயிரை ஒடுக்கும் சிறியோராகிய நாம் நம்முடைய’ எல்லையைக் கடந்து கடல், காற்று. மேகம், சூரிய, சந்திர நட்சத்திராதிகள் முதலிய, பெரிய வஸ்துக்களுடன் மனங்கலந்து உறவாடுவதே இவ்வுலகில் ஒரு பெரும்பாக்கியம் அல்லவா! கமலாம்பாள் முதலிய எல்லோரும் ஒன்று சேர்ந்து இரண்டு மூன்று நாளுக்கப்பால்,

கட்சி கட்சியாய்க் கங்கா நதியின் வெண்மணலில் வெண்நிலவில், வெண்பொங்கல் முதலியன வைத்து விருந்தாடிப் பின், சிறுகுளம் நோக்கி எல்லாருமாகப் புறப்பட்டார்கள். உத்தரப்பிரதேசம் தாண்டி தக்ஷிணம் வந்தவுடனே தந்தி மூலமாய் யாவையும் அறிந்திருந்த சப்மாஜிஸ்திரேட்டு வைத்தியநாதய்யர், அவர்களுடைய வரவை ஆவலுடன் எதிர் பார்த் திருந்தார். அவர்கள் வந்து சேருமட்டுமாவது உயிர் தரித்திருக்க வேண்டுமென்பதுதான் அந்தப் பிரபுவின் கோரிக்கை. 'காதலொன்றீது மோர் கள்ளின் தோற்றமே' என்றபடி ஆசைப் பெருக்கால் தன் நினைவு கூட இன்றி கண்டோர் யாவரிடத்தும் 'முத்துஸ்வாமியய்யர் வருகிறார், முத்துஸ்வாமியய்யர் வருகிறார்' என்று சொல்லி முற்காலத்தில் ராமனை எதிர்பார்த்த பரதன் போல் 'வேதியரையும் தாதியரையும், தன்னையும், தொழுது கொண்டிருந்த அவர் ஊருக்கு ஒரு மைலுக்கப்பாலேயே பூரண கும்பங்கள், மேளவாத்தியங்கள் சகிதம். அவர்கள் வருகிற செய்தி கேட்டுக் காத்திருந்தார்.

சிறுகுளம் முழுவதும் ஆண்பெண் அடங்க அவ்விடத்தில் கூடியிருந்தது. முத்துஸ்வாமியய்யரும் சச்சிதானந்த ஸ்வாமிகளும் இரண்டு பல்லக்குகளில் எழுந்தருளினார்கள். மற்றவர்கள் குதிரை வண்டிகள் முதலிய வாகனங்களில் ஏறினார்கள். ஜம், ஜம், ஜம் என்று மங்கள வாத்தியங்கள் முழங்கின. அம்மையப்ப பிள்ளை மாத்திரம் ஒரு குதிரையில் ஏறினார். அக் குதிரை வாத்ய கோஷத்தைக் கேட்டு வெருண்டோட பிள்ளையவர்கள் அதனுடன் கௌரதையாய் யுத்தஞ் செய்து பார்த்துக் கட்டாமல் 'கூ கூ' என்று கூக்குரலிடத் துவக்கினார். பிறகு அவருக்கும் அவர் வாகனத்துக்குமுள்ள வழக்கைத் தீர்த்து இருவருக்கும் பாகம் செய்துவிட்டார்கள். வைத்தியநாதய்யருக்கு சந்தோஷத்தால் தலைகால் தெரியவில்லை. ஊர் முழுவதும் அல்லோல கல்லோலப்பட்டது. சுவாமிகள் பிரம்மஸ்வரூபமாய் எழுந்தருளி யிருந்தார்கள். முத்துஸ்வாமியய்யர் முதலியவர்கள் வைத்திய நாதய்யர் முதலிய சகலருக்கும் அன்பான முகமன் அளித்து ஊருக்குள் பிரவேசிக்க எத்தனித்தார்கள். ஊர் எல்லையை அவர்கள் மிதித்ததுதான் தாமதம்.

ஆர்த்தன பேரிகள் ஆர்த்தன சங்கம்
ஆர்த்தன நான்மறை ஆர்த்தனர் யாரும்

'பம்பம்' என்று சங்கத்தொனியும், ததீம் ததீம் என்ற பேரிகை ஒலியும், 'ஜம் ஜம்' என்ற தாளங்களின் ஒலியும், 'தாம் தாம்' என்ற மத்தள ஒலியும், மேள வாத்தியத்தின் ஓசையும் வேதியர் கோஷமும், அந்தணர் ஆசியும் ஆனந்தமான உற்சவக் கோலத்தை உண்டுபண்ணின. இவ்விதம் உற்சாகத்துடன் ஊரை வலம் வந்து யாவரும் தத்தம் விடுதிகளில் சேர்ந்தவர்கள்.

ஜனநெருங்கிய காசியையும் கங்கையையும் மறந்து சிறுகுளமென்ற கிராமத்தில் சிலகாலம் நாமும் தங்குவோம். அவ்வூர் அக்கிரஹாரம், கோயில், குளம், நதி, தோப்புகள், மந்தை, மந்தையின் ஒற்றைமரம், கொல்லன் பட்டறை, குத்துக்கல், அரசந்தட்டு, மீன்பாதை முதலிய கிராமச் சின்னங்கள் யாவற்றையும் நாம் மனதுக்குக் கொண்டுவந்து நம் மனோபலத்தால் சிறுகுளத்தை சிருஷ்டி செய்து அதில் சற்று வசிப்போம்.

சுவாமிகள் முத்துஸ்வாமியய்யரை இல்லறத் துறவியிலிருத்தி ஆசிர்வதித்துக் காசி சென்றார். பொன்னம்மாளுடைய நிலைமையை முத்துஸ்வாமியய்யர் கண்டு பரிதபித்து அவள் நிமித்தம் கடவுளை வேண்டுகிறார். அவளுக்கு சித்தம் ஸ்வாதீனப் பட்டிருக்கிறது என்று வதந்தி. ஏதோ முன் இருந்ததற்கு இப்பொழுது 'தெளிவு' என்பதற்கு ஐயமில்லை. 'பாப்பா பட்டியகத்து வெட்டரிவாள்' என்ற குப்பிப் பாட்டி நெடுநாள் வியாதியால் வருந்தி இறந்தாள். சங்கரியம்மாள் கமலாம்பாளுடைய வாழ்வைக்கேட்டு மனம்பொறாது கிணற்றில் விழுந்து மரித்தாள். சுப்பம்மாள் கணவனையிழந்து உபாதானமெடுத்து வயிறு வளர்க்கிறாள். அவளுக்குக் கண் ஒன்று அவிந்து போய்விட்டது. ஈசுவர தீட்சிதர் குஷ்டவியாதியால் வருந்துகிறார். முத்துஸ்வாமியய்யர் இவ்விருவரும் தனக்குச் செய்த பெரிய உபகாரத்துக்காக அவர்களுக்கு மிகவும் வந்தனமுள்ளவராயிருக்கிறார். சுப்பம்மாளுடைய ஜீவனத்துக்காக கொஞ்சம் நிலம் விட்டிருக்கிறார். தீட்சிதருக்கும் அடிக்கடி ஆறுதல் சொல்லிக் கொண்டிருக்கிறார். துஷ்டர்களையிப்படி ஆதரவு செய்யலாமா என்றால் அவர் 'நன்மைக்குப் பிரதி செய்யலாம். தீமைக்கு மட்டும் பிரதி செய்யக்கூடாது. மேலும் நமக்குத் துன்பம் கொடுப் பவர்கள் நமக்குப் பெரிய உபகாரிகள். ஏனெனில் துன்பத்தைப் போல் 'ஹிதமான சிநேகிதன் யாருமில்லை. எனக்கு அடுத்தடுத்து துன்பங்கள் நேரிட்டிராவிட்டால் நான் இப்பொழுது அனுபவிக்கும் பிரம்மானந்தத்தை அடைந்திருக்க மாட்டேன்' என்று மறுமொழி கூறுகிறார்.

எதார்த்தத்திலேயே இவ்வுலக இன்பங்களைப் போல் நமக்கு விரோதிகள் வேறு ஒன்றுமில்லை. நம்முடைய நிஜஸ்வரூபத்தை நம்மிடமிருந்து மறைத்து நாளை வரும் நெற்குவியலிலும் இன்றுள்ள பிடி விதை பெரிதென்று விழுங்கி வீணே நாள் கழிக்கும் 'நீக்ரோ' ஜாதியாரைப்போல நாம் நாளை அடையக்கூடிய ப்ரம்மானந்த சுகத்தை மறந்து இன்றுள்ள சிற்றின்பத்தில் முழுகி மயங்கும்படி நம்மைச் செய்கின்ற அற்பமாயும், அநித்தியமாயும், பயனற்றதாயும், தமோகுண சம்மந்தமாயும், துக்ககரமாயும் அசுரகுணஸ்வரூபமாயும், நமக்கும் பிறருக்கும் ஜனன மரண சம்சாரமாகிய அனர்த்த பரம்பரைக்கு

ஹேதுவாயும் உள்ள இவ்வகை இன்பங்கள் உயர்ந்தோரால் விரும்பற்பாலனவன்று. 'இங்கற்றவர்க்கு அங்குண்டு' என்றபடி அனேகருக்கும் துன்பமே ஒரு பெரிய மோட்ச சாதனமாயிருக்கிறதா தலால், தனவானுடைய தனத்தையும், ரூபவானுடைய ரூபத்தையும் போகத்தில் உல்லாசமாய்க் களித்திருப்பவரது போகத்தையும் கண்டு நாம் பொறாமை கொள்ளாது, அவற்றிற்கு ஆளாயிருப்போருக்கிரங்கி, துன்பரூபமாகக் கடவுளது அனுக்கிரகத்தைப் பெற்றோரைக் கண்டு கைகூப்புவதே இரகசியமான தத்துவ வழியாம். இது நிற்க.

ஸ்ரீநிவாசனும் லட்சுமியும் சௌக்கியமாகவேயிருக்கிறார்கள். அவர்களுடைய இன்பம் தாழ்ந்த சிற்றின்பமில்லை. உதாரணமாக ஒரு நாள் சிறுகுளத்திலிருக்கும்பொழுது சாயந்திரம் ஸ்ரீநிவாசன் கொல்லைப் புறத்திலுள்ள தோப்புக்குள் சென்றான். அஸ்தமனமான சமயம் ஆனதால் சூரியனுடைய மெல்லிய ஒளி பரவி எங்கும் பொன்னிறமா யிருந்தது. ஸ்ரீநிவாசன் அந்திப்பொழுதின் ஆனந்தமான சாந்தத்தைக் கண்டு களிப்புற்றான். அங்கு ஓர் அழகிய அரசமரத்தில் திவ்வியமான மல்லிகைக்கொடி ஒன்று அன்பாய்ச் சுற்றிக்கொண்டு அபரிமிதமான புஷ்பங்களை ஏந்தி நின்றது. அதைக் கண்டு 'பண்டிதன், கொடி, ஸ்திரீ ஆகிய மூவரும் ஆஸ்ரயமன்றித் தனித்து விளங்கார்கள்' என்ற வாக்கியம் ஞாபகத்துக்குவர, அவன் அவ்வரசமரத்தின் கம்பீரத்தையும், யௌவனத்தையும், காந்தத்தையும், ஆதரவையும், அழகையும், அப் பூங்கொடியின் இளக்கத்தையும், பசுமையையும், மிருதுத் தன்மையையும், புஷ்ப சம்பத்தையும், மனோக்கியமான சௌந்திரியத்தையும், அவ்வரச மரத்தை நம்பி, நேசித்து, அன்பாய்த் தழுவி, அலங்காரமாய் நின்ற காட்சியையும் கண்டு பரவசப்பட்டு நின்றான். லட்சுமி அவனை அங்குமிங்கும் தேடிக் காணாது தோப்புப் பக்கம்வர, அவன் மயங்கி நிற்பதைக் கண்டு சந்தடி செய்யாது அணுகி அப்பூங்கொடி அரச மரத்தைத் தழுவி நின்றதுபோல் தானும் அன்பாய் அவனைத் தழுவி நின்றாள். தழுவவே ஸ்ரீநிவாசன் திடுக்கிட்டுத் திரும்பி அவளுக்கு ஒரு முத்தம் கொடுத்தான். லட்சுமி அரசமரத்தைக் குறிப்பாய்ப் பார்த்து தன் நாயகனையும் பார்த்து புன்முறுவலித்தாள். ஸ்ரீநிவாசன் பூங்கொடியை நோக்கித் தன் நாயகியையும் நோக்கிப் புன்னகை செய்தான். அப்படி நிற்கும்பொழுதே படீரென்று பல மல்லிகை மொட்டுகள் கண் திறந்து மலர்ந்தன. மலர்ந்ததைக் கண்டு ஸ்ரீநிவாசன் 'உன்னைக்கண்டதில் அக் கொடிக்கு என்ன ஆனந்தம் பார்!' என்று பரிகாசம் செய்தான். அதை விட்டு அப்பால் சிறிது தூரம் செல்ல, அவர்கள் ஒரு பிரம்மாண்டமான ஆலமரத்தைக் கண்டார்கள். அது வானுற ஓங்கி, வளம்பெற வளர்ந்து ஏராளமான விஸ்தாரமுடையதாய் அனேகமான கொடிகளைக் கீழே விட்டு அநேக ஸ்தம்பங்களும், மண்டபங்களும் நிறைந்த ஒரு பெரிய

ஆலயம்போல் விளங்கி பரிசுத்தமான காற்று வீசி, அலங்கரித்த தேர்ச்சி கரம்போல் சிகரமுடைத்தாய், அண்ணல் தேர்ப்புரவி ஆள்பெரும் படையொடு மன்னர்கள் தங்கத்தக்க தண்ணிழல் பரப்பி நின்றது. சூரியன் மலைவாயில் விழுகிற தருணமாதலால், அவனுடைய செங் கிரணங்கள் அந்த ஆலவிருட்சத்திற் புகுந்து ரத்தின தீபங்கள் ஏற்றியது போல் ஏற்றி விளங்க, அம்மரத்தினுடைய கம்பீரத்தையும், கொடிகளின் வரிசையான அழகையும், சூரியனுடைய ஒளியையும், தரையில் வீழ்ந்த இள நிழலையும், அவ்வாலயத்தின் மண்டபங்களையும், ஸ்தம்பங் களையும், சிகரத்தையும், தீபங்களையும் கண்டு 'இதுவன்றோ ஆலங் காட்டார் ஆனந்தக் கூத்தாடிய இடம்' என்று தம் மனதுள் சொல்லி இருவரும் ஒருவரையொருவர் கேளாது ஏககாலத்தில் அம்மரத்தின் கீழ் தலைவணங்கிக் கைகூப்பினர். கைகூப்பி 'உற்ற உடலும் சிந்தை வசமாகுமால்' ஒருவரையொருவர் விரைந்து தழுவி இருவருமாய்ப் பேசாது பேசி மகிழ்ந்தார்கள்.

இவர்கள் நாள் இவ்வாறு கழிய குழந்தை நடராஜன் சுந்தரத்துடன் ஜோடி சேர்ந்துவிட்டான். அவ்விருவரும் ஆற்றங்கரை, தோப்பு, துறவு, கோயில், குளம் முதலிய இடங்களெங்கும் உல்லாசமாய் ஓடி விளையாடுகிறார்கள். விளையாடுவதுடன் சண்டையும் பிடித்துக் கொள்ளுகிறதுதான். சண்டை செய்துகொண்டாலும் மறு நிமிஷமே ராஜியாய் விடும். ஒரு நாள் அவ்விருவரும் ஒரு கிட்டிக் கொம்புக்காகச் சண்டை போட்டுக்கொண்டுவிட்டார்கள். சில நிமிஷங்களுக்குப் பிறகு நடராஜன் ஒரு விளாம்பழத்தை எடுத்துக்கொண்டு சுந்தரம் இருந்த இடம் வந்தான். வந்து 'எங்கம்மா எனக்கு விளாம்பழம் தந்திருக் கிறாளே, உனக்குத் தருவேனோ,' என்றான். அதற்கு சுந்தரம் 'நான் எங்காத்திலே ஒரு மொக்கை விளாம்பழம் வச்சிருக்கேனே. அதை உனக்குத் தருவேனோ, 'நீ தந்தா நான் தருவேன்!' என, நடராஜன் 'நீதான் என்னை அடித்தாயே; இனிமேல் அடிக்கவில்லையென்று சொல்லு தரேன்' என்றான். சுந்தரம் 'இனிமேல் அடிக்கவில்லை'யென்று சொல்ல, நடராஜன் 'இல்லையென்று கன்னத்திலே போட்டுக்கொள்' என்றான். சுந்தரம் அப்படியே செய்ய, நடராஜன் கன்னத்திலே போட்டுக்கொண்டால் போதுமோ, தோப்புக்கரணம் போடணும்; அப்பத்தான் குடுப்பேன் என்று சொன்னான். பாவம் சுந்தரம் தோப்புக் கரணமும் போட, நடராஜன் பழத்தைப் பகிர்ந்து ஒரு பாதியை அவனுக்குக் கொடுத்தான். உடனே இருவரும் வெகு நேசமாய் விட்டார்கள். இப்படியவர்கள் விளையாடிவர ராமசேஷய்யருக்கு நடராஜனை விட்டு அரை நாழிகைகூடப் பிரிய மனம் வராது. ஆகையால் அவர்கள் போகும் இடமெல்லாம் கூடவே தாமும் திரிந்து கொண்டேயிருக்கிறார். சிறுகுளத்திலே தகுதியான வீடு நிலம் முதலியன

வாங்கி குழந்தை துரைசாமி (நடராஜன்) பெயருக்கு எழுதி வைத்து விட்டார்.

அம்மையப்ப பிள்ளையவர்கள் சிறுகுளத்திலேயே தங்கி முத்து ஸ்வாமியய்யருக்கு ஒரு சிஷ்யரானார். பொழுது போகாவிட்டால் அவ்வூரார் அனைவரும் அவரைச் சூழ்ந்து கொள்ளுவார்கள். ஆடுசாபட்டியின் மகத்துவத்தை அவர் சொல்ல ஆரம்பித்துவிட்டால் ஆறு நாளானாலும் ஓயமாட்டார். தஸ்தாவேஜுகளிலேகூட 'நில வலயத்திற்கு ஒரு திலகம் போன்ற ஆடுசாபட்டியில் அவதரித்த அண்டர்புகழும் அஷ்டாவதானம் மகாவித்வான் அம்மையப்ப பிள்ளையவர்கள்' என்றுதான் கையெழுத்து, ஆடுசாபட்டி என்பதற்கு ஆட்டுக்கு மோட்சம் கொடுத்த இடம் என்று பொருளாம். கஜேந்திராழ்வாருக்குப் போட்டியாக அஜேந்திராழ்வார் என்று ஒருவர் இருந்தார். அவருக்கு ஆடுசாபட்டியில் மோட்சமாம். இப்படி ஸ்தல புராணங்களை விஸ்தாரமாகப் பேசிக்கொண்டு அம்மையப்ப பிள்ளையவர்கள் காலத்தைக் கடத்துகிறார்.

பேயாண்டித்தேவன் தன்னூர் சென்று அங்கு ராஜ்ய பரிபாலனம் செய்து வருகிறான். காலமே எழுந்ததும் முத்துஸ்வாமி அய்யரிருக்கும் திசையை நோக்கி ஒரு தரம் நமஸ்கரித்த பிறகுதான் மற்றக் காரியங் களில் பிரவேசிப்பாள். அந்தத் திருமங்கை யாழ்வாருக்கும் முத்து ஸ்வாமியய்யர் ஏதோ அனுக்கிரஹித் திருப்பதால் அவரிடத்தில் அவனுக்கு தேவதா விசுவாசம். அவன் திருடுவதைக் கட்டோடு ஒழித்துவிட்டான்.

வைத்தியநாதய்யரவர்கள் வேலையை ராஜிநாமா கொடுத்து விட்டு சிறுகுளத்திலே வாசத்துக்கு ஏற்பாடு செய்துகொண்டு முத்து ஸ்வாமியய்யரிடம் உபதேசம் பெற்று சிவராஜயோகாப்பியாசம் செய்து வருகிறார். நல்ல ஹிருதயவானானதால் அவருக்கு நல்ல அனுபவங்கள் சீக்கிரம் சித்தியாகுமென்று நான் நினைக்கிறேன். முத்துஸ்வாமியய்யர் குடும்பங்களை அவர்தான் மேல்பார்த்து வருகிறார்.

கமலாம்பாள் சகலவித பாக்கியத்தையும் திரும்பப் பெற்றும் ராம நாம ஸ்மரணையை விட்டுவிடவில்லை. நாளுக்குநாள் அவள் பக்தி பெருகிக்கொண்டே வந்தது. அந்த பக்தி விசேஷத்தால் அவளுக்கு உலகமெல்லாம் ராமஸ்வரூபமாய்த் தோன்றிற்று. 'பார்க்குமிடமெங்கு மொரு நீக்கமற நிறைகின்ற பரிபூரணானந்தமே,' என்றபடி மேகம் சூரிய சந்திர நட்சத்திராதிகள் முதல் மரம், மட்டை, மனிதன், ஈறாகச் சகலமும் அவளுக்கு ஆனந்தமான ஸ்ரீராம மயமாகவே தோன்ற; 'எல்லா முன்னுடைமையே, எல்லாமுன் செயலே, எங்கணும் வியாபி நீ' என்று சதா அந்த ராமனையே வாழ்த்திய வண்ணமாய்த் தனக்கென்று

ஒன்றுமில்லாது உண்ணு நீர் முதல் அந்நீரிலும் நின்றிலங்கும் அவனுக்கே அர்ப்பிதம் செய்து 'உலகனைத்தும் உன்நாமப் பொருளதையே ஓதிடுமால்' என்று உள மகிழ்ந்து, குதித்தெழும் இராகத்வேஷாதிகள் யாவற்றையும் கண்டித்து அடக்கிக் கொலைபுரிந்து.

'கரவன்றி யிராமர் கணக்கிலவாம்
பரவை மணலிற் பலரென்பர்களால்'

என்று பார்க்கும் பொருளனைத்திலும் ராமனையே பார்த்து உலகெங்கும் ஒருவன் என உணரும் உணர்ச்சியோடு களித்தாள். பாடுவதெல்லாம் ராமனுடைய பாட்டு, பேசுவதெல்லாம் ராமனுடைய பேச்சு, ஓதுவதெல்லாம் ராமனுடைய திருநாமம்.

'மன்னுபுகழ்க்கௌசலை தன் மணிவயிறு வாய்த்தவனே
தென்னிலங்கைக் கோன்முடிகள் சிந்துவித்தாய் செம்பொன்சேர்
கன்னிநன் மாமதிள்புடைசூழ் கணபுரத்தென் கருமணியே
என்னுடைய வின்னமுதே யிராகவனே தாலேலோ.'

என்றிப்படி ராகவனைப் பாடிக் கொஞ்சி 'மன்னேமா மணியே' என்று ஏத்தி, 'அன்னே தேனே யமுதே' என்று அழுது, 'ஐயே நினக்காளானேன் அல்லேனெனலாமோ' என்று களித்து அவள் தன் காலத்தைக் கடத்தினாள். தன் கணவனைக் கண்டுவிட்டால் ஸ்ரீ ராமனையே பிரத்தியட்சமாய்க் கண்டதுபோல் நினைப்பு. அவருடன் பேசினால் ராமனுடன் பேசுவதாய் மதிப்பு. அவரருகு இருந்தால் ஸ்ரீராமனருகு இருப்பதாய்க் களிப்பு. அவர் நடையையும் அவர் சிரிப்பையும் காணுந்தோறும் 'கடந்தரு மதங்கலுழ் கவிநல் யானை போல் நடந்தது கிடந்தது என்னுள நண்ணியே' என்றும், 'முந்தி யென்னுயிரை வலுண்டதே'யென்றும் ராமனைக் கண்ட சீதையைப் போல் தன்னுள் பாடி மகிழ்ந்து, துதித்து ராமத்தியானானந்த வைபவத்தில் முழுகியிருக்கிறாள்.

கமலாம்பாளது பக்தியின் வைபவமே யிவ்வாறாயின், முத்து ஸ்வாமியய்யருடைய ஞானத்தின் வைபவத்தைச் சொல்லவும் வேண்டுமோ!

யதாகாலஸ்திதோ நித்யம்வாயுஸ் ஸர்வத்ரகோமஹான்
ததாஸர்வானி பூதாநிமத்ஸ்தா நித்யு பதாரய.

சர்வவியாபகமாயும் நிறைந்துமிருக்கிற வாயுவானது எப்போதும் எப்படி ஆகாசத்தில் இருக்கிறதோ அப்படி சகல பூதங்களும் என்னிடத்திலிருக்கிறதாகத் தெரிந்துகொள் என்றும், 'உலகம் யாவும்

உயிர் பலவும் நானே, சிறிதும் வேறில்லை' என்றும் வாக்குக் கொடுத் திருக்கும் பகவானுடைய மகாவாக்கியத்தை விசாரணை செய்து உலகெல்லாம் அலகைத் தேரெனத் தேர்ந்து,

யூத நீயலை பொரிகளுமலை யலைபுந்தி
ஏத நீயலையிவற்றினை மயங்கியானென்னும்
போத நீயலையென்றிவையனைத்தும் போக்கிச்
சோதியாகிய பிரஹ்மமேநீ

எனச் சொன்ன குரு உபதேச விசேஷத்தால் பஞ்சகோசத் திரை களைப் பிளந்து பூரணமாய், ஏகமாய், அசலமாய், அசரீரியாய், அனாதியாய், ஆப்தமாய், நித்திய நிர்க்குண நிராமய நிரஞ்சன நிராலம்ப நிர்விஷயமாய் விளங்கா நின்ற சச்சிதானந்த ஸ்வரூபமாகிய ஆத்மாவைத் தரிசனம் செய்து, அகண்ட பிர்மமாகார விஸ்வரூப விருத்தியிற் பிரவேசித்து திரிபுடி ரஹிதமான பிர்ம்மாநந்தத்தில் மூழ்கி ஆத்மக் கிரீடை புரிந்து சமாதி நிஷ்டையில் நிர்வஹித்து, சமாதியொழிந்த சமயங்களில் பகவானுடைய மாய விபூதியை வியந்து ஒளியிலே, இருளிலே, வெளியிலே, மண்ணிலே, தண்ணிலே, மலையிலே, கடலிலே, கரையிலே, மரத்திநிலையிலே, கனியிலே, காற்றிலே, கற்றார் கல்லாரிலே, கதியறியாக் கயவர் தம்மிலே, கடலன்ன ஜனமுழுதிலே

'நீயலால் பிறிது மற்றின்மை சென்று சென்ற றணுவாய்த்
தேய்ந்து தேய்ந்தென்றாந் திருப்பெருந்துறையுறை
சிவனே யொன்று நீயல்லையன்றி யொன்றில்லை'

யெனத் தெளிந்து, உலக வியவகாரங்களில் புகும்பொழுதும் கோத்தநிலை குலையாது, புது மணம் புரிந்த நாரியர் போற்புக்கு முத்துஸ்வாமி அய்யர் ஞானானந்த வைபவசாகரத்தில் மூழ்கியிருந்தார்.

இரண்டாம் பாகம் முற்றிற்று.

பிற்கூற்று

இப்பொய்க் கதையை இதுகாறும் பொறுத்தருளிய நேசர்காள்! நும்பெரும் பொறுமைக்கு என் பெரும் வந்தனம்.

இக்கதை பெரும்பான்மையும் பலவித மனோ சஞ்சலத்தின் மத்தியில் எழுதப்பட்டதாதலால் அழகு குன்றி 'குன்றக்கூறல் மிகை படக் கூறல்' முதலியயீரைங் குற்றங்களுக்கும் குடியாயுளது. மேலும் என்னறியாமையாலும் பிற காரணங்களாலும் சொற் பிழைகள் பலவடர்ந்து கற்றோர்க்கு விரசமாயுமுளது. ஆயினும் அவகாசம் முதலிய சில சாதனங்கள் ஏற்பட்டிருப்பின், அவை ஒருவாறு விலகி யிருக்கலாம்.

இது நிற்க, இச்சரித்திர மெழுதுவதில் எனக்குக் கதையே முக்கிய கருத்தன்று. மற்றென்னையோவெனில், ஆசையோடு உசாவும் அர்ச்சுனனுக்கு,

'நாந்தோஸ்திம்மதிவ்யானாம் விபூதினாம்பரந்தப'

அதாவது,

இறந்தெவன் விபூதிக்கோ ரெல்லையின்மையின்
பிறந்தன முடிவு பெறப் பேசவொண்ணுமோ'

என்று பகவானாலேயே சொல்லிவிடப்பட்ட அவனது மாயா விபூதியாம் பெருங்கடலுள் ஓர் அலையுள், ஒரு நுரையுள், ஒரு துளியில் ஓர் அணுவை யானெடுத்து அதனுள் என் புல்லறிவிற் கெட்டிய மட்டும் புகுந்து பார்த்து,

'சாணினுமுளனோர் தன்மையணு வினைச்சதகூறிட்ட
கோணினுமுளன் மாமேருக்குன்றிலு முளனிந் நின்ற
தூணினுமுளன் முன் சொன்ன சொல்லினு முளனித்
தன்மை காணுதிவிரைவில்.'

என்று காட்டத் தூண் பிளந்து தோன்ற அவனே அங்கும் இருக்கக் கண்டு திசை திறந்தண்டங்கீறிச் சிரித்த செங்கட் சீயத்தைக் கண்டு கைகூப்பி, ஆடிப்பாடியரற்றி, உலகெலாந் துள்ளித் துகைத்த இளஞ்சேயொப்ப, யாமும் ஆடிப்பாடி ஓடவேண்டுமென்ப தேயன்றி வேறன்று.

பொன்னம்மாளது சூழ்வினையினும், சங்கரியது கொலைத் தொழிலினும், சுப்புவின் கலகத்திறத்தினும், நடராஜனது விவரமறியா இளமையிலும் ராமசேஷய்யரது வாஞ்சா ரூபமான முதுமையிலும், லட்சுமி ஸ்ரீநிவாசனது மனோதர்ம விசேஷத்திலும், கமலாம்பாளது பக்தி வைபவத்திலும் முத்துஸ்வாமியய்யரது ஆத்மானந்தத்திலும் எங்கும் சமமாய், சாட்சியாய், ஏகமாய், பூரணமாய், நித்தியமாய்.

நன்றாய்ஞானகனமாகி நானாவெல்லாம் பிறப்பிடமா
யொன்றாய் வேறோர் பொருளின்றி யொளியாயொன்றொடு
தன்றா யகிலசராசரங்கட்காதாரந்தானாயென்றும் வமிப்ப
பொன்றாததுவாய் விகாரப்பொருளாய்ப்புலனாய்ப் புணர்ப்பரிதாய்

'உம்பர்க்கும் உனக்கும் ஒத்து இவ்வுலகெங்கும் நாம் காண்போம்.

கமலாம்பாள் போல 'புத்தி யாலறி யொண்ணாய் புராணனைப் பத்தியாம் வலையிற் படுத்து'

'கன்றினுக்குச் சேதாகனிந்திரங்கல் போலெனக்
கென்றிரங்கு வாய்க்கருணை யெந்தாய் பராபரமே'

என்று அருட்டாகங்கொண்டு

மாசில் வீணையும் மாலை மதியமும்
வீசுதென்றலும் வீங்கிளவேனிலும்
மூசுவண்டறை பொய்கையும் போன்றதே
ஈசனெந்தை யிணையடி நீழலே

என்று விசேஷிக்கப்பட்ட அவாங்மன கோசரமான அவ்வடி நிழலில் ஓய்வடைவோம். அல்லது முத்துஸ்வாமி அய்யரைப்போல 'வேண்டேனிம் மாயப் புன்பிறவி வேண்டேனே' என உலக விரக்தி பெற்றுக் கிருமி முதல் கிரகங்கள் வரை சலியாது சஞ்சரிக்கின்ற பகவானுடைய சித்விலாஸச் சிறப்பில் சிவானுபூதி பெற்றுச் சிவோஹமென்றிருந்து காலத்தைத் தள்ளுவோம்.

எந்த தெய்வத்தைத் தொழுது இச்சிறு கிரந்தமானது இயற்றப் பட்டதோ, எந்த சுயம்பிரகாசமான திவ்ய தேஜோரூபத்தின் பொருட்டு இக்கதையானது நிஷ்காமியமாக அர்ப்பிக்கப்படுகிறதோ, அந்தத் திவ்விய, மங்கள, குணாதீத பரிபூரண சச்சிதானந்த ஸ்வரூபத்தை நாமனைவரும் முயற்சித்து அடைவோமாக.

* * *